अमृत पंथाचा यात्री

'शांतिनिकेतन - विश्वभारती'चे संस्थापक, ज्येष्ठ साहित्यिक
रवीन्द्रनाथ टागोर यांचा जीवनपट.

गुजराती लेखक
दिनकर जोषी

अनुवाद
डॉ. सुषमा करोगल

मेहता पब्लिशिंग हाऊस

Email : info@mehtapublishinghouse.com /
Website : www.mehtapublishinghouse.com

- *या पुस्तकातील लेखकाची मते, घटना, वर्णने ही त्या लेखकाची असून त्याच्याशी प्रकाशक सहमत असतीलच असे नाही.*

A-MRUT PANTHACHA YATRI by DINKAR JOSHI
Originally Published in Gujarati

© Dinkar Joshi

102, A, Park Avenue, Dahanukar Wadi, M. G. Road,
Kandiwali (W), Mumbai - 67. © 09969516745
Email : dinkarmj@gmail.com / Website : www.dinkarjoshi.com
Translated into Marathi Language by Dr. Sushma Karogal

अ-मृत पंथाचा यात्री / अनुवादित कादंबरी

अनुवाद : डॉ. सुषमा करोगल, बी-६७, स्वागत डुप्लेक्स,
विकासनगर जवळ, तंडलजा रोड, वडोदरा-३९००२०, (गुजरात)

मराठी अनुवादाचे व प्रकाशनाचे हक्क मेहता पब्लिशिंग हाऊस, पुणे.

प्रकाशक : सुनील अनिल मेहता, मेहता पब्लिशिंग हाऊस, पुणे - ३०.

मुखपृष्ठ : चंद्रमोहन कुलकर्णी

प्रकाशनकाल : ऑक्टोबर, २०११ / पुनर्मुद्रण : ऑक्टोबर, २०१७

P Book ISBN 9788184982916
E Book ISBN 9789387319301
E Books available on : play.google.com/store/books
m.dailyhunt.in/Ebooks/marathi
www.amazon.in

रवीन्द्रनाथांच्या ग्रंथांना ज्यांनी गुजराती भाषेमध्ये
सुलभ रितीने
प्रस्तुत केले, अशा सर्व अनुवादकांना.

रवीन्द्र दर्शनाच्या क्षणी

नर्मद 'एक टुकडो आकाशनो', हरिलाल गांधी 'प्रकाशनो पडछाया', महंमद अली जीना 'प्रतिनायक' आणि आता रवीन्द्रनाथ टागोरांच्या जीवनावर आधारित अशी ही या श्रेणीतील माझी चौथी कादंबरी सांप्रत इतिहासातील कुठल्यातरी एखाद्या पात्राला केंद्रवर्ती ठेवायचे आणि त्याच्या जीवनातील घटनाप्रसंगांची निर्मिती कादंबरीच्या रूपबंधातून करावयाची हे काम दुधारी तलवार चालवण्यासारखे अथवा आवळून बांधलेल्या तंग दोरीवरून तोल सांभाळत चालण्यासारखे आहे.

अशी पात्रे आणि त्यांचा काळ अजून इतिहासरूप झालेला नसतो; म्हणून मग त्यांच्याविषयी काही सांगायचे झाले तर या किंवा त्याप्रकारे त्याचे काहीसे समर्थन करावे लागते. असे असले तरी कादंबरी ही अशी कला आहे की, त्यात पात्रांचे मनोव्यापार, त्यातील घटनाप्रसंगांपेक्षा महत्त्वाचे ठरतात. या मनोव्यापाराविषयी आपल्याला फारसे संदर्भ काही कुठे मिळत नाहीत; म्हणून मग हे सुटलेले, तुटलेले दुवे जुळवण्यासाठी लेखकाला पात्र आणि तपशील यांच्या संदर्भात कलाक्षेत्रात अनिवार्य असलेल्या कल्पनेचा आश्रय घेतल्याविना चालत नाही. त्यात प्रतिज्ञा एकच असते की, पायाभूत सत्याशी तुम्हाला तडजोड करता येत नाही; सत्याशी नाते तोडता येत नाही.

असे असले तरी ही कादंबरी आहे; दस्तावेजी इतिहास नाही. माझा असा अनुभव आहे की, कित्येक वाचक यातील अंतर विसरतात आणि कादंबरीविषयी

अकारणच प्रश्न निर्माण करतात. कोणत्याही कलाकृतीचे आपल्या आवडीनिवडीनुसार मूल्यमापन करण्याऐवजी तटस्थपणे त्याचे निरीक्षण करावे, अनुभवरूप ग्रहण करावे म्हणजे मग या प्रक्रियेला अधिकाधिक आयाम मिळतील.

रवीन्द्रनाथांच्या जीवनाकडे वरवर पाहिले तर फारसे संघर्ष दिसत नाहीत. बहुतांशी प्रमाणात हे संघर्ष मानसिक भूमिकेच्या पातळीवरचे दिसतात. या भूमिकेचा मागोवा घ्यावयाचा झाल्यास त्यांच्या विविध कलाकृतीतले धागेदोरे जुळवावे लागतात. हे काम एखाद्या गणिती पद्धतीने अचूक असेलच असे काही सांगता येत नाही. सर्जनशील कलावंताची विशिष्ट अशी समज, आकलनशीलता हाच इथे एकमेव असा विश्वसनीय मार्ग आहे. या मार्गाने यथाशक्ती, यथामती प्रवास करताना जे काही हाती आले; ते कादंबरीच्या रूपबंधात निर्माण करण्याचा यात प्रयत्न केला आहे.

'समकालीन' या मुंबई दैनिकाच्या साप्ताहिक आवृत्तीत 'प्रवासी पारावारना' या शीर्षकाने या आधीच ही कादंबरी भागश: रूपात प्रकाशित झाली आहे. या शीर्षकाचा अजून एक ग्रंथ गुजराती भाषेत आहे, असे नंतर कळल्यामुळे ही कादंबरी पुस्तकरूपाने प्रकाशित करावयाची असे ठरवल्यावर मग त्याला नवे नाव दिले.

या कादंबरीचं गुजराती वाचकांनी मनापासून स्वागत केलं आहे. आता ती मराठी वाचकांसमोर ठेवताना आनंद वाटत आहे, याचं श्रेय अनुवादक डॉ. सुषमा करोगल व मराठी प्रकाशक मेहता पब्लिशिंग हाऊसला दिलं पाहिजे. ही कादंबरी हिंदी व इंग्रजीमध्ये प्रकाशित झालेली आहे.

- दिनकर जोषी

मनोगत

रवीन्द्रनाथ ठाकूरांच्या जीवनावर आधारित दिनकर जोषींच्या या चरित्रात्मक कादंबरीच्या अनुवादाचे काम हाती आले तेव्हापासून ते हस्तलिखित सोपवेपर्यंतचा माझा काळ अनुवादातून मिळणाऱ्या निर्मितीप्रक्रियेच्या अतीव आनंदात गेला.

रवीन्द्रनाथांसारख्या विश्वविख्यात सर्जनशील कलावंताचे जीवन कादंबरीरूपातून प्रकट करणे, हे लेखकासाठी एक फार मोठे आवाहन होते. पारतंत्र्याचा काळ, बंगालचे सामाजिक, राजकीय वातावरण, रवीन्द्रनाथांचे 'ठाकूर' घराणे व त्यांची जीवनशैली, संस्कार, वैयक्तिक आयुष्य हे सगळे लेखकाने विशिष्ट घटनाप्रसंग, पात्रे यांची निवड करत चित्रित केले आहे.

ठाकूरांचे बाह्य, प्रकट, प्रत्यक्ष लौकिक जीवन, त्यांची सामाजिक, राजकीय भूमिका, त्यांनी निर्माण केलेले कलाविश्वात्मक विशाल कार्य आणि त्यांचे वैयक्तिक, खासगी आंतरजीवन यांचे एकमेकात गुंतलेले धागेदोरे व यातील जटिलता आही प्रमाणात, अंशत: जाणवत राहील, अशा घटितांची निवड करण्यावर दिनकरभाईंनी भर दिलेला आहे.

रवीन्द्रनाथांच्या राजकीय, सामाजिक, कौटुंबिक जीवनातील अनेक घटनाप्रसंग, अनेक व्यक्तींशी असणारे नातेसंबंध पृष्ठस्तरीय पातळीवरून प्रकट करताना काही घटनांभोवतालची, नात्यांची अव्यक्तता लेखकाने तशीच राहू दिली आहे.

वेळीअवेळी त्यांना सतत होणारे मृत्यूचे दर्शन आणि प्रियजनांच्या चिरविरहाच्या

काळजाला दंश करणाऱ्या वेदना अन् या साऱ्यावर मात करू पाहणारी मनातील सृजनशीलतेची अविरत गाज, शाश्वत-अशाश्वताच्या ताणांतून, खेचीतून शाश्वततेकडे होणारा त्यांचा प्रवास अधोरेखित करण्याचा प्रयत्न लेखकाने इथे केला आहे.

कादंबरीलेखनात बहुतांशी तृतीयपुरुषी निवेदकाने आवश्यक तेथे वापरलेली प्रथमपुरुषी निवेदकाची भूमिका यामुळे लेखकाला त्याची तटस्थता राखणे बऱ्याच वेळेला शक्य झाले आहे. काही वेळेला मागेपुढे करत नेलेले सूत्र अन् तरीही त्याचे एकरेषीय परिणाम, प्रकरणातील आखीव-रेखीवता, रवीन्द्रनाथांच्या साहित्य, संगीत, चित्रकला यांचे विविध संदर्भ अन् त्यामागील घटितांचा घेतलेला मागोवा, रवीन्द्रनाथांच्या जीवन चरित्रातील काही घटनांचा वेध घेताना वादग्रस्तता टाळत लेखकाने स्वीकारलेली संयत, काहीशी मौनाची भूमिका यातील अनेक घटकांमुळे कादंबरीला बंदिस्तता प्राप्त होते.

माणूस, काळ, परिस्थिती अन् नियती यांच्या दृश्य-अदृश्य सनातन दुव्यातील एका सर्जनशील कलावंताचा वेध घेण्याचा हा गुजराती भाषेतील प्रयत्न अनुवादरूपाने मराठी वाचकांसमोर आला आहे. आस्वादासाठी, तोलनासाठी आणि परिक्षणासाठी!

दिनकरभाई जोषी व परिवार, मेहता पब्लिशिंग हाऊस अन् सर्व संबंधितांची मी आभारी आहे.

— सुषमा करोगल

१

बनियेगिरीतून या मुलखाचा मालक झालेल्या इंग्रजी हुकमतीतील घोडेस्वारांच्या घोड्यांच्या टापांचा राजमार्गावरचा आवाज आता एकदम थंडावला होता. पालखी उचलून फिरणाऱ्या भोयांचा 'हइस्, हइस्' आवाजही आता कुठं फारसा ऐकू येत नव्हता. ठाकूरलोकांच्या शृंगारलेल्या बग्ग्यांच्या घुंगरांची रुणझुणही कानी पडत नव्हती. एप्रिल महिन्यातल्या अंधाऱ्या रात्रीचा चंद्र अजून आकाशात वर चढला नव्हता. क्वचित कुठल्यातरी हवेलीतून किंवा घराच्या दरवाज्यातून बाहेर डोकावणारा घासलेटच्या दिव्याचा प्रकाश या अंधारात वाट दाखवेल इतपत होता.

कोलकता अजून महानगर झाले नव्हते. एकोणिसाव्या शतकाच्या उत्तरार्धाचे शेवटचे दिवस. शहराच्या गर्द वस्तीतील जोडासांकातल्या द्वारकानाथ लेनच्या पाच नंबरच्या हवेलीच्या दरवाज्यात तिथला चौकीदार हातावर तंबाखू मळत होता. जवळजवळ एक एकर इतक्या जमिनीवर पसरलेल्या आणि 'ठाकुरांची हवेली' म्हणून ओळखल्या जाणाऱ्या या घराच्या दुसऱ्या मजल्यावरल्या गच्चीतून संगीताची मंद स्वरातील धून अन् मधुर गुणगुण तेवढी कानी पडत होती.

तसं पाहिलं, तर ठाकुरांच्या या हवेलीच्या भिंतींना सूर, संगीत किंवा अभिनय यांची काही नवलाई नव्हती. ज्योतिरिन्द्रनाथ जेव्हा या हवेलीतल्या संयुक्त कुटुंबात राहत होते, तेव्हा जवळजवळ रोजच दुसऱ्या मजल्यावरची ही गच्ची संगीताच्या सुरांनी झंकारून उठायची. तळमजल्यावरच्या विशाल अशा अतिथिगृहात कुठलीही नाट्यकृती सादर झाली नाही, असा फार तर एखादा आठवडा किंवा पंधरवडाच सुना जायचा. ज्योतिरिन्द्रनाथ त्यांच्या सदर स्ट्रीटवरच्या बंगल्यात वेगळे राहायला गेल्यावरही इथे असे उपक्रम चालयचेच; पण कादंबरीच्या हातून अशा कृतीत जो प्राण भरला जायचा, त्याचा अभाव अगदी डोळ्यांत येण्यासारखा होता. ज्योतिरिन्द्रनाथ आणि कादंबरी अधनं-मधनं पितृगृहासारख्या या ठाकुरांच्या हवेलीत रात्रीच्या मुक्कामाला यायचे अन् मग रात्रीची मैफल रंगून अगदी भराला यायची.

दुसऱ्या मजल्यावरच्या गच्चीत अशाच एका मैफलीची तयारी आत्ता चालली होती. चांदीच्या तबकातला सुकामेवा अतिथींची प्रतीक्षा करत होता. साहेबशाही

भागात नव्यानंच सुरू झालेल्या बर्फाच्या कारखान्यातून बर्फ आणवला होता आणि थंडगार सरबताचे प्याले भरून तयार होते.

बडोदादा द्विजेन्द्रनाथ जेव्हा कधी तिथं असायचे, तेव्हा अशा या मैफलीत सामील व्हायचे. ठाकुरमोशाय महर्षी देवेन्द्रनाथही क्वचित कधीतरी या मैफलीत प्रसन्नपणाने भाग घ्यायचे. दुर्भाग्याने आज द्विजेन्द्रनाथ प्रवासात होते आणि महर्षी देवेन्द्रनाथांची प्रकृती फारशी बरी नसल्याने ते लवकरच आपल्या शयनकक्षात निघून गेले. या गैरहजेरीची भरपाई करण्यासाठीच जणू काही आज तिथं बिहारीलाल चक्रवर्ती उपस्थित झाले. बिहारीलाल हे कादंबरी आणि रवीन्द्रनाथ या दोघांचेही आदर्श पुरुष होते. ज्योतिरिन्द्रनाथांनाही त्यांच्याविषयी अतीव आदर वाटायचा.

रवीन्द्रनाथ नवी कविता रचायचे आणि रोजच्यासारखे भाभीराणी कादंबरींना वाचून दाखवायचे, तेव्हा भाभीराणी हसून म्हणायच्या, ''कविता चांगली आहे रविबाबू, पण बिहारीलाल चक्रवर्तींच्या तोडीची नाही बरं.''

रवीन्द्रनाथ मग भाभीराणींकडून बिहारीलालच्या तोडीचे प्रमाणपत्र मिळवण्याजोगती नवी कविता लिहिण्याकडे वळायचे.

गच्चीच्या एका कोपऱ्यातल्या झोपाळ्यावर बसून ज्योतिरिन्द्रनाथ त्यांच्या आसपास पडलेल्या कागदपत्रांच्या ढिगाऱ्यातून काही तरी शोधत होते.

''ज्योतिदादा! आता तुम्ही हे कुठपर्यंत तपासत बसणार आहात? आता मैफलीचा रंग सुरू होईल. अक्षय चौधरी केव्हाचे पियानोवरून बोटं फिरवताहेत आणि बिहारीमोशाय हवेलीचे जिने चढताहेत.'' असं म्हणत रवीन्द्रनाथांनी ज्योतिरिन्द्रनाथांचं लक्ष वेधलं.

ज्योतिरिन्द्रनाथांनी सहजपणानं वर पाहत म्हटलं, ''तुम्ही सुरू करा. या एका गठ्ठ्यातले कागद पाहायचे आहेत; मग मी येतोच लगेच तुमच्यामधे.''

तेवढ्यात बिहारीलालांच्या पावलांचा धब-धब असा आवाज ऐकू आला, म्हणजे त्यांचा भलाथोरला देह इथं येऊन पोहोचला, याची खात्रीच पटली.

''रविबाबू, बिहारीमोशायांसाठी मी आज खास आसन बनवलंय. त्यांनी आज याच आसनावर बसायचंय.'' असं म्हणत कादंबरीनं आपल्या साडीच्या पदरात झाकून ठेवलेलं आसन बाहेर काढलं. लाल रंगाच्या मऊ अशा त्या आसनावर भरतकाम केलेलं होतं अन् त्या भरतकामात बिहारीलाल चक्रवर्तींच्या कवितेची एक ओळ टाक्यानं भरली होती.

''घ्या. हे आसन त्या अतिथिदेवांसाठी अंथरा आणि त्यांना त्यावर स्थानापन्न व्हायला सांगा.'

''अरे वा! ठाकुरीणबाई, आज तुम्ही एखाद्या खास प्रसंगासाठी असावं तशा खुलून दिसताहात!''

हातातलं आसन रवीन्द्रनाथांकडे देत कादंबरी उभी होती, तेव्हा बिहारीलालबाबूंनी कदाचित हे वाक्य ऐकले असावे, त्यामुळे ते मधेच बोलले.

कादंबरी काहीशी लाजली.

नजर खाली वळवत ती हळूच म्हणाली, ''दादा, आर्यदर्शनात येणारं आपलं 'शारदामंगल' हे काव्य मला इतकं आवडलं, की त्यातली एक ओळ या आसनावर मी खास आजच्या दिवसासाठी टाक्यानं भरली आहे. आपण त्यावरच बसावं.''

फरशीवर टाकलेल्या लाल जाजमावर कादंबरीने हलकेच ते आसन अंथरले. बिहारीलाल किंचित हसले अन् मग त्या आसनाकडे बारकाईने पाहत त्यांनी त्याच्यावरून हात फिरवला

''ठाकुराणी, तुम्ही मला अगदी पेचात टाकलंय!'' डोकं थोडंसं फिरवत बिहारीलाल म्हणाले.

''ते कसं काय, दादा?'' कादंबरीचा चेहरा प्रश्नानं झाकोळून गेला.

''या आसनावर तुम्ही माझीच काव्यपंक्ती टाक्यानं भरलीत. आता तुम्हीच सांगा, त्यावर मी बसलो तर कसं दिसेल? खरोखर माझी जागा या कवितेच्या चरणापाशी आहे.''

कादंबरी एकदम ओशाळली. बिहारीलालचा तर्क तिच्या मनालाही स्पर्शून गेला; पण ती लगेच म्हणाली, ''काव्यपंक्ती हे कवीचे सर्जन आहे, दादा! आणि सर्जनापेक्षा त्याचा सर्जक नेहमी उच्चासनावर असला पाहिजे; नाही का?''

बिहारीलाल खो-खो करून हसले अन् रवीन्द्रकडे वळून म्हणाले, ''पाहिलंत रविबाबू, या तुमच्या भाभीराणीनं माझी बोलती कशी बंद केली ते!''

अन् ते त्या आसनावर मांडी घालून बसले.

रवीन्द्रनाथांनी कादंबरीकडे पाहिलं. क्षणापूर्वी लज्जित झालेला तो चेहरा पुन्हा अधिक प्रसन्नतेने चमकू लागला होता.

''आज रवीन्द्रनाथांचीच गीतं आपल्याला ऐकायचीत.''

चांदीच्या तबकातील बदाम बी उचलून तोंडात टाकता-टाकता बिहारीलाल म्हणाले.

''नाही दादा, असं नका म्हणू!'' रवीन्द्रनाथांनी बिहारीलालांच्या मागे बसत म्हटले, ''आज प्राचीन बंगाली गीतांपैकी काही रचना अक्षय आपल्याला पियानोवर ऐकवणार आहे अन् मग त्यानंतर आपल्या 'शारदामंगल'मधील काव्यच आपल्याला ऐकायचंय.'' रवीन्द्रनाथांनी म्हटलं.

''तुम्हाला माहिती आहे का, दादा!'' त्या दोघांच्या समोर बसत कादंबरीने म्हटले, ''आर्यदर्शनचा अंक बैठकीमधून दादा ठाकूर आतपर्यंत पोहोचवतात ना पोहोचवतात, तेवढ्यात आपल्या कवितेचे नवे चरण वाचण्यासाठी माझ्यात आणि रविबाबूंत चढाओढ सुरू होते! कोण पहिल्यांदा वाचणार यासाठी आमच्या दोघांत

इतकी ओढाओढ होते, की बास्!''

कादंबरीने रवीन्द्रनाथांच्याकडे आपले मोठ्ठाले भावपूर्ण डोळे रोखत सांगितले. ''मग? त्यात कोण जिंकतं?'' बिहारीलालनी अगदी रस घेऊन विचारलं.

''कोणीही हरत नाही किंवा जिंकतही नाही–'' नजर खाली वळवत रवीन्द्रनाथ म्हणाले, ''दादामोशाय, खरोखर आम्ही दोघंही जिंकतो.''

''ते कसं काय? हे म्हणजे तुमच्या कवितेत असतं तसलं काहीतरी कूट दिसतंय, रविबाबू!'' बिहारीलालनी विचारलं.

''कोडं अगदी सोपं आहे!'' कादंबरी म्हणाली, ''रविबाबू कविता मोठमोठ्यांदा वाचतात अन् मी त्या ऐकते. आता तुम्हीच सांगा, यात कुणा एकाची हार-जीत कसं म्हणता येईल?''

बिहारीलाल परत खो ऽ खो करत मोठमोठ्यांदा हसले.

एका कोपऱ्यात पियानोसमोर बसून केव्हाची बोटं फिरवत असलेला अक्षय अचानक मधेच म्हणाला, ''शांत राहा, आता मी विद्यापतीची वैष्णव परंपरेतील एक रचना तुम्हाला ऐकवतोय.''

सगळ्यांच्याच चेहऱ्यावर उत्सुकता पसरली. त्यांचे कान सजग झाले. पियानोच्या मधुर सुरांत अक्षयचा सुस्वर मिसळून गेला अन् त्याबरोबर स्थळकाळाची जाणीव नाहीशी झाली. यमुनातटी क्रीडा करणारा बालकृष्ण... कृतकृपणानं रागे भरणाऱ्या, पण त्याला लोणी खाऊ घालायला अधीर झालेल्या गोपिका... आणि त्या सर्वांच्यात यशोदेचे आगमन... विद्यापतीच्या या रचनेने कितीतरी क्षण सगळे वातावरण स्तब्ध झाले. रविबाबूंनी अचानक पाहिलं, तर कंदिलाच्या अंधुक उजेडात त्यांना भाभीराणी डोळ्यांवर पदराचा शेव धरून असलेल्या दिसल्या.

गाणे अजून पुरे होते आहे, एवढ्यातच बिहारीलाल म्हणाले, ''विद्यापती आणि चंडीदासांचं हेच तर वैशिष्ट्य आहे. प्राचीन बंगाली साहित्यात वैष्णव परंपरेचा विकास त्यांनीच केलाय. पाहा नं, आज इतक्या वर्षांनंतरही ताज्या फुलांसारखा त्यांचा सुवास दरवळतोय. अक्षयबाबू, आता दुसरी रचनाही ऐकवा ना—''

''पण ही दुसरी रचना भाभीराणी रडतील अशी नको, बरं का?'' रवीन्द्रनाथांनी म्हटलं.

अचानक आपण पकडले गेलो, अशा भावानं कादंबरीने गालावर धरलेला पदर पटकन बाजूला झटकला.

अक्षय चौधरीने पियानोवर कौशल्याने आपली बोटे फिरवत दुसऱ्या गीताला सुरुवात केली.

सावळा कृष्ण अन् गोरीपान राधा... कृष्णाच्या स्पर्शाने कृतक्कोपाने राधा म्हणते, 'माझ्या गोऱ्या-गोऱ्या अंगावर तुमच्या श्याम रंगाचा डाग लागतोय.'

खोडकर कृष्ण एक खट्याळ स्मित करत म्हणतो, 'तर मग तो काळा डाग माझ्या काळ्या अंगाला घासून, पुसून टाक नं!'

संपूर्ण गीत त्यानं अशा काही मार्दवानं गायलं की, राधाकृष्णाचे हे चतुर संवाद हजारो वर्षांपूर्वी यमुनाकाठी झाले असले तरी त्यांचं दर्शन जणू काही आत्ता, इथं होतंय, असं वाटलं.

ज्योतिरिन्द्रनाथ पहिल्यांदाच संभाषणात भाग घेत म्हणाले, ''आजच्या बंगाली समीक्षकांच्या हातात जर का ही रचना पडली ना, तर त्यालाही ते अश्लील म्हणून नावं ठेवतील.''

''रविबाबूंच्या 'कविकाहिनी'तील कवितांचं असंच झालं ना?'' कादंबरीनं म्हटलं.

''काळ हाच खरा समीक्षक. तुम्ही अजिबात काळजी न करता तुमच्या रीतीनं कविता लिहित राहा.'' बिहारीलालनी दिलासा दिला.

अक्षय चौधरी पियानोवरून उठला. भरलेला हुक्का हातात घेऊन दरवाज्याजवळ उभ्या असलेल्या नोकराच्या हातून त्याने हुक्क्याची नळी घेतली. त्याचे टोक लांब ओढून त्यानं बिहारीलालांसमोर धरले. बिहारीलालांनी ती नळी ओठांत दाबून 'गुडगुड' करत हुक्का ओढला.

''दादा-मोशाय, आपण आता 'शारदामंगल' काव्य ऐकवा ना—'' कादंबरीनं म्हटलं.

बिहारीलालांनी एक क्षणभर डोळे किलकिले केले. अजूनही ओठांत दाबून धरलेल्या नळीतून खोलवर झुरका घेऊन त्यांनी ती नळी सावकाश परत अक्षयच्या हातात सोपवली अन् मग गुणगुणायला सुरुवात केली. त्या गुणगुणाऱ्या ओठांकडे सर्वांचीच नजर लागली.

''जीवन अमंगल तत्त्वांनी भरून गेलेले आहे; पण तरीही अंतिम विजय मात्र मंगल तत्त्वांचाच आहे. या विजयासाठी आपल्याला या शारदेच्याच कृपेची याचना केली पाहिजे अन् पाहा— आयुष्यात एकदा जरी शारदेचा आशीर्वाद प्राप्त झाला, तर मग कितीतरी अमंगल गोष्टी मंगलमयतेत परिवर्तित होतात. शारदेच्या सान्निध्यात अमंगल असे काहीच उरत नाही.''

बिहारीलालांचे काव्य अजून पुरे होतेय, तोच टाळ्या वाजवत कादंबरी आनंदविभोर झाली. कादंबरीची ही प्रसन्नता तिथे असलेल्या चारी पुरुषांना थोडी नवलाईची वाटली.

यानंतर बिहारीलालांनी दुसऱ्या काव्याला सुरुवात केली.

''दैवी तत्त्व आणि आसुरी तत्त्व दोन्ही एकाच माणसात एकाच वेळेस वसत असतात, संघर्ष करत असतात. वेळ येते तेव्हा आसुरी तत्त्वांचा विजय होऊ नये म्हणून जरूर पडल्यास माणसानं आत्मबलिदान करण्यासही डगमगू नये. अशा बलिदानानेच दैवी तत्त्वे विजयी होतात.''

"वा, वा! दादा, किती सुंदर विचार मांडलात!'' कादंबरी प्रसन्नतेनं फुलून जात म्हणाली, "पण या तत्त्वांना ओळखण्यासाठी त्यांना असं वेगळं ठेवायची गरज काय दादा?'' तिनं विचारलं.

"आपण या तत्त्वांना ओळखत असतोच, ठाकुराणी.'' बिहारीलाल म्हणाले, "बुद्धीशी व्यभिचार करून आपण आत्म्याची फसवणूक करत असतो. खरं तर आत्मा प्रकाश पसरवण्यास तयारच असतो.''

कादंबरीने कसलाच प्रतिवाद केला नाही. बारा वाजले, असं सांगणाऱ्या घंटेचे टोल नुकतेच झाले होते.

"रविबाबू!'' अक्षयनं आता रवीन्द्रनाथांना आग्रह करत म्हटले, "तुमचं 'स्वप्नप्रयाण' काव्य ऐकवा ना! भाभीराणींना ते फार आवडतं.''

"नको, आज स्वप्नप्रयाण ऐकायला नको. आज तर रविबाबूंच्या 'छबी-ओ-गान' या काव्यसंग्रहातली 'वाटेचे प्रेम' ही कविता ऐकायचीय.'' असं म्हणत कादंबरीने 'छबी-ओ-गान' पुस्तकाची एक प्रत रवीन्द्रनाथांसमोर धरली.

रवीन्द्रनाथांनी ती प्रत आपल्या हातात घेऊन तिची पाने चाळली. ते पुस्तक त्यांनी कादंबरी भाभीराणींना अर्पण केलं होतं. अर्पणपत्रिकेच्या पानावर लिहिलेले आपले वाक्य रवीन्द्रनाथांनी मनातल्या मनात वाचले.

- एकही गीत न गाता तुम्ही मला गाते केले आहे.

हे एकच वाक्य रवीन्द्रनाथांनी पुन:पुन्हा वाचले. पान उलटून 'वाटेचे प्रेम' ही कविता काढण्याचे ते जणू विसरून गेले.

रवीन्द्रनाथ आता केव्हाही गायला सुरुवात करतील, अशा उत्कंठेने सर्वत्र नि:शब्दता पसरली. अत्यंत सुरेल पण तसाच वेदनामय, गहिरा आवाज त्यांच्या कंठातून बाहेर पडला.

"राहू आणि चंद्र हे आकाशस्थ. कधीही एकमेकांच्या जवळ येऊ शकणार नाहीत, अशी त्यांची वेगवेगळी स्थानं. चंद्राची सौम्य शीतलता पाहून एक दिवस राहूच्या चित्तात काहीसं चमकलं. चंद्राच्या प्राप्तीसाठी तो जरासा त्याच्याजवळ सरकला. राहूच्या सावलीनं चंद्राला झाकोळून टाकलं, तसा चंद्रावर काळिमा पसरला. राहू जसजसा चंद्राच्या जवळ जाण्याचा प्रयत्न करत होता, तसतसे चंद्राचे चांदणे काळवंडत गेले. राहू आणि चंद्राच्या असंभाव्य मिलनाचे हे क्षण कायमचे नाहीसे झाले. जोराने मागे फेकला जात, राहू परत आपल्या स्थानाकडे वळला.''

काव्य पूर्ण झाल्यावर थोडा वेळ सगळे जण स्तब्ध झाले.

"पण दुसऱ्यांदा राहूने चंद्राजवळ सरकण्याचा प्रयत्न का केला नाही, रविबाबू?'' कादंबरीने प्रत्येक शब्द वेगवेगळा करत विचारले.

"राहूने जर असा प्रयत्न केला, तर त्याचं प्रेम स्वार्थी आहे, असं म्हटलं

पाहिजे.'' रवीन्द्रनाथांनी अत्यंत गंभीरपणे सांगितले. ''एकदा चंद्राच्या जवळ गेल्यावर आपल्या सावलीनं त्याच्यावर काळिमा येतोय, असा साक्षात्कार झाल्यावरही जर राहू त्याच्याजवळ जाण्याचा प्रयत्न पुन:पुन्हा करत असेल, तर आत्ताच दादामोशायांनी म्हटल्याप्रमाणे त्याला आसुरी तत्त्व म्हणावं लागेल.''

''खरंय हे!'' बिहारीलालांनी जणू काही एखादा निर्णय द्यावा त्याप्रमाणे म्हटले. ''राहू आणि चंद्राच्या आकर्षणातून काहीच सिद्ध होत नाही. ही असिद्धी हीच या प्रेमाची कसोटी.''

कादंबरी आपल्या जागेवरून उठली. दरवाज्याजवळ बसलेल्या नोकराला सांगून थंड सरबताचे प्याले अन् पानाचे विडे सर्वांसमोर ठेवण्यात आले. आकाशाच्या मध्यावरचा कृष्णपक्षातला चंद्र ठाकुरांच्या हवेलीवर मंद चांदणे पसरत होता.

ज्योतिरिन्द्रनाथ त्यांच्या कागदाच्या ढिगाऱ्यातून आता बाहेर आले होते आणि उजव्या हातातल्या लहानशा पंख्यानं वारा घेत घेत उन्हाळ्यातला उकाडा सुसह्य करू पाहत होते.

''बस, आता अच्युतम् करू या.'' माथ्यावरल्या चमकत्या चंद्राच्या अर्ध्या कोरीकडे पाहत ते म्हणाले, ''भेटू या आता परत कधीतरी.''

सगळे जण उठून उभे राहिले. बिहारीलालांची सूचना सर्वांनी तत्काळ अमलात आणली.

ज्योतिरिन्द्रनाथ आणि रवीन्द्रनाथ, दोन्ही भाऊ बिहारीलालना थेट दरवाज्यापर्यंत पोहोचवायला गेले. त्यांना जाण्यासाठी पालखीची व्यवस्था आधीपासूनच करण्यात आलेली होती.

ज्योतिरिन्द्रनाथ आपल्या शयनगृहाकडे वळले, तेव्हा कादंबरी अजूनही जिन्यापाशीच उभी होती.

''रविबाबू!''

''तुम्ही मला काही म्हणालात, भाभीराणी?''

आपल्या शयनकक्षाकडं निघालेल्या रवीन्द्रनाथांची पावलं अचानक थबकली; त्यांनी कादंबरीकडे पाहिले.

''रविबाबू, तुम्ही फारच सुंदर लिहिता. असेच लिहित राहा. नेहमीच.''

कादंबरी हलकेच ओठातल्या ओठात पुटपुटत म्हणाली आणि लगेच आपल्या झोपण्याच्या खोलीत लगबगीने निघून गेली.

रवीन्द्रनाथांचा चेहरा क्षणभर प्रश्नांकित झाला, पण दुसऱ्याच क्षणी मंद हसत ते पहिल्या मजल्यावरच्या आपल्या शयनकक्षाकडे वळले.

हवेलीची बैठक आता सुनसान झाली. महालाच्या अंत:पुराच्या बाजूच्या कंदिलाची वात फिक्कटपणे फडफडत राहिली.

२

आत्ताच कुठं राहायला सुरुवात केलेल्या शयनगृहाचा दरवाजा ढकलून रवीन्द्रनाथ आत आले. आपली पत्नी मृणालिनी आता गाढ झोपेत असेल अन् तिची झोपमोड होईल म्हणून रवीन्द्रनाथांनी दबक्या पावलांनी वावरत, हलक्या हातांनी वस्त्रे बदलली. मृणालिनी आत्ताच कुठं चार महिन्यांपूर्वी ठाकुरांच्या या हवेलीत बहू म्हणून आली होती. तिचं वयही अवघं नऊ वर्षांचं होतं. वडलांचे जेसोरचे घर सोडून याआधी कधी ती कलकत्त्याला आली नव्हती. मृणालिनीचे वडील जेसोरच्या वहिवाटी कचेरीत सामान्य कर्मचारी म्हणून काम करायचे. दर वर्षी जमीन भाड्यानं देऊन पिकं घेत अन् या शेतीचं थोडंसं उत्पन्न मिळवत. परिवार सामान्य होता, पण निर्धन नव्हता. आपली मुलगी भवतारिणी हिच्यासाठी जेव्हा ठाकूर कुटुंबाकडून विचारणा झाली, तेव्हा वेणीमाधव आश्चर्याने एकदम अवाक्‌च झाले.

ठाकूर कुटुंबाची एक अडचण होती. पितामह द्वारकानाथ पूर्णपणे विलायती साहेब होऊन आपलं आयुष्य जगले होते. प्रिन्स द्वारकानाथांचे असे साहेबी पद्धतीचे जगणे त्यांच्या काळातील हिंदूंना रुचणारे नव्हते. त्यांच्या समृद्धीतून दान अथवा खैरातीचा एखादा तुकडा मिळवायला सगळ्यांना आवडायचे; पण प्रिन्स द्वारकानाथांची अफूच्या धंद्यातली इंग्रजांशी भागीदारी सर्वांना नापसंत होती. यानंतर देवेन्द्रनाथ म्हणजे रवीन्द्रनाथांचे वडील, राजा राममोहन राय यांच्याबरोबर ब्राह्मोसमाज स्थापनेच्या वेळी सक्रिय होते; पण त्यामुळेही सनातनी हिंदू नाराज होते. ब्राह्मोसमाज आपल्याच पूजास्थानातील मूर्तींचा निषेध करायचे. मूर्तिपूजा त्याज्य मानण्याचे हे वळण बायबलप्रणीत आहे, असे मानून बंगाल्यातील रूढीप्रिय ब्राह्मण त्यांचा तिरस्कार करायचे. अशा परिस्थितीत रवीन्द्रनाथांसाठी कुलवंत ब्राह्मणाची वधू शोधून काढणं अवघड होतं.

रवीन्द्रनाथांनी बाजूच्या पलंगावर झोपलेल्या बालिकावधूकडे पाहिले. आपल्या बाहुला-बाहुलींना अजूनही तिनं आपल्या कुशीत झोपवलं होतं. थोड्या वेळापूर्वीच दुसऱ्या मजल्यावरच्या गच्चीत झालेल्या मैफलीला आपल्याबरोबर येण्यासाठी त्यांनी या लहानग्या पत्नीला सांगितलं होतं.

तेव्हा 'नाही, नाही–' करत तिनं म्हटलं होतं, ''अगोबाई! मला तर बाई या बाहुलीचं उद्या लग्न करायचं आहे. तिच्यासाठी नव्या कपड्यांची जोडी शिवायची आहे. लग्नाची म्हणजे हज्जार कामं! ती बाकीयेत. ती सोडून मी गाण्याला कशी येऊ?''

मग रवीन्द्रनाथांनी फार आग्रह केला नाही.

वेणीमाधव चौधरींची ही भवतारिणी, ठाकुरांच्या हवेलीत बालिकावधू म्हणून आली तेव्हा या हवेलीने तिचे मृणालिनीदेवी हे नवे नाव ठेवले. ठाकुरांच्या हवेलीतल्या या भल्या थोरल्या शाही कारभाराची मृणालिनीला भारी नवलाई वाटायची. जेसोरच्या घरी अगदी टाचकी साधनंही पुरी व्हायची. इतकंच काय, पण कसल्याही कमतरतेची मुळी जाणीवच नसायची. या इथे ठाकुरांच्या हवेलीत चिक्कार साधने, पण तरी सगळी कमीच पडतील, असा कारभार होता. सगळे मिळून पंचवीस-तीस तर कुटुंबातलेच लोक होते. नोकरांची संख्याही एकंदर तितकीच; शिवाय घोडे, पालख्या, बग्ग्या. कचेरीत येणाऱ्या-जाणाऱ्यांची संख्या पण तेवढीच होती अन् त्याचा मृणालिनीला भारी अचंबा वाटायचा.

मृणालिनीनं जेसोरहून येताना एक ट्रंक भरून आपल्या बाहुल्या आणल्या होत्या. जेसोरमध्ये तशी कामं होती, पण इथे ठाकुरांच्या हवेलीत तिच्या वाट्याला क्वचितच एखादे काम यायचे. बाहुल्यांशी खेळावे, त्यांना सजवावे, जेवू घालावे, मग आपल्याबरोबर झोपवावे, त्यांची लग्ने करावीत, हे सगळे तिचे आवडते खेळ. आपल्या पतिदेवांना 'अशा महत्त्वाच्या कामांचे काहीच कळत नाही,' असा तिचा याबाबतीतला अनुभव.

कालच एका बाहुलीचं लग्न होतं. बाहुला नवऱ्याची वरात संध्याकाळी येणार होती. खोलीत मृणालिनीनं सगळा सरंजाम तयार केला होता. संध्याकाळी वरातीत येणाऱ्या पाहुण्यांसाठी तिनं आचाऱ्याकडून खास गोड मिठाई तयार करून घेतली होती. खोलीच्या एका कोपऱ्यात चौरंगावर मिठाईनं भरलेलं भांडं ठेवलं होतं. रवीन्द्रनाथ त्या खोलीत आले तेव्हा आपल्या लहानग्या पत्नीचा हा सगळा सरंजाम पाहून त्यांना गंमत वाटली.

''वा! आज काय जोरात तयारी केलीय वाटतं!''

''मग, करायला नको का? संध्याकाळी माझ्या या भावलीचं लग्न आहे ना! वरात येणारेय. वरातीतल्या सगळ्यांचं स्वागत करताना मिठाई द्यायला पाहिजे ना? बघा नं, तिथं मी मिठाईही तयार ठेवलीय.''

रवीन्द्रनाथांनी मिठाईकडे पाहिले. तोंडाला पाणी सुटेल असे मलईदार रसगुल्ले तिथे होते. रवीन्द्रनाथांनी त्यातला एक उचलून तोंडात टाकला.

''अरे, बापरे! हे काय केलंत तुम्ही? नवरदेवाला वाढायची ही मिठाई अशी

उष्टी करायची? आता ही खाल्लेली मिठाई नवऱ्याला कशी वाढायची?''

मृणालिनी चिंतेत पडली.

"तुम्हाला काही ऽ ऽ कळत नाही.''

रवीन्द्रनाथांना जे समजत होतं, ते या कोवळ्या मुलीला समजत नव्हतं आणि तिला जे कळत होतं, ते सगळं कळूनही रवीन्द्रनाथ आपली समज व्यक्त करू शकत नव्हते.

रवीन्द्रनाथांचे शालेय जीवन कधीच सरळसोट नव्हते. नॉर्मल स्कूल, बेंगाल ॲकेडमी आणि ओरिएन्टल स्कूल अशा तीन-तीन शाळा अजमावून पाहिल्या तरी शाळेतले ते जीवन त्यांना आपलेसे वाटतच नव्हते. इंग्रजी स्पेलिंग पाठ करा, संस्कृतचे व्याकरण शिका, इतिहास आणि शास्त्राच्या नावानं पाठ्यपुस्तकांची पाने फराफरा उलटवा आणि हे सगळे परत शाळेच्या आवारात कोंडून बसत करायचे, हे रवीन्द्रनाथांना मुळातच आवडत नव्हते.

जोडासांकातल्या ठाकुरांच्या हवेलीच्या दुसऱ्या मजल्यावर गच्ची होती. त्या गच्चीत बसून दक्षिणेकडे दिसणाऱ्या तलावाकडे पाहत त्यांचे तासन्तास निघून जायचे. या तलावाच्या काठाशी उभ्या असलेल्या अजस्र वृक्षांच्या फांद्या एकमेकींत पार घुसून गेल्या होत्या; त्यांची ती एकमेकींत झालेली गुंतागुंत पाहण्यात रवीन्द्रनाथ गुंगून जायचे. या वृक्षांवर असंख्य पक्ष्यांची किलबिल सतत चाललेली असायची. त्यांचा हा कलरव आणि फडफडाट रवीन्द्रनाथ मुग्ध होऊन पाहत राहायचे, ऐकत राहायचे. तलावाच्या घाटावर खूप लोक अंघोळीला यायचे. अंघोळीच्या आधी कपडे धुवायचे. हे सारे पाहायला त्यांना मनापासून आवडायचे. झाडांच्या फांद्याफांद्यांतून गाळून जमिनीवर पडलेली सूर्यकिरणे पाहताना त्यांचे मन तल्लीन व्हायचे.

शाळेतल्या वर्गाव्यतिरिक्त त्यांच्या घरातही शिक्षकांची सतत ये-जा असायची. कुस्तीतल्या पहिलवानांपासून ते संगीतातल्या उस्तादांपर्यंत अनेक शिक्षक अनेक गोष्टी शिकवायला घरी यायचे. विज्ञानाचे शिक्षक एक हाडांचा सांगाडा घेऊन आले होते अन् हा हाडांचा सांगाडा दाखवून रवीन्द्रनाथांना शरीरशास्त्राची रचना समजावून सांगत होते. संस्कृतचे शिक्षक जेव्हा संधी, समास आणि संस्कृतची रूपे शिकवायचे; तेव्हा रवीन्द्रनाथांना वाटायचे, की या संस्कृतच्या रूपांपेक्षा त्या सांगाड्यातील हाडंपण जास्त मऊ असतील.

माता शारदादेवींचा मृत्यू झाला, तेव्हा रवीन्द्रनाथांचे वय तेरा-चौदा वर्षांचे असेल. त्या दिवशी हवेलीतल्या बाकीच्या मुलांबरोबरच रवीन्द्रनाथांनाही घरापासून दूर ठेवले होते. रवीन्द्रनाथ आई-वडलांचे चौदावे संतान. वारंवार होणारी बाळंतपणे आणि हवेलीतल्या कारभाराचा भलाथोरला बारदाना यांमुळे शारदादेवींची प्रकृती बारा महिने जवळजवळ बिघडलेली असायची. नावडत्या शिक्षणाच्या ओझ्यानं कधी

कधी रवीन्द्रनाथ कंटाळून जायचे अन् मग आईच्या कुशीत शिरण्यासाठी अंदरमहालात जायचे. आतल्या ओसरीवर शारदादेवी कुटुंबातल्या एक-दोन बायकांबरोबर सारीपाट खेळताना दिसायच्या.

रवीन्द्रनाथांना पाहून कुणीतरी शारदादेवींना म्हणायचे, ''शारदा ठाकुराणी, हा तुमचा काळा इथं आलाय पाहा. घ्या, जरा लाड करा त्याचे.''

दोन उशांना टेकून पाय लांब करून बसलेल्या शारदादेवी रवीन्द्रनाथांना 'काळ्या' म्हणायच्या. रवीन्द्रनाथ सावळे नव्हते; पण हेमेन्द्रनाथ, सत्येन्द्रनाथ किंवा द्विजेन्द्रनाथ या मोठ्या भावांइतके गोरेपानही नव्हते, म्हणून तुलनेनं शारदादेवींना रवीन्द्रनाथ काळे वाटायचे.

लहान पोराबाळांची धावपळ अन् खस्ता खाणे त्यांना जमायचे नाही. नोकराला बोलावून त्या लगेच सांगायच्या की, ''या रवीन्द्राला बाहेर काहीतरी खेळायला घेऊन जा बरं.''

सुवर्णाकुमारी ही रवीन्द्रनाथांची मोठी बहीण. त्यांच्यापेक्षा पंधरा वर्षांनी मोठी होती. लग्नानंतरही ती आपल्या नवऱ्यासमवेत या हवेलीत राहायची. आईनं दूर ढकललेल्या रवीन्द्राचा सांभाळ ही बहीणच करायची. सुवर्णाकुमारीचा तो लाडका भाऊ होता.

पण, भलं होवो या कादंबरीदेवीचं. ज्योतिरिन्द्रनाथांचं लग्न त्याच वर्षी झालं आणि या नवीन ठाकुराणी रवीन्द्रापेक्षा फक्त दोनच वर्षांनी मोठ्या होत्या. कादंबरी रसिक आणि शौकीन होती. वेगवेगळी नवीनवी वस्त्रे परिधान करावीत, फुलदाणीत फुले सजवावीत अन् घरादारात सुगंधाची लहर पसरवावी, हे सारं तिला भारी आवडायचं; पण संगीत आणि कविताही तिला अतिशय प्रिय. आपला धाकटा दीर कविता रचतो, इतकेच नव्हे, तर मधुर गळ्यानं त्या कविता गातोदेखील; हे कळल्यावर तिच्या खुशीला पारावार उरला नाही. रवीन्द्रलाही कादंबरीची संगत-सोबत आवडायची. शाळेचं नावडतं वातावरण, कामासाठी घरात नोकरा-चाकरांबरोबर नाइलाजानं पडलेली गाठ यानं कंटाळून रवीन्द्रनाथ कविता रचण्यात अधिकाधिक रमून जायचे. आता या कवितांत कादंबरीनंही गोडी दाखवल्यावर त्यांची प्रसन्नता अधिक वाढली.

''रविबाबू, तुम्ही जे काही लिहिता आहात ना, ते काही फार अगदी उत्तम नाहीये. बघा– बंकिमबाबू, मायकेल मधुसूदन दत्त, बिहारीलाल चक्रवर्ती या सगळ्यांना तुम्ही गाठलंत ना, तर मग मी तुम्हाला शाबासकी देईन.''

रवीन्द्रनाथांच्या कविता ऐकल्यावर भाभीराणी कादंबरी कधी कधी आपल्या लहान दिराला अशा कानपिचक्या द्यायच्या.

घरात अनेक वाङ्मयीन मासिकं यायची. त्यातही आर्यदर्शनात प्रसिद्ध होणारी

बिहारीलाल चक्रवर्तींची 'शारदामंगल' ही कवितामालिका, बंगदर्शनात आठवड्याला प्रकाशित होणारी बंकिमबाबूंची कादंबरी हे सगळे वाचण्यासाठी सर्वांनाच उत्सुकता असायची. देवेन्द्रनाथ आणि बडोदादा यांनी दिवाणखान्यातून ही मासिकं अंदरमहालात पाठवली रे पाठवली की, रवीन्द्रनाथ आणि कादंबरी या दोघांत त्यासाठी अगदी ओढाओढी व्हायची. आपणच पहिल्यांदा वाचणार, असा दोघांचाही आग्रह असायचा; मग त्यात समझोता व्हायचा. आसनावर बसून रवीन्द्रनाथ कविता-कथा वाचायचे आणि बाजूला बसून पंख्याने वारा घालत कादंबरी ते ऐकत राहायची. रवीन्द्रनाथांच्या नकळत अगदी थोडा वेळ पुरेसा असणारी ही वाचनाची क्रिया मग बराच वेळ लांबवली जायची.

वाचन पूर्ण झाल्यावर भाभीराणी या दिराला म्हणायच्या, ''ठाकुरपो, वाचता तर उत्तम येतंय, पण आता इतकी सुपारी कातरून दाखवा, म्हणजे मगच तुम्ही हुशार आहात, असं मी समजेन.'' असं म्हणून थोडीशी सुपारी आणि अडकित्ता रवीन्द्रनाथांच्या समोर धरायच्या.

रवीन्द्रनाथांना भाभींचे हे सांगणे ऐकावे लागायचे आणि मग ते त्या सगळ्या सुपाऱ्या बारीक कातरून द्यायचे.

''वा! वा! तुम्ही जशी सुरेख कविता लिहिता, तशीच तुम्हाला सुपारीही छान कातरता येते बरं!'' असं म्हणून हसत-हसत कादंबरी सुपारी आत घेऊन जायची.

दरम्यान, ज्योतिरिन्द्रनाथांनी आपले स्वत:चे 'भारती' नावाचे एक स्वतंत्र मासिक आपल्याच संपादनाखाली सुरू केले. किशोर रवीन्द्रनाथांनी उत्साहाने 'भारती'च्या संपादनाच्या कामात भाग घ्यायला सुरवात केली. इतकेच नव्हे, तर 'भारती'च्या प्रत्येक अंकात त्यांची एखादी का होईना, कलाकृती प्रकाशित होत होती. रवीन्द्रनाथांच्या या प्रगतीने कादंबरीला भारी आनंद वाटायचा. आत्तापर्यंत या भल्यामोठ्या टोलेजंग हवेलीत इतक्या भरगच्च माणसांच्या गर्दीत रवीन्द्रनाथ आपल्या एकाकीपणात खोल बुडून जायचे; पण भाभीराणी आल्यापासून त्यांच्या साथसंगतीने मनाला उभारी आली होती.

रवीन्द्रनाथांच्या आईचा मृत्यू ज्या रात्री झाला, त्या रात्री त्यांचा मृतदेह ठेवलेल्या दिवाणखान्यात रवीन्द्रनाथांना अंतिम दर्शनासाठी आणण्यात आले. देवेन्द्रनाथ आणि बडोदादा यांच्या सांगण्याप्रमाणे रवीन्द्रनाथांनी त्या मृतदेहाला प्रदक्षिणा घातली; पण या सगळ्यात आपली मायेची पाखर हरवल्याचा काय किंवा दुसऱ्या कुठल्याही भावनेचा कढ नव्हता. ताज्या फुलांचा एक हार जन्मदात्या आईच्या चरणापाशी ठेवून त्याने वंदन केले होते, बस! त्यापेक्षा अधिक कसली स्पष्ट आठवण त्यांच्यापाशी नव्हती; कारण त्यानंतर लगेच घरातली एक नोकराणी घरातल्या बाकीच्या लहान मुलांबरोबर रवीन्द्रालाही हवेलीच्या कोपऱ्यातल्या एका

खोलीत घेऊन गेली.

तिथून हे काहीच दिसत नव्हते, मात्र तिथे जाता-जाता कुटुंबातल्यासारखीच असलेली ही बाई रवीन्द्रांचे खांदे पकडून, ''बोकाबाबू, आपलं नशीब फुटकं! मा ठाकुराणी देवाघरी गेल्या. कसं होणार आता आपलं?'' असं म्हणत हमसाहमशी गदगदून रडू लागली.

त्या नोकराणीचा हा प्रश्न रवीन्द्रनाथांना त्या वेळेस लक्षात आला नव्हता. माता शारदादेवी हवेलीत असल्या काय अथवा नसल्या काय, त्याने इथल्या कारभारात काय फरक पडत होता? वाघासारखे देवेन्द्रनाथ हे वडील होते, भाऊ होते, वहिन्या होत्या, बहिणी होत्या, मेहुणेही होतेच. नोकर-चाकरांचे हे भलेथोरले लटांबर होते.

या साऱ्यांत शारदादेवींचे अस्तित्व 'असे'ही कधी फारसे जाणवले नव्हते. मृत्यूने इथे काही फार मोठा फेरफार केलाय, असे रवीन्द्रनाथांना वाटत नव्हते. हो, आता परत कधी आपण आपल्या जन्मदात्या आईला पाहू शकणार नाही, हे सत्य त्याच्या ध्यानात आले होते. आपल्या शरीरावर क्वचित कधीतरी झालेला आईच्या स्पर्शाचा प्रसंग रवीन्द्रला आठवला की, आईच्या या स्पर्शानं मोगऱ्याच्या कळ्यांचा स्पर्श त्याच्या स्मृतीत जागा व्हायचा.

पण मग काहीतरी गडबड झाली खरी. काय झालं, का झालं, हे काही त्याला कळलं नाही; पण सुवर्णाकुमारीनं, म्हणजे मोठ्या बहिणीनं रवीन्द्राला जवळ बोलावलं अन् गंभीर चेहऱ्यानं सूचना दिली, ''रवी, बाबा, आता तू मोठा झालाहेस. अंदरमहालात केव्हाही येणं आता तुला योग्य ठरणार नाही.''

''पण का? भाभीराणीजवळ येऊन मी कविता वाचायच्या नाहीत, असं एकदम काय झालं? तुम्ही म्हणजे रोज कामात असता, बडोदादा योगसाधनेतच असतात, ज्योतिदादा धंद्यात अगदी गळ्यापावेतो पार बुडालेले असतात; मग माझी कविता कोण ऐकणार?''

सुवर्णाकुमारीनं आपले ओठ दुमडून वाकडे करत म्हटले, ''तुमच्या या भाभीराणीचं लक्षण काही ठीक दिसत नाहीये. उगाच खोलात शिरून चौकशी करू नकोस. मी सांगतेय तसं करण्यातच शोभा आहे.''

सुवर्णाकुमारीचे हे शेवटचे बोलणे ऐकून किशोरवयीन रवीन्द्र अवाक् झाला. त्याच्या कल्पनेत दूर-दूरही कुठे असे काही घडेल, हे आले नव्हते. त्याला भाभीराणीकडे जाता येणार नसेल, तर या हवेलीत तो परत एकटा पडणार होता.

पण हे सगळे इतक्यावर थांबले नाही. कादंबरीची केश-वेशभूषा, तिची रसिकता, तिचे कविताप्रेम, संगीताचे वेड, साहित्याबद्दलची अभिरुची या साऱ्यात पती ज्योतिरिन्द्रनाथांची साथसोबत त्यांना होती; पण त्यानं ठाकुरांच्या हवेलीतील महिलावर्ग आणि तोपखान्यातील नोकर-चाकर यांच्यात कुजबूज सुरू होती. गायन-

वादनाच्या मैफली अधूनमधून व्हायच्या, त्यांत कादंबरी अगदी समरसून भाग घ्यायची. कधी कधी तिथे नाट्यप्रयोगही केला जायचा, तेव्हा कादंबरी त्या रंगमंचावरील आपल्या अभिनयाने प्रेक्षकांना भारून टाकायची. सुधारक म्हणवल्या जाणाऱ्या ठाकुरांच्या कुटुंबालाही कादंबरीची तेजस्विता पचनी पडत नव्हती.

ही सारी खुसपुस जेव्हा ज्योतिरिन्द्रनाथांच्या कानावर पडली, तेव्हा ते भारी उदास झाले. पत्नीवर त्यांचा गाढ विश्वास होता. तिचे हे सगळे गुण त्यांनाही भारी प्रिय होते. 'भारती' हे मासिक चालवण्याव्यतिरिक्त समुद्रमार्गे केल्या जाणाऱ्या व्यापारउदिमातही ते गुंतून पडले होते; यामुळेच त्यांना स्वत:ला या सगळ्यात फार रस असला तरी पत्नीसोबत ते फारसा वेळ घालवू शकायचे नाहीत. ठाकुरांच्या हवेलीतील भिंतींतून अविश्वासाचा हे जे लोण पाझरायला लागले होते, त्याच्या ओलीत दिवस काढणे काही सोपे नव्हते. या संशयावर काही इलाज नव्हता आणि त्याला प्रतिवाद करायचा म्हणजे घरादाराची शांतता घालवायची, असे झाले असते.

गलबतातल्या व्यापाराच्या कामासाठी ज्योतिरिन्द्रनाथांना रोज कलकत्त्याला बंदरावर जावे-यावे लागायचे. जोडासांकाहून हे सगळे फार लांब पडायचे आणि जाण्या-येण्यात फार वेळ जायचा. बग्गी किंवा पालखीतल्या भोयांना रोज तिथे थांबवून ठेवावे लागायचे. त्यापेक्षा मग आपणच शहराच्या जवळ सदर स्ट्रीटमधे कुठेतरी राहिलो तर धंद्यातही जास्त लक्ष देता येईल आणि येण्या-जाण्याचा त्रासही वाचेल. ज्योतिरिन्द्रनाथांनी युक्तीने हलकेच आपल्या वडलांना म्हणजे देवेन्द्रनाथांना हे समजावून सांगितले.

तसे पाहिले तर, महर्षी देवेन्द्रनाथ कौटुंबिक घडामोडीत क्वचितच लक्ष घालायचे. जमीनदारीच्या कारभाराखेरीज त्यांचा बहुतांश वेळ एकांतात साधना करण्यात जायचा. वर्षांतले कितीतरी महिने ते हिमालयात घालवायचे. ज्योतिरिन्द्रनाथांनी सदर स्ट्रीटमधे वेगळे राहण्याचा प्रस्ताव समोर ठेवला, तेव्हा त्यांनी त्याला फारसा विरोध केला नाही आणि अशा तऱ्हेने ज्योतिरिन्द्रनाथांचे निवासस्थान बदलले.

भाभीराणी कादंबरी आता ठाकुरांच्या हवेलीत आगंतुक बनल्या; पण असे झाले तरी ज्योतिरिन्द्रनाथ आणि कादंबरी जवळजवळ दर आठवड्याला तिथे यायचे; एक दोन रात्री तिथे राहायचे आणि आठवड्यातले दोन-तीन दिवस ज्योतिरिन्द्रनाथांच्या सदर स्ट्रीटमधल्या बंगल्यात रवीन्द्रनाथ राहायला जायचे. या बंगल्यातून सकाळचे आभाळ पाहायला रवीन्द्रनाथांना फार आवडायचे. बागेतल्या वृक्षराजीवर सूर्याच्या पहिल्या-पहिल्या किरणांची तिरीप हलता-डुलताना दिसायची, तेव्हा ती मुठीत पकडण्यासाठी त्यांचे मन ओढ घेई. या बंगल्यात भाभीराणी अखखा दिवस एकाकी असायच्या. हे एकाकीपणाचे दु:ख दूर करण्यासाठी त्यांनी कितीतरी पक्षी पाळले होते. त्यासाठी कितीतरी वेगवेगळ्या तऱ्हेचे नक्षीदार पिंजरे त्यांनी मागवले होते

अन् त्यात पोपट, चिमण्या, काकाकुवा, मोर पाळले होते. भाभीराणी त्यांचा जिवापाड सांभाळ करायच्या.

पिंजऱ्यात कोंडून ठेवलेल्या पक्ष्यांच्या पंखांचा फडफडाट अन् त्यांचे आर्त सूर ऐकून रवीन्द्रनाथांना भारी विषाद वाटायचा.

"भाभीराणी, या पक्ष्यांना तुम्ही असं कोंडून ठेवलंय, ते मला अजिबात बरं वाटत नाहीये. पाहा... त्यांचा फडफडाट आणि त्यांचा आवाज... या साऱ्यांत वेदनेचा चीत्कार आहे. सोडून द्या त्यांना."

"असं कसं होईल? इतक्या सुंदर पक्ष्यांना कसं काय सोडायचं?" कादंबरीने आश्चर्यानं विचारलं.

"फार सोपं आहे. पाहा, असं, या तऱ्हेनं–" असं म्हणत रवीन्द्रनाथांनी त्वरेने सगळ्या पिंजऱ्यांचे दरवाजे एकामागोमाग एक असे करत उघडून टाकले. डोळ्यांच्या पापण्या लवतात ना लवतात तोच मोकळे झालेले ते पक्षी मुक्त आकाशात उडून गेले.

आपली पत्नी मृणालिनीसह झोपलेल्या रवीन्द्रनाथांना एका क्षणात हे सारे आठवले. मृणालिनीची झोप अर्धवट मोडू नये म्हणून त्यांनी सावधपणे आपले शरीर थोडेसे सैल केले अन् डोळे मिटले. डोळे किती वेळ असे बंद होते, कुणास ठाऊक! पण सकाळचा उजेड पडला होता अन् तेवढ्यात एका नोकरानं येऊन दरवाजा घाईघाईनं ठोठावला, "रविदादा! रविदादा! लवकर चला, ठाकुरदादा बोलावतात! नवीन ठाकुराणीनं विष घेतलंय आन् आभाळ फाटलंय वो!"

३

रवीन्द्रनाथ जवळजवळ धावतच भयग्रस्त अवस्थेत बैठकखान्याच्या दरवाजापाशी पोहोचले, तेव्हा समोरच खिडकीपाशी महर्षी देवेन्द्रनाथ उभे होते. आपल्या वडलांचा असा चेहरा रवीन्द्रनाथांनी कधीच पाहिला नव्हता. उद्वेग, चिंता, व्यग्रता याशिवाय एक प्रकारचा उबग यांनी त्यांचा चेहरा झाकोळून गेला होता. रवीन्द्रनाथ आत आलेले पाहूनही त्यांच्या चेहऱ्यावर कसलेच भाव उमटले नाहीत.

"बाबा!" रवीन्द्रनाथांनी वडलांजवळ जात हलक्या आवाजात विचारले, "काय झालं, बाबा? भाभीराणींना काय झालं?"

देवेन्द्रनाथांनी काहीच उत्तर दिले नाही. त्यांनी खिडकीतून बाहेर पाहण्यास सुरुवात केली. रवीन्द्रनाथांनी बैठकखान्यात चारही बाजूंना पाहिले. घाबऱ्याघुबऱ्या अवस्थेतले नोकर एका कोपऱ्यात उभे होते. दुसरीकडे सत्येन्द्रनाथ आणि हेमेन्द्रनाथ लाकडी ठोकळ्यासारखे निश्चल उभे होते. ज्योतिदादा कुठंच दिसत नव्हते.

रवीन्द्रनाथांनी तिकडे जात हळूच विचारले, "हेमेनदादा, भाभीराणींना काय झालं? आणि ज्योतिदादा कुठायेत?"

"शऽ शऽऽ शऽऽऽ" हेमेन्द्रनाथांनी नाकावर बोट ठेवत म्हटले, "ज्योती आत्ताच डॉक्टरांबरोबर अंदरमहालात भाभीराणींच्या तपासणीसाठी गेलाय."

रवीन्द्रनाथ चूप बसले. काय बोलावे ते काही सुचत नव्हते. भाभीराणींना असे अचानक काय झाले असावे? आत्ता थोड्या वेळापूर्वी तर हसत्या-गात्या होत्या आणि एकाएकी त्यांना हे असे का करावेसे वाटले? कालच्या त्यांच्या वागण्यात अशी कुठलीही अस्पष्टशी काही खूण दिसत नव्हती. मानसिक अस्वस्थतेची कुठलीही लक्षणे त्यांच्यात दिसत नव्हती.

त्यानंतर हेमेन्द्रनाथांनी अत्यंत हळू आवाजात रवीन्द्रनाथांना कानात जे काही सांगितले ते असे-

रोजच्याप्रमाणे पहाटे पाच वाजता ठाकुरांच्या हवेलीत घंटानाद झाला अन् ज्योतिरिन्द्रनाथांनी डोळे उघडले. सामान्यत: घंटेचा आवाज झाला की कादंबरी पलंगावरून उठायची; पण आज तिच्या पलंगावर कसली काही हालचाल जाणवली

नाही, म्हणून ज्योतिरिन्द्रनाथांना थोडेसे नवल वाटले. त्यांनी पत्नीच्या बाजूला वळत तिच्या चेहऱ्याकडे पाहिले, तेव्हा तिच्या तोंडातून पांढरा-पांढरा फेस बाहेर येत असलेला दिसला. ज्योतिरिन्द्रनाथांनी घाबरे-घुबरे होत पत्नीला हलवायला सुरवात केली, पण कादंबरी अर्धवट शुद्धीत होती आणि जहरी विषाची बाटली बाजूलाच पडली होती. सूनबाईच्या मुठीत एक चिठ्ठी होती.

''चिठ्ठी?'' रवीन्द्रनाथ आश्चर्याने थक्क झाले.

''हो. आपण स्वत: विष घेतलंय, असा काहीसा कबुलीजबाब त्यात आहे.''

''कुठंय ती चिठ्ठी? तुम्ही वाचली?''

''नाही, मी नाही वाचली. ती चिठ्ठी बाबांजवळ आहे. कुणाला दिली नाही ती त्यांनी.''

''पण असं काय लिहिलंय त्या चिठ्ठीत?''

''याचं उत्तर चिठ्ठी वाचल्यावर मिळेल किंवा बाबांनी सांगितल्यावरच कळेल.''

''पण ती चिठ्ठी बाबांना दिली कुणी?''

''ज्योतिनं! घाबरलेला ज्योती चिठ्ठी हातात घेऊन किंकाळी फोडत बाहेर आला, तेव्हा रोजच्या सवयीप्रमाणे बाबा मागल्या अंगणाच्या बाजूकडल्या खिडकीतून सूर्योदय पाहत होते. ज्योतीच्या हातातून त्यांनी चिठ्ठी काढून घेतली.''

''आता... आता काय होणार रे, दादा?'' रवीन्द्रनाथांनी असहाय लहान मुलासारखे विचारले.

''त्या इंग्लिश लोकांच्या घरातून डॉक्टरांना बोलावलं आहे. ताबडतोब निकराचे इलाज करणं चाललं आहे. काय झालं, का झालं, हे काही कळत नाहीये.''

रवीन्द्रनाथांनी परत एकदा आपले वडील उभे होते तिकडे आपली नजर वळवली. लांब झब्ब्याच्या दोन्ही खिशांत हात घालून देवेन्द्रनाथ स्थिर नजरेनं खिडकीबाहेर एकटक पाहत उभे होते; नेमक्या त्याच वेळेला डॉक्टरबाबूंनी बैठकखान्यात प्रवेश केला. भरपूर सहा फूट उंच अन् बांधेसूद अशा त्या इंग्रजी डॉक्टरनं इकडे-तिकडे कुठेही पाहिले नाही. ते तडक महर्षी देवेन्द्रनाथांजवळ गेले अन् त्यांनी खालच्या आवाजात हळूच सांगितले, ''मिस्टर टागोर, ही केस आत्महत्येची आहे. आम्ही त्यांना वाचवायचा शर्थीनं प्रयत्न करतो आहोत, पण त्यांना तातडीनं दवाखान्यात ॲडमिट करावं लागेल. यातले सगळे उपचार घरी होण्यासारखे नाहीत.''

आत्तापर्यंत हादरल्यासारखे झालेले देवेन्द्रनाथ एकदम सतर्क झाले.

ते म्हणाले, ''डॉक्टरबाबू, वाटेल तितका खर्च झाला तरी चालेल; पण बहुराणींचे उपचार घरीच झाले पाहिजेत. तुम्हाला जरूर तर अख्खं हॉस्पिटल तुम्ही इथं उभं करू शकता.''

“ते शक्य नाही टागोरबाबू, या प्रकरणात पोलिसांचीही मदत घ्यावी लागेल. पोलिसांना कळविल्याशिवाय पुढचे उपचार करता येणार नाहीत.”

“नाही, ठाकुरांच्या या हवेलीत कुणी पोलीस येणार नाहीत. डॉक्टरबाबू, तुम्हाला लागेल ती सर्व व्यवस्था इथं होईल, पण तुम्हाला मला मदत करावी लागेल.”

डॉक्टर सर्व जाणून होते. या हवेलीतल्या देवेन्द्रनाथांच्या अनेक मैफलींचा त्यांनी पाहुणचार घेतला होता. महर्षी देवेन्द्रनाथ आपल्या इंग्रजी मित्रांना अधूनमधून हवेलीत आमंत्रण द्यायचे. कधी संगीताचा कार्यक्रम असायचा, तर कधी खाण्या-पिण्याची लयलूट, मौजमजा. कलकत्त्याच्या इंग्रजी वस्तीतील तमाम उच्च अधिकाऱ्यांनी अन् वहिवाटदारांनी अशा कोणत्या ना कोणत्या मैफलीची रंगत चाखली होती. थोरामोठ्यांशी असणाऱ्या संबंधाने त्यांचा नावलौकिक वाढला होता अन् ते एक वजनदार प्रतिष्ठित आसामी झाले होते.

देवेन्द्रनाथांच्या सांगण्यातला संकेत त्या हुशार डॉक्टरच्या तत्काळ लक्षात आला.

देवेन्द्रनाथांचा हात आपल्या हातात घेऊन त्यावर थोपटत ते शांतपणे म्हणाले, “मी सर्व प्रयत्न करतो आहेच, पाहू या परमेश्वर किती साथ देतोय ते.”

इतकं म्हणून डॉक्टर वळले आणि परत निघाले.

देवेन्द्रनाथ केव्हाचे खोल विचारात बुडून गेले होते. जवळजवळ शंभर वर्षे जुन्या अशा त्या नीलमणी ठाकुरांच्या हवेलीने अशी बिकट अवस्था कधी अनुभवली नव्हती. थोरल्या सुनेची, कादंबरीची जी चिठ्ठी त्यांनी वाचली होती, त्यानं योग्यासारख्या त्या वृद्धाच्या शरीरावरही घाम डवरून आला होता.

‘चिठ्ठीची ही बाब जर का कुणाच्या कानावर पडली तर–’

कायद्याप्रमाणे डॉक्टरांचे म्हणणे खरे होते. पोलिसांच्या मदतीशिवाय या प्रकरणात चालणार नव्हते.

‘देव ना करो, पण डॉक्टर बहुराणींना वाचवूच शकले नाहीत तर?’

‘ओह!’

या हवेलीचा इतिहास केवढा उज्ज्वल! जेसोर सोडून पंचानन ठाकूर व्यापारासाठी इथे कलकत्त्याला आले, तेव्हा ते पंचानन ठाकूर नव्हते. पंचानन कुशारी होते. ईस्ट इंडिया कंपनीच्या इंग्रजी व्यापाऱ्यांबरोबर त्यांनी व्यापार करायला सुरुवात केली अन् त्या व्यापाराने त्यांना बरकत दिली. त्यांची भरभराट झाली.

इंग्रजी व्यापाऱ्यांना मालाचा पुरवठा करण्यासाठी पंचानन कुशारीनं कलकत्त्यात ल्या खालच्या वर्गातल्या गोरगरीब लोकांकडून काम करून घेण्यास सुरुवात केली. हा वर्ग इंग्रजी साहेबांना नेहमी दबून अन् भिऊन असायचा. साहेबलोकांबरोबरची

पंचानन कुशारींची ऊठ-बस पाहून त्यांना आश्चर्य वाटायचे. पंचाननमुळे त्यांना रोजीरोटी मिळत होती. राजाशिवाय असं काम कोण करणार? त्यामुळे सगळ्यांनी पंचाननला राजा म्हणजे ठाकूर म्हणायला सुरुवात केली. पंचानन ज्या वेळेस मृत्यू पावले, त्या वेळेस ते पुरेपूर ठाकूर झाले होते.

मग पंचाननच्या पुत्राने, नीलमणीने कलकत्त्याच्या जोडासांकासारख्या भागात एक एकर इतक्या विस्तीर्ण जागेत ही हवेली बांधली. नीलमणी ठाकुरांच्या या हवेलीची प्रतिष्ठा नीलमणीच्या नातवाने, प्रिन्स द्वारकानाथने अगदी शिखराला पोहोचवली. द्वारकानाथाने इंग्रजांबरोबर अनेक व्यापारधंद्यांत भाग घेतला आणि अलोट संपत्ती कमावली. द्वारकानाथांच्या चतुरपणामुळे ईस्ट इंडिया कंपनीने त्यांना आजूबाजूच्या चोवीस परगण्याचे वहिवाटदार म्हणून नेमून टाकले अन् अशा तऱ्हेने व्यापारी ठाकूर परिवार जमीनदारही झाला. स्वतःच्या मालकीच्या श्रीमंत अशा जहाजातून प्रिन्स द्वारकानाथाने दोन-दोनदा युरोपची सफर केली. या प्रवासात हिंदुस्थानातील करोडो लोकांच्या कल्पनेतही येणार नाही, अशा पाहुणचाराचा त्यांनी लाभ घेतला. इंग्लंडच्या राणीने आणि फ्रान्सच्या सम्राटाने या हिंदुस्थानी प्रिन्सला आपल्या महालात खास शाही भोजनासाठी निमंत्रण पाठवले होते. प्रिन्स द्वारकानाथ जेव्हा इटलीला गेले, तेव्हा इटलीच्या राजाने त्यांच्या सन्मानार्थ खास समारंभ आयोजित केला होता; एवढेच नव्हे, तर ख्रिश्चनांचे सर्वोच्च असे रोमचे धर्मगुरू पोप यांनी त्यांची खास भेट घेतली होती. दंतकथा वाटेल, असा हा सन्मान देवेन्द्रनाथांच्या पूर्वजांना मिळाला होता.

पण आज, आत्ता जी परिस्थिती उद्‌भवली होती; तिने या धवलकीर्तीला काळिमा फासला जाईल, असे काही तरी घडले होते. काहीही झाले तरी त्यातून या हवेलीला वाचवले पाहिजे. देवेन्द्रनाथांचे ते परमकर्तव्य होते. त्यांच्या मनात आले, की आपल्या उत्तरायुष्यातल्या या बिकट समस्येचे निराकरण आपल्या हातूनच व्हावे, असा नियतीचाच संकेत असला पाहिजे.

नाही तर संसारत्याग करून हिमालयात कायमसाठी गेलेले देवेन्द्रनाथ संसारात परत कशासाठी फिरले असते!

जवळजवळ तीस वर्षांपूर्वी देवेन्द्रनाथांनी प्रपंचाचा निरोप घेतला होता आणि आपले उर्वरित आयुष्य योगी स्वरूपात व्यतीत करण्यासाठी ते हिमालयात निघून गेले होते. देवेन्द्रनाथांना पहिल्यापासूनच हिमालयाचे आकर्षण होते; मन:प्रवृत्तींचा ओढा योगसाधनेकडे होता. गृहत्याग करताना ते तेरा मुलांचे पिता झाले होते.

हिमालयाच्या एकांतवासात त्यांनी पूर्ण दोन वर्षे तपश्चर्या केली, ध्यानधारणा करत खोल चिंतनात ते निमग्न झाले. चिंतनाच्या अशाच एका क्षणी —

हिमालयाच्या स्फटिकासारख्या शुभ्र पहाडांतून वाहणाऱ्या अलकनंदा, मंदाकिनी,

गंगा यांसारख्या नद्यांनी अन् खळखळणाऱ्या असंख्य झऱ्यांनी महर्षींना जणू एक दिवस कसला तरी अगम्य संदेश दिला. महर्षी या झऱ्यांकडे पाहत होते. प्रवाहांचे जल बिलोरी आरशासारखे निर्मळ होते. महर्षी विचारात पडले, की अत्यंत निर्मळ वाटणारा हा जलप्रवाह कलकत्त्याच्या हुगळी नदीकडे वाहत येतो तेव्हा किती अस्वच्छ अन् घाण झालेला असतो! पर्वतीय प्रदेश सोडून मैदानात उतरलेल्या प्रवाहाला या सपाट प्रदेशातली घाण अन् कचरा आपलासा करावा लागतो. महर्षींच्या कानात कुणीसं बोलल्यासारखा आवाज आला.

महर्षी चकित झाले, 'कोण बोललं हे?'

निर्मळ अन् पवित्र अशा या प्रवाहाने आपली स्वच्छता तशीच टिकवून ठेवण्यासाठी सपाटीवरून वाहायचे नाकारत, पर्वतातच आपला हा ओघ गोळा करून ठेवला असता, तर मैदानी प्रदेशातल्या प्रजेचे काय झाले असते? गंगा-यमुनेचा हा प्रवाह मैदानातला कचरा आत्मसात करतो, तेव्हाच काठावरचे प्रदेश सुजलाम्-सुफलाम् होतात ना! खळखळ वाहणाऱ्या प्रवाहांनी महर्षींच्या कानात जणू एक नवाच संदेश सांगितला.

संसाराला भिऊन एकांतवासात राहायचे आणि आपली पवित्रता जपायची, यात कसले आले आहे मोठे कार्य? संसारात राहून संसारातील दुःखे आत्मीय वृत्तीने स्वीकारत चित्तशुद्धी टिकवून धरणे, हेच तर प्रकृतीचे मुख्य तत्त्व आहे.

महर्षींचे मन दीप्तिमान झाले. कितीतरी वेळ झुळझुळ वाहणाऱ्या त्या झऱ्यासमोर ते तसेच बसून राहिले.

दुसऱ्याच दिवशी त्यांचा निर्णय झाला. काषायवस्त्रे उतरवून त्यांनी जोडासांकाच्या ठाकुरांच्या हवेलीत पुन:प्रवेश केला. हवेलीचा कारभार त्यांनी पुन्हा सांभाळला. दुसऱ्या वर्षी त्यांच्या चौदाव्या संतानाचा– म्हणजे रवीन्द्रनाथांचा जन्म झाला.

संन्यासाचा त्याग करून संसाराचा स्वीकार केल्याचा देवेन्द्रनाथांना कधी पश्चात्ताप झाला नाही. त्याविषयासंबंधी त्यांनी पुन्हा विचारच केला नाही. झब्ब्याच्या खिशात ठेवलेले कादंबरीचे पत्र आपल्या मुठीत त्यांनी पुन्हा घट्ट बंद केलं, हातात आवळून धरले, पण त्याच वेळेस देवेन्द्रनाथांना पहिल्यांदाच असे वाटले की, आपणच संसारात असे पुन्हा परतलो नसतो, तर आजच्या या बिकट परिस्थितीपासून मुक्त राहिलो असतो.

किती कर्मकठीण होती ही समस्या! मृत्यूशिवाय या समस्येचा उलगडा होणार तरी कसा होता? आणि हा मृत्यू तरी कसला!

देवेन्द्रनाथांना वाटलं की, आपण आत्ता या ठाकुरांच्या हवेलीत असण्यापेक्षा शांतिनिकेतनात असतो, तर किती बरं झालं असतं! त्यांच्या नजरेसमोर शांतिनिकेतनची ती प्रार्थनेची जागा तरळून गेली.

काही वर्षांपूर्वीची गोष्ट–

महर्षी बोलपुराहून कलकत्त्याला परत येत होते. बोलपुराहून अजून काही कोस इतकाच प्रवास झाला असेल, तेवढ्यात एका अतिशय रम्य अशा ठिकाणी पालखी थांबली. का कुणास ठाऊक, पण एकाएकी त्या ठिकाणी एका अपूर्व शांतीच्या अनुभवाने त्यांचे चित्त भरून गेले. पालखीतून पायउतार होत एका डेरेदार वृक्षाच्या सावलीखाली ते ध्यानस्थ झाले. ध्यान ही त्यांच्यासाठी नवी गोष्ट नव्हती; पण आज इथे त्यांना जो ध्यानाचा साक्षात्कार झाला, तसा पूर्वी कधीही झाला नव्हता. महर्षींना वाटले की, या जागेवर नक्कीच काहीतरी दैवी वास आहे.

ध्यान पूर्ण झाल्यावर त्यांनी या जागेविषयी थोडी चौकशी केली, तेव्हा कळले की, भुवनमोहन सिंग नावाच्या एका शेतकऱ्याच्या मालकीची ही जमीन भुवनवाडी म्हणून ओळखली जाते. देवेन्द्रनाथांनी त्या भुवनमोहन सिंगला भेटून ही जमीन विकत घेण्याची आपली इच्छा सांगितली आणि बाजारभावापेक्षा दीडपट किंमत देऊन महर्षींनी ही भुवनवाडीची सात एकर जमीन लगेच खरेदी केली. त्या जमिनीवर ज्या स्थळी त्यांना ध्यानाचा हा अनुभव आला होता, तिथे त्यांनी एक प्रशांत सुंदर प्रार्थनामंदिर बांधले. आवश्यक तितकी राहायची व्यवस्थाही केली आणि आपल्याला शांतीचा अनुभव देणाऱ्या या ठिकाणाला शांतिनिकेतन असे नाव दिले.

आत्ता या दुर्धर प्रसंगात सापडलेल्या देवेन्द्रनाथांनी कपाळावरचा घाम पुसत मनातल्या मनात या शांतिनिकेतनाचे ध्यान केले.

''दादा-ठाकूर!''

या घोषालबाबूंच्या हाकेने गहन तंद्रीत बुडून गेलेले देवेन्द्रनाथ भानावर आले. साठीचे घोषालबाबू या हवेलीचे मुख्य वहिवाटदार होते. जमीनदारीच्या वहिवाटीतही हे घोषालबाबू देवेन्द्रनाथांचे उजवे हात होते. गेली चाळीस वर्षे घोषालबाबूंनी या हवेलीची मनापासून सेवा केली होती. हवेलीमधेच जरा एका बाजूला वेगळ्या खोल्यांत घोषालबाबू आणि त्यांचा परिवार राहत होता.

''दादा-ठाकूर!'' घोषालबाबू म्हणाले, ''डॉक्टरबाबूंनी दवाखान्यात घेऊन जायला सांगितले आहे; नाही तर सगळ्यात पहिल्यांदा पोलिसांना बोलवायला सांगितले आहे. बहुराणी वाचतील, असे काही दिसत नाहीये.''

''घोषाल!''

देवेन्द्रनाथांनी हलकेच ओठांत पुटपुटत घोषालांच्या कानात सांगितले, ''जे काही करावे लागणार आहे, ते करावे लागेलच; पण हवेलीच्या अब्रूचे बलिदान देऊन नको. थैलीची तोंडे पाहिजे तितकी मोकळी करा, पण या घटनेची कोणत्याही परिस्थितीत वर्तमानपत्रात चर्चा होणार नाही, असे पाहा. आपल्या जीवनातील ही परीक्षेची वेळ आहे. कळलं तुम्हाला?''

घोषालबाबूंनी एक क्षणभर देवेन्द्रनाथांकडे पाहिले अन् मग आपल्या स्वामींचा इशारा कळला असावा, अशा तऱ्हेने आपले डोळे खाली झुकवले.

घोषालबाबूंनी चतुराईने सगळे अगदी चोख रीतीने जमवले. इंग्रजी डॉक्टरांनी कायद्याच्या ज्या काही आवश्यक बाजू दाखवून दिल्या होत्या, त्या सर्वांची पूर्तता केली. थैलीचे तोंड मोकळे सोडले म्हणजे मोठमोठाली दुष्कर कामे सोपी सरळ होतात, याचा घोषालांना पूर्ण अनुभव होता. जमीनदारीच्या शिरस्त्यात अशा अनेक समस्या यायच्या. कायदेशीर प्रक्रियेबाबत अत्यंत आग्रही असे हे इंग्रजीबाबू सगळ्यात प्रथम व्यापारी होते, त्यामुळे तर कोणत्याही कामात व्यापारी गणिते मांडून नफ्यातोट्याचा हिशेब करायला त्यांना वेळ लागायचा नाही. घोषालबाबू या अनुभवात मुरलेले होते. त्यांनी आपला हा सगळा अनुभव पणाला लावला.

देवेन्द्रनाथांना एक अक्षरही न विचारता झपाझप गरजेच्या सगळ्या कामांची त्यांनी आखणी केली. परिस्थितीची गंभीरता त्यांच्या लक्षात आली होती.

बहु-ठाकुराणी, भाभीराणी, नव्या काकीमा यांसारख्या अनेक लाडक्या नावांनी कादंबरीदेवींना संबोधले जायचे; पण त्यांना वाचवता आले नाही. त्या जहरी विषानं शेवटी विजय मिळवलाच.

पोलीस आले; तेव्हा त्यांचे निवेदन नोंदवून घ्यावे अशा अवस्थेत त्या नव्हत्याच. त्यानंतर लगेचच कॉरोनरचा प्रश्न उभा राहिला. कायदेशीर बाबींसंबंधी आग्रही पोलिसांनी मृतदेहाला कॉरोनरकडे घेऊन जायची रीतसर तयारी करायला सुरुवात केली. तेव्हा परत एकदा घोषालबाबूंच्या हिकमती कामास आल्या. सापही मरू नये आणि काठीही तुटू नये, असा मधला मार्ग साधण्यात आला. कॉरोनर कोर्टालाही घरीच बोलवण्यात आले.

थोड्याच वेळापूर्वी शयनगृह असलेल्या खोलीने काही वेळातच अनेक सोंगे घेतली. शयनगृह बदलून दवाखाना झाला अन् त्यानंतर पोलीस स्टेशनचे दृश्यही इथे वठवले गेले. आता शेवटी कॉरोनर कोर्टासाठी असलेली सगळी व्यवस्था याच भागात करण्यात आली.

अगदी संध्याकाळी, उशिरापर्यंत काम करत कॉरोनर कोर्टाने जेव्हा निरोप घेतला, तेव्हा सूर्य मावळायला आला होता अन् कृष्ण पक्षातल्या रात्रीचा अंधार हळूहळू प्रगाढ बनायला सुरुवात झाली होती.

महर्षी देवेन्द्रनाथांपासून ते हवेलीतल्या लहान-मोठ्या तमाम सर्व कर्मचाऱ्यांच्या डोळ्यांतील पाण्याचा प्रवाह अनवरतपणे वाहत होता. हवेलीच्या भिंतीही करुण रुदन करत होत्या.

एकट्या रवीन्द्रनाथांचे डोळे अगदी कोरडेठक्क होते. सगळी मनःशक्ती एकवटून आपल्या चित्तवृत्ती गाडून टाकत रवीन्द्रनाथ मनोमन वेदनेने कण्हत होते.

'बा मना, पाहा, कुठंतरी सैल पडशील अन् स्वत:ला प्रकट करशील. ही तुझी परीक्षेची वेळ आहे. इथं-तिथं मन उघडं करून दाखवणं तुला आता थांबवलं पाहिजे. जे काही झालंय, ते असह्य आहे; पण असह्य ते सह्य करायला तुला शिकलं पाहिजे.'

४

ठाकुरांच्या हवेलीच्या भिंती तशाच्या तशा होत्या. जमिनीवर पडणारी सूर्याची उन्हे बदलली नव्हती. अनवरत नभोमंडळ तसेच्या तसे स्थिर होते. खिडक्यांतून बाहेर दिसणारा तलाव काठावरल्या नारळाच्या झाडांचे प्रतिबिंब आपल्या पात्रात हिंदकळत तसाच अजून त्याच जागी होता. नारळाच्या झावळ्यांवर किलबिल करणारे पक्षी तसेच्या तसे किलबिलत होते.

रवीन्द्रला वाटले की, सगळेच अगदी मुळापासून बदलले असले तरी जणू कुठे काहीच बदलले नव्हते. आता भाभीराणी नव्हत्या. भाभीराणींचा देह नीमतोला घाटावर पंचमहाभूतांत विलीन होताना रवीन्द्रांनी स्वत:च्या डोळ्यांनी पाहिला होता. आपल्या अभ्यासिकेच्या टेबलावर डोके टेकवून रवीन्द्रनाथ कितीतरी वेळ तसाच बसून होता.

एका समतल पातळीवरून वाहत जाणाऱ्या जीवनात मृत्यूने एका क्षणात मोठ्ठे भगदाड पाडले होते. भोवतालची सर्व सृष्टी एका शाश्वत सत्यासारखी अविचल असली तरी त्या सर्वांत जे परम सत्य होते, ते आता उरले नव्हते. देह, प्राण आणि मानवी हृदयाच्या सहस्त्र स्पर्शांवाटे जे इतर सर्वांपेक्षा अधिक सत्यस्वरूपात अनुभवणे शक्य होते, असे अगदी जवळचे माणूस डोळ्याची पापणी लवते न् लवते तोच उडून गेले होते. रवीन्द्राला असे झाले, की हा कसला विरोधाभास! जे आहे आणि जे आता उरले नाही, या दोघांचा मेळ कसा साधायचा? जगणेच आता भयाण स्वप्नवत् वाटायला लागले. या बाकी उरलेल्या जगण्यात आता आपण जणू काही एकटे आहोत, एकट्यानेच हे जिणे कंठायचे आहे, अशी असहायता मनात दाटून आली.

दुसऱ्याच क्षणी त्यांना असे झाले, की देवेन्द्रनाथांनी— वडलांनी कुणालाही न दाखवलेल्या त्या चिठ्ठीत भाभीने काय लिहिले असेल? आदल्या दिवशीच्या रात्री भाभीराणीने राहू आणि चंद्राविषयीच्या प्रेमाची कविता का ऐकली असेल? आपण ती कविता का म्हणून त्यांना ऐकवली?

भाभीराणी ठाकुरांच्या हवेलीत बहुराणी बनून आल्या, तेव्हा रवीन्द्र ज्या

एकाकीपणातून आणि असहाय्यतेमधून जात होते, तशीच परिस्थिती आज परत आली होती की काय? मधली वर्षं जणू उगवलीच नव्हती!

वारंवार येणाऱ्या बाळंतपणांमुळे सदान्‌कदा आजारी असणाऱ्या शारदादेवीने तिच्या या चौदाव्या मुलाची काळजी फार क्वचित घेतली असेल. या चौदाव्या मुलाचा जन्म झाला, तेव्हा आधीच्या मोठ्या मुलांची लग्नेही झाली होती आणि हवेलीत आलेल्या नवनव्या सुनांनी हवेलीतल्या या नव्या बाळाला खेळवलेही होते. सौदामिनी आणि सुवर्णाकुमारी या मोठ्या मुलींची लग्ने झाली होती अन् जावई सगळे याच घरात राहायचे. भरल्या घराचे हे सगळे खटले सांभाळण्याइतकी उसंत अन् ताकद शारदादेवीत नव्हती. यातले द्विजेन्द्रनाथ, हेमेन्द्रनाथ, सत्येन्द्रनाथ रंगाने गोरे. रवीन्द्रनाथ सावळे नव्हते, पण मोठ्या भावांइतके गोरेपानही नव्हते. ह्या एवढ्या मोठ्या प्रचंड हवेलीत नोकराचाकरांच्या हवाली रवीन्द्रचे दिवस जात होते. कधी कधी मोठ्या बहिणींकडून मायेने काठोकाठ भरलेले शब्द मिळायचे; पण त्याशिवाय रवीन्द्रचे मन एका तीव्र अशा रितेपणाने इकडे-तिकडे भटकत राहायचे. वहिन्यांना आणि बहिणींना त्यांचे-त्यांचे संसार होते अन् आईच्या जीवाला नव्हती स्वस्थता, की नव्हता मोकळेपणा. रवीन्द्रने स्वत:ला समजवण्याच्या आधीच त्याच्या बालमनात रितेपणा खोलवर रुतत गेला.

रवीन्द्रचा एकमेव आनंद म्हणजे त्याची गीते. गीत गायला त्याला फार आवडायचे. तो आपला एकटा-एकटाच गाणी गात असायचा. भाभीराणी कादंबरी या घरात आली आणि तिसऱ्याच दिवशी तिने रवीन्द्रला एकट्याने गाणे गुणगुणताना ऐकले; तिचे मन एकदम आनंदले.

"अरे, वा! तुम्ही तर फार सुंदर गाताहात. मला ऐकवाल तुमचं गीत?" लग्नाची भरजरी वस्त्रे अंगावरनं उतरवयाच्या आधीच या नवविवाहित बालिकेने प्रसन्नतेने विचारले.

"नौतुन-बौठान, तुम्हाला गाणं ऐकायला आवडतं?" रवीन्द्रने आश्चर्याने अन् आनंदाने विचारले.

"मला फार आवडतं. माझ्या वडलांकडं मी गीतं आणि संगीत दोन्ही शिकलेय."

"वा! वा! मग फारच छान! तुम्ही माझं गाणं ऐका आणि मी तुमचं ऐकतो." रवीन्द्रने म्हटले.

"हो, पण एका अटीवर!" कादंबरीने तिच्या निळसर डोळ्यांची निष्पापपणाने उघडझाप करत म्हटले, "तुम्ही मला नौतुन-बौठान नाही म्हणायचं."

"तर मग काय म्हणायचं? इथं तुम्हाला सगळेच नौतुन-काकीमा, नौतुन-ठाकुराणी, नौतुन-बहु असंच म्हणतील."

"सगळ्यांना म्हणू देत! तुम्ही मला भाभीराणी म्हणायचं अन् मी तुम्हाला

ठाकुरपो म्हणेन,'' आणि इतके म्हणता-म्हणता नव्या बहुराणीने हसत-हसत विचारले, ''तुम्हाला आवडेल ना हे नाव– ठाकुरपो?''

रवीन्द्र भाभीराणीकडे मुग्धतेने पाहत राहिला. भाभीराणी हसताना किती सुंदर दिसत होत्या! त्यांच्या दोन्ही गालांना खळ्या पडत होत्या ना!

दहा-बारा का, थोडी जास्तच वर्षं झाली असतील याला. रवीन्द्रनाथांना असे वाटले की, जणू कालच हा संवाद झालाय. भाभीराणी या संवादातून मुक्त झाल्यात्... पण आपले काय?

मग भानुसिंहांची कविता समोर आली.

रवीन्द्र दररोज नवनवी कविता रचत होता. कवितेचा जणू काही धबधबा ओसंडून वाहायला लागला होता. घरात 'विविधार्थ-संग्रह', 'सुबोध-बंधु', 'बंगदर्शन', 'तत्त्वबोधिनी' यांसारखी ढीगभर मासिके येत होती. भाभीराणी आणि ठाकुरपो यांच्यात मासिके वाचण्यासाठी चढाओढ लागायची. त्यातही मधले भाऊ द्विजेन्द्रनाथ किंवा हेमेन्द्रनाथ कधी-मधी गीतसंगीतात किंवा वाचनात भाग घ्यायचे; तेव्हा वातावरण भक्तिरसाने भरून जायचे. प्राचीन वैष्णव गीतांच्या बंगाली परंपरेत चंडीदास आणि विद्यापतींचे नाव अग्रगण्य होते. द्विजेन्द्रनाथांना या दोन्ही कवींची भक्तिगीते भारी आवडायची. कादंबरी अतिशय गोड गळ्याने ही गीते गायची, तेव्हा रवीन्द्र मंत्रमुग्ध होऊन ती ऐकत राहायचा.

''या प्राचीन गीतांची एक खासियत आहे बरं, ठाकुरपो. त्यांतून वेगवेगळे अर्थ निघतात, इतकेच नव्हे, तर भक्तिभावानं ऐकणारा त्यात चिंब भिजून जातो. अशी गीतं आता नाही कुणी लिहित.'' एक दिवस बोलता-बोलता कादंबरी रवीन्द्रला म्हणाली.

रवीन्द्रने त्या वेळी कसलेच उत्तर दिले नाही. तो खोल विचारात बुडून गेला. तसे पाहिले तर आपण रचलेली गीते भाभीराणी लक्षपूर्वक ऐकतात, पण चंडीदास किंवा विद्यापतीच्या या वैष्णव गीतांसारखी गीते... काही दिवसांपूर्वी 'बंगदर्शन' मासिकात वाचलेला एक किस्सा रवीन्द्रला आठवला.

चेस्टरटन या इंग्रजी कवीनं आपल्या लहानपणी प्राचीन इंग्रजी काव्याची एक हुबेहूब नक्कल केली आणि कुणाच्या तरी नावाने छापून आणली, तेव्हा त्यावर तिकडे भरपूर चर्चा झाली. भाभीराणी म्हणत होत्या तशीच गीते रचून काढावीत आणि चेस्टरटनसारखीच...

रवीन्द्रनाथांनी विद्यापती आणि चंडीदासाच्या वैष्णव परंपरेसारखी कितीतरी गीते लिहिली. ही गीते कागदावर उतरवून काढत एक दिवस त्यांनी ज्योतिरिन्द्रनाथांना म्हटले, ''दादा, ब्राह्मोसमाजाच्या प्राचीन हस्तलिखितांच्या संग्रहात अवधी भाषेत लिहिलेली ही कागदाची प्रत मला मिळालीय.''

रवीन्द्रनाथ ब्राह्मोसमाजाच्या ग्रंथालयात अधूनमधून जायचे आणि तासन्तास पुस्तकांच्या ढिगाऱ्यात बसून कानाकोपऱ्यात शोधाशोध करायचे, हे ज्योतिरिन्द्रनाथांना माहीत होते. गेल्या काही महिन्यांपासून ज्योतिरिन्द्रनाथांनी स्वत:च 'भारती' नावाचे मासिक सुरू केले होते. बंगाली समाजात त्याला चांगलीच प्रतिष्ठाही मिळाली होती. भारतीच्या अंकांत रवीन्द्रनाथांच्या कविताही प्रकाशित व्हायच्या. रवीन्द्रचे म्हणणे ऐकल्यावर ज्योतिरिन्द्रनाथांनी आवडीने या प्राचीन गीतांच्या नकला पाहायला सुरुवात केली.

"या हस्तलिखितात कवी म्हणून कुणा भानुसिंह नावाच्या कर्त्याचं नाव दिलं आहे आणि ही गीतं फार रसाळ आहेत, दादा! तुम्ही 'भारती'त छापा नं!"

ज्योतिरिन्द्रनाथांनाही या रचना फार आवडल्या. रवीन्द्राची सूचनाही अगदी योग्य आहे, असे त्यांना वाटले. विद्यापती आणि चंडीदास यांच्या परंपरेतील या कविता जेव्हा 'भारती'त छापल्या जातील, तेव्हा खरोखर बंगाली साहित्यात एक नवी चर्चा सुरू होईल, असे त्यांना वाटले.

'भारती'च्या नंतरच्या अंकात भानुसिंहाच्या या कविता संपादकीय नोंदीसह छापल्या गेल्या. या प्राचीन कवितांची हस्तलिखिते ब्राह्मोसमाजाच्या ग्रंथालयातून कशी मिळाली, प्राचीन वैष्णव गीत परंपरेत या काव्यांचे मूल्य काय आहे, या सर्वांविषयी टिपणात लिहिले होते. कवी भानुसिंहाविषयी अधिक तपशीलवार माहिती मिळवण्यासाठी संपादकांनी बंगाली विद्वानांना जाहीर आवाहन केले.

वाटले होते तसेच झाले, या कवितांनी चांगलीच खळबळ उडवली. जर्मनीतल्या कुठल्याशा विद्यापीठात अभ्यास करणारा निशिकांत चट्टोपाध्याय हा विद्यार्थी प्राचीन बंगाली गीतांवर डॉक्टरेट पदवीसाठी प्रबंधलेखन करत होता. 'भारती'च्या अंकात छापलेले भानुसिंहाचे हे काव्य वाचून तो इतका प्रभावित झाला की, त्याने 'भारती'चे संपादक ज्योतिरिन्द्रनाथ यांना पत्र लिहिले, ' 'भानुसिंहा'च्या या कृतीमुळे मला माझ्या प्रबंधलेखनात फार मोठे साह्य झाले आहे. प्राचीन बंगाली गीतकाव्यात या रचना पूर्णत: वेगळ्याच दिसतात. माझ्या थिसिसमध्ये मला या सर्वांचा समावेश करावयाचा आहे. कृपा करून मला भानुसिंहांविषयी अधिक माहिती पाठवा.'

भानुसिंहांची ही कविता इतका विचारविमर्श निर्माण करेल, हे रवीन्द्रनाथांच्या ध्यानी-मनीही नव्हते. त्यांनी ही गीते फक्त भाभीराणीसाठी लिहिली होती.

"भाभीराणी," शेवटी एके दिवशी रवीन्द्रनाथांनी कादंबरीला विचारलेच, "या भानुसिंहांच्या गीतरचना तुम्हाला कशा वाटतात?"

"मला तर भानुसिंह आणि त्याची गीतं सगळंच आवडतं." कादंबरीने गंभीरपणाने म्हटले.

"पण हा भानुसिंह कोण, ते तर आपल्याला माहिती नाहीये." रवीन्द्रनाथांनी म्हटले.

“मला माहित्येय.” कादंबरी म्हणाली.

“पण कसं काय?” रवीन्द्रनाथांनी आश्चर्याने विचारले, “जर्मनीपासून बंगालपर्यंत भानुसिंह कोण आहे याविषयी शोध घेणं सुरू आहे; मग त्याला तुम्ही कसं काय ओळखता, भाभी?”

“अगदी सरळ-सोप्पं आहे, ठाकुरपो! भानुसिंह शब्दाचा जो अर्थ आहे, त्या नावाच्या दुसऱ्या एका कवीला मी ओळखते. त्या कवीनंच आपलं नाव बदलून भानुसिंह केलं आहे, हे मला माहित्येय.” कादंबरीच्या डोळ्यांत खट्याळ भाव खेळत होते; पण वरकरणी ती अगदी शांतपणाने बोलली.

रवीन्द्रनाथ एकदम थक्कच झाले.

‘भाभीराणी हे काय म्हणताहेत! भानुसिंह हे नाव आपण शोधून काढलं तेव्हा आपल्या मनात नेमकं हेच तर होतं. भानू म्हणजे सूर्य आणि रवीन्द्र म्हणजेही सूर्य. अशा समान अर्थाने तर आपण भानुसिंह नावाचा हा बनाव केला. जर्मनीच्या त्या निशिकांत चट्टोपाध्यायपासून ते ‘भारती’चे संपादक ज्योतिरिन्द्रनाथपर्यंत कुणाला कसलीही शंका आली नाही, पण भाभीराणीनं हे सगळं किती विश्वासानं सांगितलं!’

“भाभीराणी, तुम्ही... तुम्ही हे काय म्हणता आहात?” रवीन्द्रनाथांनी आश्चर्याने विचारले.

“काय, आता कसं पकडलं ना?” कादंबरीने रवीन्द्रनाथांच्या खांद्यावर हात ठेवला आणि थोपटत म्हटले.

“ओह! तुम्ही... तुम्ही अगदी धन्य आहात, भाभीराणी!” रवीन्द्रनाथांनी कादंबरीचे दोन्ही हात धरून ठेवत आपले मस्तक झुकवले. झुकलेल्या त्या मस्तकावर कादंबरीचा हात कितीतरी वेळ फिरत राहिला.

बंगाली संगीत रवीन्द्रनाथांना प्रिय होतेच, पण पाश्चात्त्य संगीताचाही ते मनमुराद आस्वाद घ्यायचे. सूर आणि संगीताचा विशेष अभ्यास करताना एकदा अचानक हर्बर्ट स्पेन्सरचे एक वाक्य त्यांच्या वाचनात आले. सुरांचे प्राधान्य फक्त संगीतातच नसते, तर जीवनातल्या सामान्य व्यावहारिक संभाषणातही त्यांना एक विशेष स्थान असते. सामान्यपणे एखादा संवाद गद्यात चाललेला असतो पावेतो त्यात वेगळेपण नसते, पण त्यात एखाद्या भावनेचा संचार झाला की त्यात तत्काळ सूर प्रकट होतात. आपण आनंद, शोक, क्रोध, विस्मय वगैरे भावनांची अभिव्यक्ती केवळ शब्दांनी करत नाही; त्यात शब्दांना सुरांचाही स्पर्श होतो. हर्बर्ट स्पेन्सरचे हे निरीक्षण वाचून रवीन्द्रला भारी आश्चर्य वाटले. असे जर असेल, तर वेगवेगळ्या सुरांनी वेगवेगळे भाव गीतातून प्रकट करत ते अभिनित केले, तर त्यांतून एक सुंदर नाट्यप्रयोग निर्माण होईल; असा विचार त्यांच्या मनात आला. त्यांच्या मनात वाल्मीकीविषयीची एक कथा बऱ्याच काळापासून रेंगाळत होती. वाल्मीकीच्या मूळ

प्रमाण कथानकात त्यांनी थोडेसे बदल केले. हर्बर्ट स्पेन्सरचे निरीक्षण लक्षात घेत, सूर आणि संगीत यांद्वारा भाव प्रकट होतील अशी त्याची नवी रचना करण्याचे ठरवले. या नाटकाचे नाव 'वाल्मीकी प्रतिभा' असेच ठेवले.

'वाल्मीकी प्रतिभा' नाटकाचा पहिला प्रयोग ठाकुरांच्या हवेलीत सादर झाला तो दिवस रवीन्द्रनाथांना आठवला. वाल्मीकीची भूमिका त्यांनी स्वत:च केली होती आणि वाल्मीकीवर प्रसन्न झालेल्या सरस्वतीची भूमिका कादंबरीने केली. आपल्या अभिनयातून प्रसन्नतेचे भाव कादंबरीने असे काही प्रकट केले की, श्रोते मंत्रमुग्ध होऊन गेले. लक्ष्मी आणि सरस्वती या दोन शक्तींपैकी वाल्मीकी सरस्वतीच्या चरणापाशी लीन होण्याचे ठरवतो. या भावपूर्ण दृश्यात सूर, संगीत आणि अभिनय अगदी चरणसीमेवर जाऊन पोहोचायचे.

सरस्वती झालेल्या भाभीराणींनी वाल्मीकीच्या मस्तकावर हात ठेवून जे स्मित केले होते, ते इतक्या लवकर मिटून जाईल याची कुणाला काही कल्पना तरी आली होती का? 'वाल्मीकी प्रतिभा' नाटकाचा प्रयोग इतका देखणा व्हायचा, की खुद्द महर्षी देवेन्द्रनाथांनी कलकत्त्यातील अभिजनांना अनेकवार आमंत्रणे देऊन त्याचे वारंवार प्रयोग केले होते. वाल्मीकीचे अस्तित्व आज आत्ताही एक अंतिम सत्य आहे, पण काल-परवापर्यंत सरस्वतीचे अस्तित्व एक परमसत्य होते, ते मात्र सदासाठी विलयास गेले होते.

रवीन्द्रनाथांना भाभीराणींनी लग्नासाठी कसे तयार केले होते, ते सारे आत्ता आठवत होते. भाभीराणींच्या वागणुकीविषयी कुटुंबात आतल्याआत चुगल्या चहाड्यांना ऊत आला, तसे ज्योतिरिन्द्रनाथ ठाकुरांच्या हवेलीतून वेगळे होऊन सदर स्ट्रीटवरच्या बंगल्यात राहायला गेले. रवीन्द्रनाथही महिन्यातले बरेच दिवस ज्योतिदादांबरोबर त्यांच्या बंगल्यातच राहायचे. त्यांची मोठी बहीण सुवर्णाकुमारी आणि सौदामिनी, बडोदादा द्विजेन्द्रनाथांची पत्नी या सगळ्यांना मात्र रवीन्द्रनाथांचे सदर स्ट्रीटवरच्या बंगल्यात राहणे आवडायचे नाही. त्यांनी रवीन्द्रनाथांच्या लग्नाची घाई सुरू केली. या बहिणींनी, वहिन्यांनी वडलांना सांगून रवीन्द्रनाथांसाठी उपवर मुली पाहायला सुरुवात केली.

मुलीच्या पसंतीबद्दल घरात चर्चा व्हायची, तेव्हा रवीन्द्रनाथ का कुणास ठाऊक, पण एखाद्या त्रयस्थ माणसासारखे अलिप्त राहायचे. वहिनी, बहिणी काही बोलायच्या किंवा त्यांना बळेच आपल्या बोलण्यात ओढून घ्यायच्या; पण तरी रवीन्द्रनाथ त्याला कसलाही प्रतिसाद द्यायचे नाहीत. फक्त मौन धारण करायचे. त्यांच्या या मौनानं घरात सगळ्यांची पंचाईत करून ठेवली होती.

बंगालमधे ज्या वेळेस नबाबी मुसलमानांचे राज्य पसरले होते आणि ब्रिटिश ईस्ट इंडिया कंपनीने व्यापारात अजून आपला जम बसवला नव्हता, त्या काळी

देवेन्द्रनाथांच्या एका पूर्वजाने मुसलमानांच्या पंगतीत त्यांच्यासह भोजन घेतले होते. त्यांच्या या अपराधाबद्दल त्यांच्या जातिबांधवांनी त्यांना पीरअली असे नाव दिले होते. हा पीरअली तर मरण पावला, पण जातवाल्यांनी त्याच्या वारसदारांना 'पीराली' असे म्हणणे सुरूच ठेवले. या ठाकुरांच्या माथ्यावर पीराली हा एक कलंक होताच, म्हणून मग इतर शुद्ध ब्राह्मण या कुटुंबाशी बेटीव्यवहार करताना मागंपुढं पाहायचे. त्यामुळे घरातल्या मंडळींना योग्य वाटेल अशा ठिकाणी रवीन्द्रनाथांचे लग्न जुळवण्यात अडचणी येत होत्या अन् त्यात वर रवीन्द्रनाथांचे हे मौन सगळ्यांना चीड आणत होते.

''ठाकुरपो!'' एक दिवस कादंबरीने रवीन्द्रनाथांना समजावून सांगत म्हटले. ''तुम्ही मोठ्या बहिणींना, भाभींना विवाहाबद्दल काही उत्तर का नाही देत आहात? त्यानं सगळ्यांचा जीव काळजीत पडलाय.''

रवीन्द्रनाथांनी कादंबरीकडे पाहिले, पण ते काहीच बोलले नाहीत.

''उत्तर द्या नं, आता! तुम्ही आता लग्नाला तयार झालंच पाहिजे.''

''खरंच?'' रवीन्द्रनाथांनी विचारलं, ''तुम्ही हे खरंच म्हणताय, भाभीराणी?''

''हो.'' कादंबरीने डोळ्याला डोळा न देत म्हटले, ''तुम्ही आता वेळेवरी लग्न करून घ्यावं, हेच चांगलंय.''

''बरंय, मी करेन लग्न...'' रवीन्द्रनाथांनी म्हटले, ''पण मग तुम्हालाच माझ्यासाठी मुलगी शोधावी लागेल.''

''जरूर शोधून देईन, अगदी तुम्हाला आवडेल अशीच मुलगी. सांगा कशी मुलगी तुम्हाला आवडेल?''

''भाभीराणीसारखी!'' रवीन्द्रनाथ ओठांतल्या ओठांत पुटपुटले अन् एकदम झप्दिशी पाठमोरे होत वळले.

कादंबरी एकदम अवाक् झाली. तिचे ओठ थरथर कापत राहिले. दोन्ही हातांचे तळवे एकमेकांत गच्च धरत तिने आपल्याच हातांचा आधार घेतला.

पण आता कादंबरी नव्हती आणि रवीन्द्रनाथांना हे सगळे विसरता येत नव्हते.

५

वादळ, पाऊस इथपासून ते ठाकुरांच्या हवेलीतल्या काकाकुव्यापर्यंत सगळ्यात जिवंत रस असणाऱ्या रवीन्द्रासाठी शाळेत जाऊन अभ्यास करायचा, ही सर्वांत नावडती गोष्ट होती. शाळेच्या चार भिंतींत त्याचा जीव गुदमरायचा. शिक्षकांनी सांगितलेले त्याला तत्काळ समजायचे, पण त्याची पुन्हा उजळणी करायला सांगितली तर जमायचे नाही. तो कंटाळून जांभया द्यायचा अन् सरळ वर्गाबाहेर पडायचा.

सगळ्यात पहिल्यांदा सामान्य अभ्यास शिकवणारी नॉर्मल स्कूल आणि मग बंगाली भाषा, साहित्य अन् संस्कृतीविषयी विशेष ज्ञान देणारी बेंगाल ॲकॅडमी; शेवटी ख्रिस्ती आणि पाश्चिमात्य पद्धतीचे आधुनिक शिक्षण देणारी सेंट झेव्हियर्स स्कूल– या तिन्हींपैकी एकही शाळा त्याला आपलीशी वाटली नाही. शाळेच्या चार भिंतीत कोंडून न घेणारे त्याचे हे स्वाभाविक वळण लक्षात आल्यावर देवेन्द्रनाथांनी घरातच त्याच्यासाठी शिक्षकाची खास व्यवस्था केली, पण रवीन्द्रला या शिक्षकाजवळ बसून शिकणेही आवडत नव्हते.

ज्ञानबाबू हे त्याचे शिक्षक इंग्रजी, संस्कृत आणि बंगाली शिकवायचे. शेक्सपिअरचे 'मॅकबेथ' आणि कालिदासाचे 'शाकुंतल' ते आपल्या पद्धतीने समजावून सांगत आणि रवीन्द्रला त्याचा बंगाली अनुवाद करायला लावत. रवीन्द्रला हे काम अजिबात आवडायचे नाही. कंटाळून मग ते आपल्या या विद्यार्थ्याला एका खोलीत कोंडून टाकायचे आणि बाहेरून कडी लावून आपण स्वत: दरवाज्याजवळ बसायचे.

"रवीन्द्र!" ज्ञानबाबू या विद्यार्थ्याला सोडवण्यासाठी अटी घालायचे.

"टेबलावर 'मॅकबेथ' आणि 'शाकुंतल' ठेवलीत. काल त्यातला जो भाग अर्धवट राहिला आहे, त्याचा बंगाली अनुवाद पूर्ण होत नाही, तोपर्यंत दरवाजा उघडला जाणार नाही."

बंद दरवाज्याने रवीन्द्रचा जीव घाबराघुबरा व्हायचा आणि मग तो ज्ञानबाबूच्या आज्ञेप्रमाणे लवकर सुटका व्हावी म्हणून अनुवाद करायला लागायचा.

अघोरबाबू व्याकरण आणि असाच इतर भाग शिकवायला यायचे. व्याकरणाचे कुठलेही नियम रवीन्द्रला मुळात लक्षातच राहायचे नाहीत. भरभक्कम शरीराचे

अघोरबाबू असले अघोरी नियम लक्षात ठेवूनही कसे काय तगडे राहिले आहेत, याचे रहस्य रवीन्द्रला समजायचे नाही. ज्या दिवशी धुवांधार पाऊस पडायचा आणि रस्त्यावर गुडघा-गुडघा पाणी साठायचे, त्या दिवशी रवीन्द्रला मनातून हायसे वाटायचे की चला, आज काही अघोरबाबू येत नाहीत; पण त्याची ही आशा पाण्यात जायची. बरोबर ठरलेल्या वेळेला गल्लीतल्या कोपऱ्यावर अघोरबाबूंची छत्री दिसायचीच आणि रवीन्द्र निराश व्हायचा.

रवीन्द्रला शिक्षण देण्याचा हा सगळा खटाटोप दीर्घकाळ चालला. दोन्ही पक्षांना धीर होता, पण रवीन्द्रच्या वडीलधाऱ्या पक्षाचे धैर्य मात्र आता संपत आले होते. रवीन्द्र आता किशोरावस्थेत आला होता आणि अजूनपर्यंत बंगाल युनिव्हर्सिटीच्या मॅट्रिकपर्यंतही पोहोचला नव्हता, त्यात अजून सत्येन्द्रनाथ हे मोठे भाऊ विलायतेला जाऊन आय. सी. एस. सारखी उच्च परीक्षा उत्तीर्ण होऊन आले, तेव्हा तर घरातले सगळे जण रवीन्द्रच्या बाबतीत अधिकच निराश झाले. त्या वर्षी आय. सी. एस. च्या परीक्षेत एकंदर फक्त पन्नास विद्यार्थी पास झाले होते अन् त्यात रवीन्द्रचा मोठा भाऊ सत्येन्द्रनाथ एकमेव हिंदी विद्यार्थी होता. सत्येन्द्रनाथाला ताबडतोब हिंदुस्थानी सिव्हिल सर्व्हिसमध्ये जिल्हा न्यायाधीशाचा हुद्दा मिळाला.

अशा परिस्थितीत शिक्षणाविना रवीन्द्र अगदी तसाच राहणे, हे ठाकूर परिवारासाठी कमीपणाचे होते. महर्षी देवेन्द्रनाथ कुठल्याही तकलादू शिक्षणाचा कैवार घेणारे नव्हते; पण रवीन्द्रने उच्च शिक्षण घ्यावे, जीवनात काही तरी महत्त्वाचे स्थान मिळवावे, अशी मात्र त्यांची फार इच्छा होती.

"रवीन्द्रला शिकवण्याची आपली आशा आता अगदी फोल ठरलीय." सगळ्यात पहिल्यांदा मोठ्या बहिणीने म्हणजे सुवर्णाकुमारीने असा निराशेचा सूर लावला.

"खरंय." सौदामिनीने– दुसऱ्या बहिणीने तिच्या होला हो करत दुजोरा दिला, "रवीन्द्र मोठा होऊन काहीतरी कर्तृत्ववान माणूस बनेल, अशी आशा वाटत नाहीये मला."

"एक रस्ता आहे, प्रयत्न करून पाहू या."

द्विजेन्द्रनाथाने– मोठ्या भावाने गंभीर होत म्हटले. "रवीन्द्रला आपल्या इथली हिंदू शिक्षणपद्धती रुचत नसेल, तर त्याला इंग्लंडला पाठवू या. लंडनच्या वातावरणात त्याने शिक्षण घेतले तर त्याला बरेच काही शिकता येईल... हेच शिक्षण पुढे त्याला कामाला येईल."

मोठ्या भावाच्या– द्विजेन्द्रनाथाच्या सूचनेला हेमेन्द्रनाथ, ज्योतिरिन्द्रनाथ या सर्वांनी सहमती दर्शवली. जिल्हा न्यायाधीश झालेले सत्येन्द्रनाथ त्या वेळेस अहमदाबाद मुक्कामी होते, त्यांच्याशी संपर्क साधला, तेव्हा त्यांनी लिहिले,

'काही काळाने मलाही माझ्या कामकाजासाठी लंडनला जावे लागण्याची

शक्यता आहे. माझा लंडनचा निवास सहपरिवार असेल. रवीला मी माझ्याबरोबर घेऊन जातो. पण त्या आधी तो कुटुंबापासून वेगळा होऊन एकटा राहिला, तर त्याच्यात जबाबदारीची भावना वाढीस लागेल. त्यासाठी रवी काही महिने माझ्याबरोबर अहमदाबादेत राहील, अशी व्यवस्था आपण करू.'

घरातल्या सगळ्यांनाच हा प्रस्ताव आवडला. योगायोगाने हा बेत अमलात येण्याआधीच सत्येन्द्रनाथांची पत्नी आणि दोन्ही मुले अचानक इंग्लंडला गेली. सत्येन्द्रनाथांना नोकरीमुळे जायला अजून वेळ होता.

सत्येन्द्रनाथ घरात एकटेच राहत होते. रवीन्द्रला असे एकटे राहायला शिकले पाहिजे, म्हणून त्याला तेथे पाठवण्यात आले. रवीन्द्र त्या वेळेस सोळा वर्षांचा होता.

सोळा वर्षांत त्याने साहित्यिक निर्मिती आणि संगीत यांत खूप खोलवरची अभिज्ञता प्रकट केली होती. देवेन्द्रनाथ आणि द्विजेन्द्रनाथ दोघेही रवीन्द्राच्या प्रगतीबद्दल मनोमन प्रसन्न होते. 'अमृतबझार पत्रिका' आणि 'ज्ञानांकुर'सारख्या मासिकांत किशोर रवीन्द्रच्या रचना छापून यायच्या, हे पाहून साहित्यप्रेमी ठाकूर परिवारातील वडीलधारे आनंदित व्हायचे; पण क्षणोक्षणी बदलणाऱ्या गतिमान काळात आधुनिक शिक्षण घेतले नाही, तर टिकून राहणे कठीण होते.

बडोदादा द्विजेन्द्रनाथने सांगूनच टाकले होते, "कविता रचणे, लिहिणे चांगलेच आहे; पण रवीन्द्रने सत्येन्द्रसारखे शिकून-सवरून नाव काढले, तर त्याची कविता सोळा आणे खुलून दिसेल. त्यासाठी जरूर पडल्यास वेळप्रसंगी त्याच्याशी कडकपणाचे धोरणही ठेवावे लागेल."

अहमदाबादमध्ये सत्येन्द्रनाथ ज्या घरात राहत होते, ते घर पाहून तरुण रवीन्द्र आश्चर्यचकित झाला. कलकत्त्यातील ठाकुरांची हवेली काही लहान-सहान नव्हती, पण त्या भल्याथोरल्या हवेलीत माणसांची भरपूर वस्ती होती, म्हणून मग तिची ही विशालता खायला उठायची नाही.

अहमदाबादचे हे नवे घर ठाकुरांच्या हवेलीसारखे अतिशय विशाल होते, पण त्यात राहत कोण होते? तर, सत्येन्द्रनाथ आणि रवीन्द्रनाथ हे दोघेच जण. निव्वळ काळ्याकुट्ट दगडाची ही भव्य इमारत साबरमती नदीच्या काठावरच होती.

मोगल बादशहाच्या शहजादा खुर्रमने गुजरातचा सुभेदार म्हणून काम करताना सतराव्या शतकात आपल्या कारकिर्दीत ती बांधून घेतली होती. दोन शतकांनंतरही त्याच्या दगडाच्या भिंती तशाच्या तशाच भक्कम उभ्या होत्या. मोगल सल्तनतीच्या पतनानंतर ही इमारत अधून-मधून ब्रिटिश अंमलदारांनी आपल्या वापरासाठी उपयोगात आणली आणि आता ती अहमदाबाद जिल्ह्याच्या न्यायाधीशांना निवासासाठी देऊ करण्यात आली होती.

सत्येन्द्रनाथ सकाळपासूनच आपल्या सरकारी कामासाठी न्यायालयात जायचे.

त्यानंतर सगळा दिवस रवीन्द्र आपला एकटाच त्या दगडांच्या भव्य इमारतीत आपला दिवस घालवायचा.

सत्येन्द्रनाथांच्या स्वत:च्या खासगी ग्रंथालयात अनेक पुस्तके होती आणि रवीन्द्र आपल्या स्वत:च्या आवडीचे एखादे पुस्तक घेऊन या इमारतीच्या वेगवेगळ्या खंडांत इतस्तत: फिरत राहायचा. या इमारतीच्या उंच-उंच दगडी भिंती पाहून त्याला नवलाव वाटायचा. या भिंतींना मानवी सहवासाची किती तीव्र आच लागली असेल, असा एक विचित्र विचार त्याच्या मनात यायचा.

या चिऱ्यांनी, इथल्या या भिंतीत जडल्यावर कधी कुठलं स्वप्न साकार होताना पाहिलं असेल की नाही, अशा विचाराने त्याचे मन घेरले जायचे. ही इमारत बांधून झाल्यावर मोगल शाहजादा खुर्रम, हिंदुस्थानचा बादशहा शाहजहां बनला होता. शाहजहान झाल्यावर खुर्रमचे हे भवन तो कदाचित विसरूनही गेला असेल. काही थोडे इंग्रजी अमलदार सोडले तर यापूर्वी इथे कुणी फारसे वस्तीला आले नव्हते. भिंतींच्या या दगडांना मानवी वसाहतीची ओढ किती आतून लागलेली असेल याची कल्पना करत, रवीन्द्र झरोक्यात बसून राहायचा. झरोक्यातून साबरमतीचा क्षीण प्रवाह त्याला दिसत राहायचा.

काही काळानंतर सत्येन्द्रनाथ रवीन्द्रच्या एकाकीपणाच्या अवस्थेविषयी पुन्हा नव्याने विचार करू लागले. आता थोड्याच काळात त्यांचे इंग्लंडला जायचे नक्की ठरत होते. रवीन्द्र इथे राहतोय तसाच राहिला, तर इंग्लंडमधल्या समाजाविषयी त्याला फारसे काही समजणार नाही. रवीन्द्रचा एकलकोंडेपणा आणि लाजरी वृत्ती सत्येन्द्रनाथांना चांगली माहीत होती. तिथे त्याला जर काही पुढे यायचे असेल, तर हा बुजरेपणा कामाचा नाही, अशी एक बारीकशी काळजी त्यांना असायची. त्याचा हा स्वभाव बदलावा, त्याला सगळ्यांच्यात मोकळेपणाने मिसळता यावे, वावरता यावे, इंग्रजी वातावरणाशी तो परिचित व्हावा; म्हणून सत्येन्द्रनाथांनी त्याला मुंबईला पाठवण्याचे नक्की केले.

मुंबईतले डॉ. आत्माराम तर्खडकर त्यांचे मित्र होते. वयाने ते तसे सत्येन्द्रनाथांपेक्षा मोठे, पण सत्येन्द्रनाथ इंग्लंडला आय. सी. एस. ची परीक्षा द्यायला गेले होते, तेव्हा तिथे त्यांची ओळख झाली. आत्मारामांना लंडन परके नव्हते. त्यांचा अभ्यासही तिथेच झाला होता.

अभ्यास पूर्ण झाल्यावर मुंबईतल्या गिरगावात त्यांनी दवाखाना काढला अन् जवळच राहायला घर घेतले. त्यानंतरही आत्माराम दोन-तीनदा आपल्या कुटुंबासह लंडनला जाऊन आले. त्यामुळे त्यांच्या परिवारातही रोजच्या जगण्याला पाश्चात्त्य रीतिरिवाजांची ढब होती.

सत्येन्द्रनाथांना वाटले, की रवीन्द्र जर काही दिवस या कुटुंबात राहिला, तर

दैनंदिन जगण्यातले अनेक पाश्चिमात्य रीतिरिवाज तो सहज आत्मसात करू शकेल. असे थोडेसे शहाणपण शिकल्यावर मग त्याला लंडनमधल्या कुठल्यातरी शिक्षणसंस्थेत दाखल करता येईल, कुणा कुटुंबात पेइंग गेस्ट म्हणून ठेवता येईल. आपल्या नोकरीमुळे आपल्याला लंडनहून परत जावे लागेल तेव्हा रवीन्द्रला जर ब्रिटिश कुटुंबात राहावे लागले, तर त्याची मानसिक तयारी आत्तापासून होणे आवश्यक होते. आत्माराम तर्खडकरांच्या कुटुंबात रवीन्द्रची ही गरज पूर्ण झाली असती. डॉ. आत्मारामांचा स्वभावही उदार, मनमिळाऊ होता. रवीन्द्रला ते आपल्या कुटुंबात सहज सामावून घेतील, अशी सत्येन्द्रनाथांना खात्री होती, श्रद्धा होती.

सत्येन्द्रनाथांची श्रद्धा फळाला आली खरी. सत्येन्द्रनाथांनी विचारणा केल्याबरोबर उत्तरादाखल आत्मारामांनी लगेच तार केली की, रवीन्द्रला पाठवून द्या; हे त्याचेच घर आहे.

आत्मारामांची पत्नी कासोट्याच्या नऊवारी साडीऐवजी बंगाली पद्धतीने साडी नेसायची. तत्कालीन मराठी समाजाच्या दृष्टीनं ही सुधारणा जरा जास्तच होती. आत्मारामांना एकच अपत्य होते. ते म्हणजे त्यांची मुलगी अनू. उंच, गोरी, सुडौल बांध्याची अनू इंग्रजी मुलींसारखा फ्रॉक घालायची, तेव्हा अगदी इंग्रजी मडमेसारखी दिसायची. या कुटुंबात त्या काळात जेवणासाठी डायनिंग टेबल वापरले जायचे आणि जेवताना सुरीकाट्यांचा उपयोग व्हायचा. कलकत्त्याला ठाकूर परिवारात जमिनीवर पाट मांडून सगळ्यांची मोठ्ठी पंगत असायची. कितीदा तरी शुभ कार्यात अथवा सणावाराच्या दिवशी केळीच्या पानावरही भोजन वाढले जायचे. महर्षी देवेन्द्रनाथ जेवणाच्या प्रारंभी, "अहं वैश्वानरो भूत्वा, प्राणीनाम् देहमाश्रितां" हा श्लोक खणखणीतपणाने म्हणायचे. पंगतीतले सगळे जण त्या मागोमाग श्लोकाचे पठण करायचे अन् मगच जेवणाला सुरुवात व्हायची.

असं असूनही आत्मारामांच्या परिवारात रवीन्द्रला अजिबात परके किंवा अनोळखी वाटले नाही. पहिल्याच दिवशी, रवीन्द्रला आपण जणू वर्षानुवर्षे ओळखतोय असे दाखवत आत्मारामांनी त्याचे स्वागत केले.

रवीन्द्रला आपली मुलगी अनू हिच्यावर सोपवत ते म्हणाले, "अनू, हा रवीन्द्र काही दिवसांतच इंग्लंडला जाणार आहे. तुला त्याला तयार करायचंय. रवीन्द्र काहीसा बुजरा आहे, असं सत्येन्द्रनाथ मला सांगत होता. त्याचा संकोच, बुजरेपणा घालवायचा आहे आणि इंग्लंडमध्ये त्याला काही अपरिचित वाटणार नाही, अशा रीतीनं त्याला शिकवायचंय."

"बाप रे!" अनूने हातभर जीभ बाहेर काढत विस्फारित नेत्रांनी म्हटले, "इंग्लंडमधे तर मुलीदेखील लाजऱ्या नसतात, तिथं बिच्चाऱ्या या रवीन्द्रचं काय होणार?" अनूने रवीन्द्रकडे डोळे मिचकावत बघितले.

अनू याआधी वडिलांबरोबर दोनदा युरोपच्या प्रवासाला जाऊन आली होती. सहा महिन्यांपूर्वीच तिची शेवटची युरोप सफर पार पडली होती. युरोपची हवा, मुक्त वातावरण, शिक्षणाची क्षितिजे हे सगळे अनूच्या मनाजोगते होते. पतंगासारखी भिरभिरत, पाखरासारखा किलबिलाट करत अनू बोलायची, तेव्हा रवीन्द्र ते लक्षपूर्वक ऐकायचा. आपल्या युरोपच्या प्रवासाचे वर्णन ती बारकाईने करायची, तेव्हा रवीन्द्र ते आश्चर्याने ऐकत राहायचा. का कुणास ठाऊक, पण अनूचे हे मनमोकळे वागणे पाहून त्याला कादंबरीची आठवण येत होती.

"रवीन्द्र!" एक दिवस समोरच्या खुर्चीवर बसलेल्या रवीन्द्रकडे पाहून अनू म्हणाली, "या इथे या सोफ्यावर माझ्याशेजारी येऊन बस. मला तुला एक गोष्ट शिकवायची आहे."

रवीन्द्रला काही तिची सूचना कळली नाही. तो आपल्या जागेवरच बसून राहिला.

"तुला माहित्येय रवीन्द्र, मी तुझ्यापेक्षा तीन महिन्यांनी मोठी आहे?" अचानकच अनूने विचारले.

रवीन्द्रला एकदम नवल वाटले. अनूला कसे कळले हे? त्याने आपले बावळटासारखे विचारले, "तुला कसं काय कळलं, अनू?"

"मला जादूचे खेळ येतात. परकाया प्रवेश करता येतो. तुझ्या मनात काय चालले आहेत, हे पण मी आत्ता जाणू शकते. बोल, तू आत्ता कुणाचा विचार करतोयस, ते सांगू?"

रवीन्द्र एकदम अवा झाला. अनू म्हणतेय तशी खरोखर काही किमया ती जाणतेय की काय...

आत्ता तो मनातल्या मनात खरोखर अनू आणि कादंबरीची तुलना करत होता. अनूला जर हे कळले, तर कादंबरी म्हणजे कोण, हे विचारल्याशिवाय ती राहणार नाही. कादंबरी कोण, ह्या प्रश्नाचे उत्तर सोपे होते. कादंबरी म्हणजे भाभीराणी. पण रवीन्द्र अशी तुलना का करतोय, असा अवघड प्रश्न अनूनं विचारला तर, रवीन्द्र त्याचं काय उत्तर देणार?

रवीन्द्रला वाटले की, या मुलीसमोर आपण नगण्य होतोय. कदाचित ती आपल्याविषयी, कुणास ठाऊक, कसल्या कल्पना करत असेल! रवीन्द्र बोलका नाही; पण म्हणजे त्याच्याजवळ बुद्धी, प्रतिभा काहीच नाही, असाही ती विचार करत असेल. त्याच्या मनाला जणू कसलासा दंश झाला. आपण काहीतरी विशेष आहोत, हे या मुलीला दिसले पाहिजे.

"माझ्या मनात काय चालले आहे, हे सांगणं तुझ्यासाठी अगदी सोप्पं आहे." रवीन्द्र गंभीरतेने म्हणाला.

"ते कसं काय?" आता आश्चर्य वाटण्याची पाळी अनूची होती.

"कारण एका कवीच्या मनात कवितेशिवाय दुसरा कुठलाही विचार येणं शक्य नाही, हे तुझ्या विद्येच्या प्रभावानं तू जाणतेसच."

"ओ! तू कवी आहेस?" अनूने आश्चर्यानं आ वासला. "वा रे कविराज! तुम्ही कवी आहात, हे मी कसं काय मानू? एक कविता ऐकवाल तर समजेल ना मला!"

"माझी कविता आहे बंगाली भाषेत. तुला कशी काय समजेल ती?"

"कविता कळली नाही तर काय झालं, कवीला समजू शकते ना मी!"

"बरंय! मग ऐक ही कविता."

क्षणभर तिथे नि:स्तब्धता पसरली. रवीन्द्रला आपण रचलेल्या अनेक कविता आठवल्या. भाभीराणींना 'स्वप्नप्रयाण' काव्य फार आवडायचे. रवीन्द्रने लिहिलेल्या 'कविकाहिनी' काव्याचीही भाभीराणी भारी प्रशंसा करायच्या. 'कविकाहिनी' काव्याची नायिका नलिनी ही या अनूसारखीच होती.

रवीन्द्रने 'कविकाहिनी' काव्याची दोन कडवी गाऊन दाखवली. त्याच्या सुरेल गळा अन् भरदार घोटीव आवाजाचे प्रतिध्वनी त्या भिंतींतून उमटत राहिले. रवीन्द्रचे हे रूप अनूला अनोखे होते. एकही शब्द तिला कळला नव्हता, पण ती मुग्धपणानं त्याचा सुरेल गळा अन् चेहऱ्यावरले भाव यांचा आनंद अनुभवत होती.

"अरे! तू गातोयस किती सुंदर!" गाणं पूर्ण झाल्यावर अनू म्हणाली. "तर या गीताचा एकही शब्द मला कळला नाहीये, पण तू माझ्या परीक्षेला उतरलास, तरच मी तुला कवी म्हणेन."

"परीक्षा?" रवीन्द्र म्हणाला, "परीक्षेला भिऊन तर मी इथे आलोय."

"ते असू दे, पण मी तुला कवी म्हणायचं असेल, तर तुला माझं एक सुंदर अन् नवं नाव ठेवावं लागेल." जराशा सहज लबाडपणानं ती डोळे फडफडवत म्हणाली.

"तुझं नाव अन्नपूर्णा आहे ना, ते पुरेसं नाही?"

"अन्नपूर्णा सगळ्यांना माहीत असलेलं नाव आहे. मला कवीनं दिलेलं नवं आणि अगदी वेगळं नाव पाहिजे. बोल, देऊ शकशील तू मला नवं नाव?"

रवीन्द्रच्या मनात क्षणभर काहीसे चमकून गेले. थोड्या वेळापूर्वीच 'कवि-काहिनी' कवितेतल्या नलिनीचे त्याला स्मरण झाले होते. ही नलिनी खरोखरच जर सदेह पृथ्वीवर उतरून आली, तर ती अनूसारखीच दिसेल अगदी.

त्याने सहज पण जरा हिमतीने म्हणूनही टाकले, "बरंय तर! आजपासून मी तुझं नाव नलिनी ठरवलंय. आवडेल ना हे नाव तुला?"

"नलिनी! अरे, फारच सुंदर नाव आहे! आजपासून तू अनूची नलिनी केलीस म्हणजे आता तू खरंच कवी झालास! फार आवडलंय मला हे नूतन नाव." अनूने रवीन्द्रचे दोन्ही खांदे धरत म्हटले.

६

दुसऱ्याच दिवशी नलिनीने रवीन्द्रला म्हटले, "रवीन्द्र, काल तू मला जी कविता ऐकवलीस ना, तिचा अर्थ मला जाणून घ्यायचाय. तू माझ्याबरोबर राहून त्याचा इंग्रजी अनुवाद का नाही करत?"

रवीन्द्रचे हे आवडते काम होते. त्याने नलिनीचे म्हणणे अगदी आवडीने स्वीकारले. 'कविकाहिनी'तील बंगाली शब्दांचे अर्थपूर्ण अशा इंग्रजी भाषेत रूपांतर करायला त्याने सुरुवात केली. त्याच्या या कामात नलिनीनेही त्याला उत्साहाने साथ दिली. नलिनी इंग्रजीत निपुण होती. अनेक वेळेला ती रवीन्द्रचे शब्दही सुधारत असे. नलिनीची ही सूक्ष्म समज पाहून रवीन्द्रचे मनही पुलकित झाले. कितीतरी दिवस दोघेही या अनुवादाच्या कामात पार बुडून गेले.

नलिनीची स्मरणशक्ती अतिशय तल्लख होती. अनुवादित कविता ती लगेच पाठ करायची, कधी कधी कवितेच्या या ओळी ती इंग्रजी धुनमध्येही गाऊन दाखवायची.

हा सगळाच अनुभव अद्भुत होता. आपल्याच बंगाली कवितेचा या रीतीनेही आस्वाद घेता येतो, अशी कल्पनाही रवीन्द्रने केली नव्हती.

अनुवाद जेव्हा पूर्ण झाला, तेव्हा नलिनीने म्हटले, "रवीन्द्र, आता ही संपूर्ण इंग्रजी कविता तू तुझ्या भावपूर्ण स्वरात ऐकव."

रवीन्द्रने नलिनीची ही सूचना मानली आणि नलिनीच्या दालनात बसूनच या कवितेचा इंग्रजी अनुवाद त्याने ऐकवला. नलिनी कवितेचा एकेक शब्द मुग्ध होत, रससमाधीत मग्न झाल्यासारखी ऐकत होती. समोर बसून कविता ऐकत असलेल्या नलिनीकडे रवीन्द्र पाहत राहिला. कविता वाचत असताना रवीन्द्र अगदी स्तब्ध होता. नलिनीचे दोन्ही डोळे मिटलेले होते. मिटलेल्या पापण्यांतला ओलसरपणा गालाकडे सरकत होता. काय करावे आणि काय बोलावे, हे रवीन्द्रला तत्काळ सुचले नाही. ही कविता भाभीराणींनाही आवडायची; पण आत्ता या क्षणी नलिनीच्या चेहऱ्यावरचा उत्कट भावाभिषेक अवर्णनीय होता.

"तू रडतेयस, नलिनी?" रवीन्द्रने विचारले.

"नाही. रडत नाहीये, प्रवाही बनत त्यात वाहतेय. तुझ्या काव्यातल्या या शब्दाशब्दानं अन् तुझ्या या गाण्यानं मी तरल झालेय. माझ्या या डोळ्यांतून माझे प्रवाही रूप वाहतेय!" नलिनीनं डोळे मिटत म्हटले.

रवीन्द्रने त्याच्या आत्तापर्यंतच्या काव्यविश्वात अनेक रमणीय कल्पनांचे सृजन केले होते; पण त्यात कुठेही नलिनी म्हणतेय असे तरल, वाहते रूप त्याने पाहिले नव्हते.

आपल्या आईजवळ आपल्या या समृद्ध काव्याचे रूप दाखवण्याची इच्छा त्याला अनेक वेळा झाली होती, पण माता शारदादेवींना अशी फुरसत कुठे होती? मोठ्या बहिणी, सुवर्णाकुमारी किंवा सौदामिनी कधी तरी कविता ऐकायच्या खऱ्या; पण त्यांना ऐकवण्यात रवीन्द्रला संतोष वाटेल असे काही नव्हते.

कादंबरीची बातच न्यारी होती. भाभीराणींजवळ आपली कविता वाचताना रवीन्द्रला काही वेगळीच अनुभूती यायची आणि आज नलिनीसमोर कविता वाचण्याचा अनुभव एकदम अननुभूत होता.

"खरं सांगू, रवीन्द्र?" नलिनीनं डोळे उघडले अन् तिचे ओठ पुटपुटले. "मी जेव्हा कधी मृत्युशय्येवर असेन, तेव्हाही तू अशीच कविता मला ऐकवलीस तर ती ऐकून मी माघारी फिरेन."

रवीन्द्रला वाटले, की त्याला भ्रम झालाय. नलिनी काय बोलतेय हे? आपला हात सरकवत त्याने अलगदपणाने नलिनीच्या ओल्या गालावरून आपली बोटे फिरवली. नलिनीच्या ओठांतून प्रसन्नतेचे हसू ओसंडले.

*

"रवीन्द्र!" एक दिवस नलिनी रवीन्द्रला म्हणाली, "तुझी अंगकाठी अगदी उत्तम आहे, पण मला वाटतंय की तुझ्यात फारशी ताकद नाहीये!"

नलिनीचे हे निरीक्षण रवीन्द्रला अगदी अजब वाटले. त्याला आपल्या शारीरिक शक्तीवर पूर्ण भरवसा होता.

"असं कशावरून तू म्हणतेस, नलिनी?" रवीन्द्रने विचारले.

"विसरलास? रवीन्द्र, मला जादूमंतर येते. सगळं समजतं मला."

"मग तुझं हे म्हणणं अगदी खोटंय! माझ्या ताकदीची खात्री आहे मला."

"ते पटवून दिलंस तरच खरं मानेन!" नलिनीनं रवीन्द्रला आव्हान दिल्यागत म्हटले.

"तू म्हणत असशील तर भक्कम वजन उचलून दाखवेन, नाही तर समुद्र किनाऱ्यावरल्या चौपाटीवर दोन तास पळत जाऊन येईन." रवीन्द्रनं आव्हान स्वीकारल्यासारखे म्हटले.

"हे काम तर कुणीही धट्टाकट्टा मजूरही करेल. तुझी परीक्षा मलाच घ्यायची आहे." भल्यामोठ्या दालनात मधोमध अंथरलेल्या गालिचावर उभी राहत नलिनीने आपला उजवा हात पुढे केला अन् ती म्हणाली, "तुझा हात माझ्या हातात पकड अन् बळानं मला तुझ्याकडे खेच. मीही तुला उलट्या दिशेने खेचेन. बघू या, आपल्या दोघांत कुणात ताकद जास्त आहे?"

नलिनी बुद्धिवान होती, पण आपल्यापेक्षा ती शरीरानंही अधिक ताकदवान असेल, अशी कल्पना मात्र रवीन्द्रला हास्यास्पद वाटली. नलिनीचा बांधा सुदृढ होता अन् देह मांसल होता, हे खरं; पण म्हणून ती रवीन्द्रशी बरोबरी करेल इतकी शक्तिवान असेल, ही गोष्ट अगदी हास्यास्पदच होती. रवीन्द्रला वाटले की, नलिनीच्या मनात तिच्या स्वत:विषयी जरा अधिक वावग्या कल्पना आहेत. तिचा हा कल्पनाविहार जरा अडवला पाहिजे.

"अरे! त्यात काय एवढे मोठे? ही गोष्ट म्हणजे माझ्या हातचा मळ आहे. एका मिनिटात तुझ्या शक्तीची पारख होईल."

नलिनीच्या अगदी बरोबर समोर येऊन रवीन्द्रने तिच्या पुढे केलेल्या उजव्या हाताच्या पंजात आपला पंजा दिला.

"चल, आता तयार?" नलिनीने परत एकदा रवीन्द्रला आव्हान दिले. "आय विश यू ऑल द बेस्ट!" दोन्ही हातात रवीन्द्रचा पंजा कुरवाळत तिनं स्पर्धेच्या शिस्तीचे अनुकरण केले.

रवीन्द्रने अगदी जोराने आपला हात खेचला. नलिनी तशीच ताठ उभी राहिली आणि मग दुप्पट जोराने तिने रवीन्द्रचा हात ओढला. रवीन्द्रला वाटले, नलिनी खरंच हट्टीकट्टी आहे. त्याने आपल्या मनगटातला जोर अधिक ताणला. नलिनीनेही पुन्हा जोर केला. आता मात्र रवीन्द्रने आपली पुरुषी ताकद मनगटात एकवटली आणि नलिनीला खेचले. अचानक काय झाले अन् कसे झाले हे समजण्याच्या आधीच नलिनीने आपला हात फुलासारखा करून टाकला. त्यामुळे निमिषार्धात रवीन्द्रने ओढले तशी ती खेचली गेल्याने जवळ आली आणि रवीन्द्रच्या छातीवर धडकली. रवीन्द्रला हे एकदम अनपेक्षित होते. तो चमकला. पटकन तो त्या क्षणीच मागे सरकला असता, तर नलिनी जमिनीवर आपटली असती. त्याने पाऊल मागे घेतले, पण नलिनीला आधार द्यायला त्याने तिच्या पाठीवर हात घट्टपणाने ठेवला.

"अरे व्वा! रवीन्द्र, तू आहेस खरा ताकदवान! तुझा चेहरा खरंच खूप छान दिसतोय!" नलिनीनं पूर्ववत् स्वस्थ होत म्हटले, "तुझ्या या विजयाबद्दल तू मला बक्षीस दिले पाहिजेस."

"बक्षीस? तुला देण्यासाठी माझ्याजवळ कवितेशिवाय काही नाहीच!"

"तुला एक वचन द्यावे लागेल!" मंद, मोहक हसत नलिनी म्हणाली.

"वचन? कसलं वचन? तू तर नवनवे उखाणेच घालतेयस!"

"ऐक, उखाण्याचे उत्तरही देत्येय." नलिनी म्हणाली, "तू कधीही दाढी वाढवायची नाहीस. तुझा चेहरा इतका देखणा आहे की, तो वाढवलेल्या दाढीआड कधीही झाकू नकोस." इतकं बोलून नलिनी खळखळून हसत म्हणाली, "बोल, देशील हे इनाम मला?"

"पण आजच्या आपल्या स्पर्धेत जिंकलोय मी! म्हणजे खरं तर बक्षीस तू मला द्यायला हवेस ना?"

"अजिबात नाही! तू नाहीच जिंकलास, मीच जिंकलेय." चेहऱ्यावर अवखळ स्मित पसरवत नलिनी म्हणाली, "तुला हार कशाला म्हणावे अन् जीत कशाला म्हणावे, तेही मुळी कळत नाहीये. तुझ्या या भोळेपणासाठीही तुला बक्षीस मिळायला पाहिजे. माग, माग. जे मागशील, ते देईन." नलिनीने नाटकी आविर्भावात आपल्या उजव्या हाताचा पंजा हवेत उंच करत म्हटले.

पण मागावे काय, ते रवीन्द्रला सुचत नव्हते. थोड्या वेळापूर्वी तो इनाम देणारा होता आणि नलिनीने इनाम मागितले होते, तेही किती विचित्र! आणि आता कोण चतुराईने ती रवीन्द्रला कसलेही बक्षीस द्यायला तयार झाली होती.

"काय मागावं नं, तेच सुचत नाहीये मला नलिनी! माझं इनाम राखून ठेव. मागून घेईन मी कधी तरी." रवीन्द्रने म्हटले.

"तथास्तु!" नलिनीने हात उंचावत परत म्हटले, "तुला मागताही येत नाहीये, त्याला मी काय करू? पण मी जे मागितलंय, ते भविष्यात मात्र लक्षात ठेव."

*

मुंबईत वेड्यासारखा पाऊस कोसळत होता. चौपाटीकडून जोरजोराने फुत्कार करत वाहत येणाऱ्या सोसाट्याच्या वाऱ्याने वातावरण आल्हाददायक झाले होते. डॉ. आत्माराम आणि त्यांची पत्नी दोघेही एका अगत्याच्या कामात गुंतले होते. पोटभर जेवणानंतर घर सुस्तीने आळसावले होते.

"रवीन्द्र, काही दिवसांनी तू अभ्यासासाठी इंग्लंडला जाणार, हे खरं ना?" नलिनीने विचारले.

"हो. बाबा, बडोदादा– सगळ्यांचीच अशी इच्छा आहे." रवीन्द्रने म्हटले.

"पण तुला काय वाटतंय?"

"शिकण्याचं वगैरे ठीकंय, पण इंग्लंडमध्ये जाऊन नवं काही पाहायला, जाणायला नि शिकायला मिळेल याचं मलाही आकर्षण आहे."

"पण इंग्रजी रीतीभाती माहिती करून घेतल्याशिवाय तू तिथे राहशील कसा?"

"त्या रितीभाती शिकायला मी इथं आलोय. तुम्ही सगळे मला जे शिकवताय, ते शिकतोच आहे ना मी?"

"त्या सगळ्या वरवरच्या गोष्टी झाल्या. चल, आज तुला मी इंग्रजी समाजाची एक अतिप्रिय रीत शिकवते. तुझ्यासारख्या मुलानं इंग्लंडला जाण्यापूर्वी हा रिवाज शिकलाच पाहिजे."

"आता हे काय आणखीन?" रवीन्द्रने आश्चर्याने विचारले.

"ऐक–" नलिनीनं आपले दोन्ही पाय लांब करत रवीन्द्रच्या बाजूलाच ठेवले. "माझ्या पायांत घातलेले हे रेशमी मोजे पाहिलेस?"

"ते आहेतच ना! त्यात काय पाहायचं?" रवीन्द्रला भारी आश्चर्य वाटले.

"जे काही पाहायचं किंवा समजायचं ते यानंतरच आहे!" नलिनीने त्याला समजावत म्हटले.

रवीन्द्रने कान टवकारले अन् डोळे नलिनीने घातलेल्या मोज्यांकडे वळवले.

"इंग्रजी समाजात तुझ्या-माझ्यासारखी तरुण मुलं-मुली एकत्र भेटतात तेव्हा असा एक रिवाज आहे की जो मुलगा तरुण मुलीने घातलेला मोजा हलक्या हातानं सरकावतो, तो त्या मुलीचं चुंबन घेऊ शकतो." नलिनीने मिस्किलपणाने म्हटलं.

"फारच विचित्र पद्धत आहे म्हणायची ही!" रवीन्द्र म्हणाला.

"आणि जो कुणी मुलगा हे करू शकत नाही, त्याला मुली हसतात. तू इंग्लंडमध्ये गेल्यावर स्वतःचं असं हसू होणार नाही, इकडं जरा लक्ष दे."

रवीन्द्रला फार चमत्कारिक वाटलं, काय अन् कसला हा रिवाज!

"बघ बाबा, मला झोप येत्येय. आज जेवण फारच झालंय. तुला काय अन् किती विचार करायचा, तो कर. मी एक डुलकी खाऊन घेते." आरामखुर्चीवर आपली मान रेलत तिच्या लांब हातावर आपले दोन्ही पाय टाकत नलिनीने आपले दोन्ही डोळे बंद केले.

भिंतीवर टांगलेल्या घड्याळाचा मिनिटकाटा टक्टक् आवाज करत काळाचे संगीत ऐकवत होता.

रवीन्द्रला कळेना की, नलिनीला अचानक झोप कशी काय यायला लागली. त्याला वाटले की, आता उभे राहावे आणि आपल्या खोलीत निघून जावे. समोरच डोळे मिटून देह सैलावून पडलेल्या नलिनीचे चित्र नजरेसमोरून पटकन बाजूला जाईल, असे नव्हते. रवीन्द्र पटकन उठू शकला नाही. इंग्रजी समाजात रूढ असलेल्या या रिवाजाविषयी नलिनी जे काही म्हणाली होती, त्याचाच विचार मनात रेंगाळत होता. आपल्या भारतीय समाजापेक्षा हा समाज किती वेगळा आहे! असे काही काही त्याच्या मनात येत होते.

नलिनीने सांगितले नसते, तर त्याला कसे काय कळले असते? त्याने

नलिनीने पसरलेल्या पायांतल्या मोज्यांकडे पाहिले.

थोड्या वेळाने नलिनीने हलकेच डोळे उघडले. तिचे मोजे तसेच्या तसेच होते. आळस देत ती म्हणाली,

"देव जाणे, तुझं कसं होईल ते?"

*

रवीन्द्रचा मुंबईतला मुक्काम पूर्ण होण्याचा दिवस जवळ आला होता. आपली मुलगी अनू आणि रवीन्द्र यांच्यात मैत्रीचा अंकुर कसा फुलतोय याकडे डॉ. आत्माराम कुतूहलाने पाहत होते. अनू वयाने रवीन्द्रपेक्षा तीन महिन्यांनी मोठी आहे, याकडे काणाडोळा करत या दोघांचा जोडा कसा झक्क साजून दिसेल, असा विचार डॉ. आत्मारामांच्या मनात यायला लागला. रवीन्द्र कलकत्त्याला जाईल आणि सत्येन्द्रनाथांबरोबर इंग्लंडला जायला रवाना होईल; त्या दरम्यानच आपण महर्षी देवेन्द्रनाथांना भेटलो आणि हा संबंध पक्का जुळून आला, तर हे काम एकदम फक्कड होईल, असे आत्मारामांना वाटले. आपल्या मनातला हा विचार त्यांनी सत्येन्द्रनाथांच्या कानांवर घातला.

आत्मारामांचे कुटुंब अन् विशेषत: अनूला सत्येन्द्रनाथ फार चांगले ओळखत होते. इंग्लंडला जाऊन आल्यानंतर नव्या जगाच्या परिचयाने रवीन्द्रमध्ये परिवर्तन झाल्यावर बंगाली समाजातल्या एखाद्या जुनाट वळणाच्या मुलीपेक्षा अनूसारख्या आधुनिक मुलीशी त्याचे मन अधिक जुळेल, असे त्यांना वाटले; पण देवेन्द्रनाथांची इच्छा असल्याखेरीज ठाकूर परिवारात कोणी काहीही करणे शक्य नव्हते. त्यामुळे आपल्या वडलांना भेटून त्यांच्यासमोर हा प्रस्ताव मांडावा, असा सल्ला सत्येन्द्रनाथांनी दिला. आत्मारामांनाही हा सल्ला अगदी यथार्थ वाटला.

आपल्या अत्यंत व्यग्र अशा दिनक्रमातून आत्मारामांनी वेळ काढला अन् ते महर्षी देवेन्द्रनाथांना भेटायला कलकत्त्याला आले. देवेन्द्रनाथही आत्मारामांना त्यांचे नाव, काम आणि स्थान यांमुळे चांगलेच ओळखत होते. आपला मुलगा सत्येन्द्रनाथ याच्या सांगण्यावरून रवीन्द्र त्यांच्याकडे दोन-तीन महिने राहत होता, हे देवेन्द्रनाथांना माहीत होते. मराठी समाजात आत्मारामांची प्रतिष्ठा फार वरच्या दर्जाची होती, हेही ते जाणून होते. देवेन्द्रनाथांनी आत्मारामांचा यथायोग्य आदरसत्कार केला.

पण आत्मारामांनी आपली मुलगी अनू अन् रवीन्द्र यांचा विवाह व्हावा, असा प्रस्ताव जेव्हा समोर ठेवला; तेव्हा देवेन्द्रनाथांनी फारसा काही उत्साह दाखवला नाही. खरेतर देवेन्द्रनाथही आधुनिक विचारसरणीचे होते. इंग्रजी समाजाशी त्यांचे घरोब्याचे संबंध होते. राजा राममोहन राय यांच्या ब्राह्मोसमाजाशी ते जोडले गेले, तेव्हा सांस्कृतिक आणि सामाजिक क्षेत्रातही त्यांची आधुनिक विचारसरणी अधिक

स्पष्ट झाली; पण असे असूनही ठाकूर परिवारातल्या कुणा मुलाने बंगाली ब्राह्मण परिवार सोडून दूरच्या मराठी परिवारातल्या मुलीशी लग्नसंबंध जोडलेत, हे त्यांना न पटण्याजोगे होते.

बंगालच्या नबाबी काळात मुसलमानांबरोबर सहभोजन करण्याच्या अपराधाने देवेन्द्रांचे पूर्वज एकदा जातिबाह्य झाले होते आणि जेसोरच्या शांडिल्य गोत्राच्या उच्च ब्राह्मणांनी या ठाकूर परिवाराला 'पीरअली' असे मुस्लिम नाव देत पीराली ब्राह्मण केले होते, ही घटना तशी आज विस्मृतीत गेली होती; पण देवेन्द्रनाथांना त्याला परत उजाळा द्यायचा नव्हता.

रवीन्द्र आणि अनू यांच्यात अगदी मनातले असे खास गूज आहे, हे आत्मारामांचे सांगणेही देवेन्द्रनाथांच्या गळ्याखाली उतरले नाही; उलट त्यांना असे वाटले की, आता अगदी वेळेवरी रवीन्द्रला इंग्लंडला पाठवून तो वेगळ्याच दुनियेत वावरेल, असे काहीतरी केले पाहिजे. ठाकुरांच्या हवेलीत पालनपोषण झालेला हा मुलगा आत्मारामांसारख्या पाश्चात्त्य रंगढंगाच्या परिवारातल्या मुलीशी एकरूप होऊन जीवन व्यतीत करू शकेल काय, याबद्दलही देवेन्द्रनाथांच्या मनात शंका होती.

दीर्घकाळ विचार केल्यावर देवेन्द्रनाथांनी आत्मारामांच्या प्रस्तावाला नम्रतापूर्वक नकार दिला.

दुसऱ्याच महिन्यात मोठा भाऊ सत्येन्द्रनाथ यांच्यासह रवीन्द्र इंग्लंडला रवाना झाला.

७

रवीन्द्रनाथ जेव्हा इंग्लंडला पोहोचले, तेव्हा तिथे सर्वदूर पानगळीच्या ऋतूचे साम्राज्य पसरले होते. सगळीकडे पसरलेल्या बर्फातली वृक्षांची खोडे आई नसलेल्या बाळांसारखी वाटत होती. गच्च धुक्यातले हे वृक्ष आपली विद्रूपता कशीबशी झाकू पाहत असल्यासारखे भासत होते.

लंडनपासून काही मैलांवर असलेल्या ब्रायटनला सत्येन्द्रनाथ आणि त्यांच्या कुटुंबाचा मुक्काम होता. त्यांची पत्नी ज्ञानदानंदिनी आणि सुरेन व इंदिरा ही मुले हे आधीच तिथे पोहोचले होते. आल्याक्षणीच इंग्लंडचे हे धुकट वातावरण रवीन्द्रला फारसे आवडले नाही; पण सत्येन्द्रनाथांच्या मुलांशी त्याचे छान सूत जमले. कडाक्याच्या थंडीने मुले घरातच दिवसरात्र कोंडलेली असायची; पण रविकाकाच्या मायेची सोबत त्यांना मिळाली. रविकाका गाणी गातात अन् ती अगदी रसाळ असतात, एवढी माहिती मुलांना आधीच होती, म्हणून त्यांनी रविकाकाला गाणी म्हणायचा आग्रह केला. झाडे, पक्षी, आभाळ या सगळ्यांपासून जवळजवळ पूर्ण तुटल्यासारखा हा अवकाश होता. रवीन्द्रालाही मुलांचा हा आग्रह आवडला. त्याने आपला चेहरा फुगीर करत मोठमोठ्यानं गाणी म्हणायला सुरुवात केली. बंगाली आणि इंग्रजी भाषेतली ही गाणी ऐकून घरातल्या घरात बांधली गेलेली मुलं आपला एकटेपणा जणू विसरलीच.

सत्येन्द्रनाथांनी सांगितल्याप्रमाणे ज्ञानदानंदिनीने एका स्थानिक शाळेत रवीन्द्रच्या अभ्यासासाठी योग्य ती व्यवस्था केली होती, त्याप्रमाणे सत्येन्द्रनाथ शाळेच्या प्रिन्सिपॉलना भेटायला गेले.

प्रिन्सिपॉलनी आवश्यक त्या प्रक्रियेनंतर रवीन्द्राला शाळेत प्रवेश दिला अन् त्यानंतर त्याच्या डोक्यावरून मऊपणाने हात फिरवून हसत-हसत म्हटले, "रवी, तुझं हे डोकं खूप मोठ्ठंय. आमच्या शाळेतला तू सगळ्यात मोठ्या डोक्याचा विद्यार्थी होशील, असं मला वाटतंय."

दुसऱ्या दिवसापासून ब्रायटनच्या या शाळेत रवीन्द्राचा अभ्यास सुरू झाला. पण या शाळेबद्दलही रवीन्द्रला काही खास ममत्व वाटले नाही. बंगाली शाळेतल्या

विद्यार्थ्यांपेक्षा या शाळेतले विद्यार्थी रवीन्द्रशी लगेच मिळून-मिसळून वागणारे होते पण तरीही शाळेच्या चाकोरीबद्ध बंदिस्त वातावरणात रवीन्द्राला काही विशेष फरक जाणवला नाही. इंग्रजी साहित्य आणि इंग्रजी इतिहास हे दोन्ही विषय रवीन्द्राला आवडले; पण हे विषय शिकवणारे शिक्षक मात्र या इतक्या रसाळ विषयाचे रटाळ कंटाळ्यात रूपांतर करतात, असे त्याला वाटायला लागले; मात्र, तरीही ही अप्रिय गोष्ट त्याने कुणाला सांगितली नाही. सत्येन्द्रनाथ या शिक्षणपद्धतीचेच अपत्य होते आणि त्यांना ही पद्धत आवडायचीदेखील. रवीन्द्राने कलकत्त्याच्या शाळेतही आपली कसलीच चमक दाखवली नव्हती आणि आता तो या इंग्लंडच्या शाळेबद्दलही तक्रार करायला लागला, तर सत्येन्द्रनाथ आपल्याच माथ्यावर सगळ्या दोषांचं खापर फोडतील, ही भीती त्याला होती.

त्यातच एक दिवस सत्येन्द्रनाथांचे एक बंगाली मित्र तारिकनाथ पालिक त्यांना भेटायला आले. सत्येन्द्रनाथांनाच नव्हे, तर सगळ्या ठाकूर परिवाराला ते चांगलेच ओळखायचे.

रवीन्द्रामधले साहित्यनिर्मितीचे वाढू पाहणारे अंकुर ते जाणून होते. रवीन्द्रामध्ये अनेक सुप्त स्वरूपाच्या शक्यता अस्तित्वात आहेत आणि सत्येन्द्रनाथांच्या बरोबर आश्रितासारखे राहत ब्रायटनच्या शाळेत जाऊन तो काही खास शिकू शकेल, त्याच्या प्रतिभेला फुलायला अवसर मिळेल, असे त्यांना वाटले नाही.

आपली ही आस्था त्यांनी सत्येन्द्रनाथांना सांगितली, इतकेच नव्हे, तर स्पष्ट मार्गदर्शन करत म्हटले, "रवी स्वतंत्र राहून लंडनच्या विद्यापीठात अभ्यास करायला गेला, तर त्याला खूप काही शिकता येईल. या बदलत्या युगात त्याच्या प्रतिभेचा विकास होईल. तुमच्याबरोबर ब्रायटनमधे राहून हे सगळे ठप्प होईल. तुम्ही याला लंडनला पाठवा."

सत्येन्द्रनाथांना हे पटले. रवीन्द्रलाही ब्रायटन फारसे आवडत नव्हतेच. दुसऱ्या आठवड्यातच लंडनच्या विद्यापीठात रवीन्द्राच्या प्रवेशाची कार्यवाही करण्यात आली. बार्कर पती-पत्नींकडे रवीन्द्रला पेइंगगेस्ट म्हणून स्वतंत्रपणे राहता येईल, अशी व्यवस्था करण्यात आली.

बार्कर दंपतीकडे एका कुत्र्याशिवाय दुसरे कुणीच नव्हते. ते दोघेही तसे मध्यम वयाचे होते आणि शिवाय मुलेबाळेही नव्हती. तिथे गेल्या-गेल्या रवीन्द्राला विचित्र अनुभव आला. सबंध दिवसात घरामध्ये बार्कर पती-पत्नी जितके कुत्र्याशी बोलायचे, त्याच्या अर्धेही एकमेकांशी बोलायचे नाहीत. घरात एक प्रकारचा सुनसानपणा व्यापून राहिलेला असायचा. त्यातही त्या दोघांत जे बोलणे व्हायचे, त्यात जास्तीत जास्त तर वादविवाद असायचे किंवा तक्रारी तरी असायच्या. दोघंही आपल्याला जणू एकमेकांशी बोलावं लागू नये यासाठी काळजी घेत असावेत अथवा निदान

तसा प्रयत्न तरी करत असावेत, असे रवीन्द्राला वाटायचे.

इंग्रजी समाजात पती-पत्नी विभक्त व्हायचे आणि त्यात कुणाला काही वावगेही वाटायचे नाही. परस्परांना आवडत नसूनही हे उभयता जवळजवळ उत्तरावस्थेपर्यंत एकमेकांसोबत राहत होते. आपल्या बंगाली अथवा हिंदुस्थानी समाजात याचे काही अप्रूप नव्हते. परस्परांना नापसंत असणारे नवराबायको नाइलाजाने आपले दिवस ढकलत तसेच जगत राहायचे, परस्परांच्या उखाळ्या-पाखाळ्या काढत राहायचे, याचे आपल्या देशात आश्चर्य नव्हते; पण या इथे आधुनिक म्हटल्या जाणाऱ्या इंग्रजी समाजातही हे दृश्य पाहून रवीन्द्रनाथ विचारात पडायचे.

त्या दिवशी तिघेही जेवणाच्या मेजावर एकत्र बसले होते, तेव्हा फार गंमत झाली. श्री. बार्करांनी श्रीमती बार्करांना आपल्याला भाजी वाढायला सांगितली.

इंग्लिश पद्धतीप्रमाणे श्री. बार्कर 'प्लीज' हा शब्द हळूच म्हणाले आणि मग मोठ्याने म्हणाले, "मला थोडी भाजी वाढ."

खरोखर ते हळूच 'प्लीज' हा शब्द म्हणाले होते की नाही, का मग श्रीमती बार्करांनी हा शब्द ऐकला नव्हता, कोण जाणे; पण त्या फार संतापल्या.

"बोलताना तुम्ही जरा काही पद्धत शिकली पाहिजे. तुम्ही 'प्लीज' असं म्हणायला पाहिजे!"

"मला अशी काही पद्धत शिकण्याची गरज नाही; माहित्येय मला ते. मी 'प्लीज' असं म्हणालो होतो."

"पण मी तर असा काही शब्द ऐकला नाही."

"मग तो तुझ्या कानाचा दोष आहे; माझा नाही!"

"म्हणजे मग मी काय बहिरी आहे?"

"हे तू एखाद्या चांगल्या डॉक्टरकडे जाऊन ठरवू शकतेस!"

एका बाजूनं रवीन्द्रला या संवादाची गंमत वाटत होती, तर दुसरीकडे तो कानकोंडा झाला होता.

श्रीमती बार्करना पियानो वाजवायचा फार शौक. एकदा त्या रवीन्द्राला पियानो ऐकवत होत्या. श्रीयुत बार्कर त्या वेळेस घरात नव्हते; पण पियानोचे संगीत सुरू असताना अचानक ते घरात आले.

पत्नीला पियानो वाजवताना ऐकून, चीड आल्यानं ते दरवाजातच उभे राहिले आणि मग एकदम तुसडेपणानं म्हणाले, "तू हा गोंगाट बंद करशील?"

"गोंगाट?"

पियानोवरून आपली बोटं काढत त्यांची मूठ वळवून श्रीमती बार्कर दुप्पट जोराने ओरडल्या. "तुम्ही याला गोंगाट म्हणताय? तुम्हाला संगीतातलं काय ओ

का ठो कळतंय!'' मग रवीन्द्रकडे वळत त्या म्हणाल्या, ''हा माणूस बाहेर जाईल तेव्हा परत मी तुला पियानो ऐकवेन. तो इथं असताना काही जमणार नाही.''

थोड्याच दिवसांत रवीन्द्र या बार्कर दंपतीला कंटाळला. सत्येन्द्रनाथांशी विचारविनिमय करून त्याने डॉ. स्कॉटच्या परिवारात राहण्याची पर्यायी व्यवस्था करून टाकली.

डॉ. स्कॉटचे कुटुंब भरपूर मोठे होते. बायको, त्याशिवाय दोन मुलगे, चार मुली, तीन नोकर आणि टोबी नावाचा एक कुत्रा इ. सदस्यांचा त्यात भरणा होता. स्कॉट पती-पत्नी साठ वर्षांचे व्हायला आले होते आणि चार मुलींतल्या दोघी किशोरावस्थेत, तर दोघी तरुणावस्थेत होत्या. मुलगे उतारवयात झालेले असल्याने लहान होते.

कुणी अनोळखी हिंदू तरुण आपल्या कुटुंबात राहायला येतोय, हे कळल्यावर या तरुण मुली नाराज झाल्या. अनोळखी तरुणाच्या घरात वास्तव्याने आपल्या मनमुक्त वागण्यावर उगाच बंधनं येणार, हे या मुलींना आवडले नाही. त्यांनी आई-वडलांना विरोध केला; पण या भीतीमागं स्वत:बद्दल न्यूनगंड असावा, असं त्यांच्या वडलांना जाणवलं; त्यामुळे उलट त्यांनीच मुलींना अशा गंडापासून दूर होत आधुनिक बनण्याचा उपदेश केला. लहान दोघींनी वडलांचे हे म्हणणे स्वीकारले, पण मोठ्या दोघी वडलांच्या घरातून निघून जवळच राहणाऱ्या आपल्या नातेवाइकांकडे राहायला गेल्या.

तिसऱ्या मुलीचे नाव ल्यूसी होते. संगीताचे तिला फार वेड. रवीन्द्र कवी आणि संगीतकारही आहे, हे कळल्यावर ल्यूसीला नवल वाटले. स्कॉट परिवारातले जवळजवळ सगळे जण हिंदुस्थानाबद्दल अतिशय अज्ञानी होते. हिंदू तरुण म्हणजे निरक्षर, गावंढळ आणि आधुनिक जगाबद्दल अडाणी– असा एखादा असंस्कारी माणूस असेल, अशी त्यांची धारणा होती.

ल्यूसीने त्याला विचारलेही, ''पाहा, याला पियानो म्हणतात! तुमच्या देशात तुम्ही पियानो पाहिलात का कधी?''

रवीन्द्रानं हसून त्याच क्षणी पियानो सांभाळला अन् मग मधुर सुरावट छेडली.

ल्यूसी स्तब्ध झाली अन् आनंदविभोर होत म्हणाली, ''आहाहा! किती सुंदर वाजवताहात तुम्ही!''

दुसऱ्यांदा आपला कॅमेरा रवीन्द्राला दाखवत ल्यूसीने म्हटले, ''याला कॅमेरा म्हणतात. यानं आपण फोटो काढू शकतो. तुम्ही असाल तशीच छबी फोटोत येते.''

''ल्यूसी!'' रवीद्रनं म्हटले, ''आण इकडं, मी तुझा एक फोटो काढतो.''

ल्यूसीला या वेळेसही आश्चर्य वाटले. म्हणजे रवीन्द्राला तर कॅमेराही माहीत

होता, हे कळल्यावर ल्यूसीचे मन हलके-हलके झाले. रवीन्द्राला घाबरून मोठ्या बहिणी उगीचच दुसरीकडे राहायला गेल्या, हे तिला उमगले. रवीन्द्रमध्ये घाबरण्यासारखे काहीच नव्हते; उलट तो आधुनिक शिक्षण घेऊन बदललेला सालस स्वभावाचा तरुण होता.

तिने तत्काळ मोठ्या दोन बहिणींना परत येण्याचा आग्रह केला. ल्यूसीवर विश्वास ठेवून त्या दोघी आपल्या मनातली भीती झटकून परत घरी आल्या.

श्रीमती स्कॉट फार कुटुंबवत्सल आणि साध्या अशा गृहिणी होत्या. टोबी कुत्र्यापासून ते घरच्या नोकरचाकरांसकट सगळ्यांचा त्या भारी प्रेमाने सांभाळ करायच्या. चार मुली आणि दोन मुलांची आई असूनही आपल्या मुलांच्याच वयाच्या रवीन्द्राची त्या मुलासारखी काळजी घ्यायच्या.

डॉ. स्कॉट अनेक कामांत गुरफटून गेलेले असायचे; त्यामुळे घरगुती, कौटुंबिक बाबींकडे पाहायला त्यांना क्वचितच वेळ मिळायचा. श्रीमती स्कॉटच सगळे सांभाळायच्या. एका हिंदू परिवारातल्या आदर्श गृहिणीसारख्या डॉ. स्कॉटच्या घालायच्या कपड्यांपासून ते सगळ्यांच्या पानात सूप वाढले जाण्यापर्यंत प्रत्येक गोष्टीकडे त्या लक्ष द्यायच्या.

श्रीमती स्कॉटचे हे वागणे आणि बार्कर पती-पत्नींचे वर्तन यांची रवीन्द्राच्या मनात नेहमी तुलना व्हायची. बार्कर दंपती, एकमेकांना आवडत नसतानाही बरोबर राहणाऱ्या भारतीय नवरा-बायकोसारखे होते, तर हा स्कॉट परिवार आणि विशेषत: श्रीमती स्कॉट कुठल्याही सर्वसाधारण हिंदू कुटुंबातल्यासारख्या होत्या. रवीन्द्राला वाटले की, नकाशावर हिंदू आणि ब्रिटन भलेही वेगळे असोत; पण मानवी प्रवृत्ती सगळीकडे एकसारखी असते.

थोड्याच दिवसांत रवीन्द्राच्या लक्षात आले की, श्रीमती स्कॉट आपला सांभाळ अगदी आईसारखा करताहेत; पण त्याशिवाय ल्यूसीही आपल्याकडे विशेष लक्ष देत्येय. ज्या दिवशी रवीन्द्राच्या मनात हा विचार चमकून गेला, त्या दिवशी त्याला अनूची आठवण आली. खरं म्हणजे, तो अनूला विसरला नव्हता; पण आता का कुणास ठाऊक, अनू आणि ल्यूसीची तुलना त्याच्या मनात सतत यायला लागली.

असा विचार येताक्षणीच त्याचे मन भाभीराणींबरोबर घालवलेल्या अनेक प्रसंगांनी काठोकाठ भरून जायचे. माता शारदादेवींच्या अशा आठवणी आपल्याजवळ असत्या तर किती बरं झालं असतं, असं त्याला वाटत राहिलं. का कुणास ठाऊक, ही एक खंत त्याच्या मनात दाटून यायची.

"रवीन्द्र, तुम्ही ज्या भाषेत कविता लिहिता, त्या भाषेचं नाव काय?" एके दिवशी ल्यूसीने विचारले.

“बंगाली.” रवीन्द्र म्हणाला.

“तुम्ही मला बंगाली का नाही शिकवत? मला तुम्ही लिहिलेली कविता समजून घ्यायचीय.”

“अरे, वा! त्यात काय? तुला बंगाली शिकवताना मला आनंद होईल.” रवीन्द्राने प्रसन्नतेने म्हटले, “पण माझी एक अट आहे. तू मला इंग्रजी शिकवलं पाहिजेस.”

“किती छान! अट मला मंजूर आहे.” ल्यूसीने उत्साहाने म्हटले.

अशा तऱ्हेने रवीन्द्र आणि ल्यूसी परस्परांचे गुरू-शिष्य बनले.

एकीकडे या स्कॉट परिवारात रवीन्द्र एकरूप होत होता, तर दुसरीकडे युनिव्हर्सिटी कॉलेजच्या शिक्षणपद्धतीत स्वत:ला बसवण्याचा प्रयत्न करत होता. युनिव्हर्सिटी कॉलेजचे वातावरण नवे होते, पण त्यातले शिक्षक आणि विद्यार्थी या एकलकोंड्या हिंदुस्थानी विद्यार्थ्याला अनोळखी, परके वाटू नये यासाठी प्रयत्न करत होते.

या सगळ्यादरम्यान रवीन्द्राचे काव्यलेखन सुरूच होते. आपल्या युरोपमधल्या वास्तव्यातील अनुभवांविषयी तो अधूनमधून लेख अथवा डायरी स्वरूपात काही लिहायचा. कलकत्त्यात ज्योतिरिन्द्रनाथांनी 'भारती' नावाचे जे मासिक नियमितपणे चालवले होते, त्या मासिकासाठी रवीन्द्रनाथ आपली कविता अगर लेख नेहमी पाठवायचे. इंग्रजी समाजातल्या कोणत्या पद्धती आपल्याला का पसंत आहेत, नापसंत आहेत, याविषयीही त्याने 'भारती'त लेखन पाठवले होते.

इंग्रज लोक रोज-रोज स्नान करत नाहीत, रोज धुतलेले कपडे घालण्याऐवजी तेच ते कपडे दुसऱ्या-तिसऱ्या दिवशीही घालतात, हे रवीन्द्रनाथांना अजिबात आवडायचे नाही. इतकेच काय, पण आपल्याला स्वच्छतेचे भोक्ते म्हणवणारे इंग्रज थुंकण्यासाठी हातरुमालाचाच उपयोग करतात, हे पाहून त्यांना भारी चीड यायची.

कळत-नकळत ल्यूसीबद्दल आत्मीयता वाढत चालली होती आणि रवीन्द्रामुळे दुसरीकडे राहायला गेलेल्या दोन मोठ्या मुलीही त्याच्याशी समजूतदारपणाने अन् सहज मोकळेपणाने वावरत होत्या. या कुटुंबाचा एक भाग म्हणूनच या मुलींनी त्याला स्वीकारले होते; म्हणून त्या अनेकदा आपल्या मित्रमैत्रिणींशी उत्साहाने त्याची ओळख करून द्यायच्या. अधनं-मधनं एखाद्या कार्यक्रमाला, पिकनिकला त्या त्याला आपल्याबरोबर घेऊन जायच्या. या मुलींचे हे प्रेमळ वागणे रवीन्द्राला इतके आवडले, की त्यांची ती सरलता, अकृत्रिम जिव्हाळा आणि उदारमनस्कता यांचे कौतुक करणारे लेख त्याने 'भारती'साठी लिहिले.

लंडनला येण्याआधी, मुंबईत असताना आत्माराम परिवारातल्या अनूशी रवीन्द्रचे

मैत्रीसंबंध वाढले होते, ते महर्षी देवेद्रनाथांना काय किंवा घरातल्या इतरांना काय, अजिबात आवडले नव्हते. रवीन्द्र 'भारती'साठी जे काही लेखन करायचा, त्यात लंडनमधल्या यजमानांच्या मुलीशी असणाऱ्या मैत्रीबद्दल खुलेपणाने लिहिलेले असायचे.

ठाकूर परिवारातल्या वडीलधाऱ्या माणसांना आणि विशेषत: महर्षी देवेन्द्रनाथांना रवीन्द्रचे हे वळण धोकादायक वाटले. आपल्या या लेखांत रवीन्द्र त्याचे कॉलेज अथवा युनिव्हर्सिटी यांबद्दल क्वचित लिहायचा; पण ल्यूसी किंवा तिच्या बहिणी यांचा हटकून उल्लेख असायचा. त्याचे हे सगळे लेखन आणि ही पत्रे लक्षपूर्वक वाचल्यावर रवीन्द्र लंडनमध्ये राहून अभ्यास पूर्ण करू शकेल, असे काही महर्षी देवेन्द्रनाथांना वाटेना. ते साशंक झाले. डॉ. आत्मारामांनी आपली मुलगी अनू हिचा रवीन्द्रशी लग्नाचा प्रस्ताव मांडला होता, त्याने देवेन्द्रनाथ आधीच नाराज झाले होते. त्यात आता कुठल्यातरी परक्या समाजातल्या, कुटुंबातल्या मुलीवर त्याने जीव लावावा, हे त्यांना अजिबात रुचणारे नव्हते.

रवीन्द्राचा भूतकाळ पाहता, तो आता शिक्षणात काही फारशी प्रगती करू शकणार नाही, हे देवेन्द्रनाथांच्या लक्षात आले. उपाय करायला जावं तर अपायच व्हावा, अशा या परिस्थितीतून मार्ग काढण्यासाठी देवेन्द्रनाथांनी एक निर्णय घेतला. शिक्षणाच्या या असल्या लफड्यात उगाच खोल अडकण्यापेक्षा रवीन्द्राला परत बोलवण्याचा त्यांनी निर्णय घेतला.

वडलांचा हा आदेश रवीन्द्राला मिळाला, तेव्हा त्याने तो जलकमलपत्रवत् अलिप्ततेनं स्वीकारला. स्कॉट परिवारातल्या सगळ्यांबद्दल अन् विशेषत: ल्यूसीबद्दल त्याच्या मनात ममत्वाचा धागा निर्माण झाला होता खरा; पण त्यातील एकही तंतू त्याला वेढून टाकेल असा घट्ट नव्हता.

जायच्या आदल्या दिवशी संध्याकाळी ल्यूसीनं रवीन्द्राला म्हटले, "रवीन्द्र, तुझी बंगाली कविता मी स्मरणात ठेवीन अन् मी शिकवलेलं पाश्चात्त्य संगीत तू कधीही विसरू नकोस."

अभ्यास सोडून अचानक स्वदेशी परतण्याच्या रवीन्द्राच्या या निर्णयाने सगळ्यात जास्त चक्रावून गेल्या त्या श्रीमती स्कॉट.

रवीन्द्राचे दोन्ही हात धरून ठेवत त्या कितीतरी वेळ त्याच्या डोक्यावरून हात फिरवत राहिल्या, मग सद्गदित होत भरल्या गळ्याने त्या म्हणाल्या, "रवीन्द्र, इतक्या थोड्याच दिवसांसाठी तू इथं का आलास? अजून काही दिवस तरी तू थांबायला हवं होतंस ना, मुला!"

८

लग्न ठरवण्यासाठी रवीन्द्रचा होकार मिळवायला जोडासांकातल्या सगळ्यांचे प्रयत्न निष्फळ ठरले, तेव्हा हे काम भाभीराणी कादंबरीने केले. अर्थात यात कुणालाही आश्चर्य वाटले नाही; पण देवेन्द्रनाथांपासून ते इतर अनेक बहिणी, भाऊ, भावजया यांपैकी कुणीही करू शकले नाही, ते काम कादंबरीने केले, याबद्दल मात्र सगळ्यांच्याच मनात सूक्ष्म मत्सर आणि नाराजी निर्माण झाली. कादंबरीच्या वर्तनाबद्दल जोडासांकात अशीही कुजबूज सुरूच होती, पण तरीही त्यात रवीन्द्रानं संमती दिली म्हणजे एक काम पार पडले, असा समाधानकारक भाव सगळ्यांच्याच मनात आला.

पण रवीन्द्राने लग्नाला होकार दिल्यावरही कादंबरीला दोन अटी घातल्या तर होत्याच.

"भाभीराणी, मुलगी पसंत करायचं काम मी नाही करणार; पसंती तुम्हालाच करावी लागेल.''

"असं कसं काय, ठाकुरपो? लग्न व्हायचं आहे तुमचं अन् पसंती करायची आम्ही; याला काय म्हणावं?''

"याला काय म्हणायचं, ते तुमचं तुम्ही ठरवा. ते काम माझं नाही. मला इतकंच माहीत आहे, की मुलगी पसंत करायला मी कुठेही जाणार नाही. तुम्ही जी मुलगी पसंत कराल, तिच्याशी लग्न करायला मी तयार आहे अन् माझी दुसरी अट अशी आहे की, मुलीच्या वडलांना लग्न करायला इथं जोडासांकातच यावं लागेल. मी नवरा म्हणून वरात घेऊन कुठेही जाणार नाही.'' रवीन्द्रनाथांनी आपल्या बाजूने सगळे स्पष्ट केले.

"अरेच्चा! हे काय– तुम्ही असं काय बोलताय, ठाकुरपो! मुलीचे वडील आपल्या मुलीला विवाहासाठी मुलाघरी घेऊन येणार? कसं दिसेल हे?''

"ज्याला जसं दिसायचं तसं दिसू दे, वाटायचं तसं वाटू दे. भाभीराणी, ज्यांना हे कबूल असेल, त्यांचीच मुलगी पसंत करा.'' रवीन्द्रानं आपल्या बोलण्याला पूर्णविराम दिला.

कादंबरीसाठी या दोन्ही अटी तशा अवघडच होत्या; पण आता काहीही झाले तरी, या अटी पाळून का होईना, दिराचे लग्न उरकून टाकायचेच, असे तिने नक्की केले.

आणि खरंच तसे झालेही. जेसोरचे वेणीप्रसाद माधव यांनी आपण मुलगी घेऊन जोडासांकात येऊ आणि यथासांग लग्नविधी पार पाडू, असे मान्य केले. दहा वर्षांची भवतारिणी ठाकुरांसारख्या प्रतिष्ठित कुटुंबातील सून बनणार, याचा त्यांना आनंद झाला.

पिता महर्षी देवेन्द्रनाथ यांनी आपल्या मुलाच्या, रवीन्द्राच्या लग्नासाठी ज्योतिषाला दाखवून शुभ दिवस आणि मुहूर्त काढले; पण तरीही त्याच दिवशी सकाळी जोडासांकात अनपेक्षित अशी एक भयंकर घटना घडली. सौदामिनीचा म्हणजे मोठ्या मुलीचा नवरा शारदाप्रसन्न याचे भल्या पहाटे एकाएकी अचानक निधन झाले. आकाशात एखादाही काळा ढग नसताना, कडकडाट न होता एकाएकी जणू वीज कोसळावी; तसे झाले. एकीकडे मंडपारोपण झाले होते आणि लग्नाची सगळी पूर्वतयारी उत्साहाने सुरू होती; तर दुसरीकडे जावयाच्या, शारदाप्रसन्नच्या अंत्यविधी संस्काराची तयारी करावी लागली. ही सगळी परिस्थितीच अत्यंत करुण आणि तितकीच अभद्र, विचित्र होती.

ठाकूर परिवाराच्या रीतीप्रमाणे मुली, आपले नवरे आणि मुले यांच्यासह, जोडासांकात राहायच्या. त्यामुळे ज्या दरवाज्यातून नववधू यायची होती, त्याच दरवाज्यातून जावयाचा मृतदेह स्मशानात न्यायचा– असला अघटित योगायोग आला होता.

सगळा ठाकूर परिवार मूक झाला. घटकाभरानंच मुलीला घेऊन व्याही पक्षाची माणसे जोडासांकात येणार होती अन् अशा वेळेस जोडासांकातला जानोसा खांदेकरी बनून उभा झाला होता.

महर्षी देवेन्द्रनाथांनी आपल्या मोठ्या मुलाला, द्विजेन्द्रनाथला बोलावले आणि काही सूचना केल्या.

"मुला, जीवनात अशा घटना अगदी क्वचितच, अपवादात्मक घडतात. ही आपली परीक्षा आहे. लग्नाचा मुहूर्तही साधला पाहिजे आणि जावईबापूंचे अंतिम संस्कारही केले पाहिजेत. मी खांदेकरी बनतो अन् तू मुलाचा बाप म्हणून व्याह्यांचा यजमान हो. मी लग्नाच्या मांडवात नाही येत आता. साधेपणानं अन् विधिवत् लग्न तेवढं करून घ्या.''

पान, सुपारी आणि मिठाईची तबके बाजूला सारण्यात आली. नथ, सिंदूर आणि ओढणीने सजवलेली मोठी मासळीही बाजूला काढण्यात आली. वेणीमाधव चौधरींकडून वरासाठी शकुन म्हणून पाठवलेली मिठाई, धान्य आणि फळंही काढून

ठेवली. नावापुरत्याच दूर्वा, पांढरी फुले, वासाचा तांदूळ मंडपात चौरंगावर मधोमध ठेवण्यात आला.

रवीन्द्रनाथांचे मन असह्य व्याकुळ झाले. रवीन्द्रनाथांपेक्षा शारदाप्रसन्न पंधराएक वर्षांनी मोठे असले तरी सौदामिनी रवीन्द्रनाथांपेक्षा फारतर पाच-सात वर्षांनी मोठी होती.

आदल्या दिवशीच शारदाप्रसन्न रवीन्द्रची चेष्टामस्करी करत हसत होते, ''रविबाबू, तुम्ही भलेही आम्हाला वरातीत नका नेऊ, पण लग्नानंतर सहलीसाठी मात्र घेऊन गेले पाहिजे; जावई म्हणून माझा तो अधिकार आहे बरं.''

आपल्या या अधिकाराचा उपयोग न करताच शारदाप्रसन्नांनी कायमचा निरोप घेतला होता. फक्त तीसएक वर्षांची सौदामिनी विधवा झाली. विधवा बहिणीचे आक्रंदन तापल्या तेलासारखे वराच्या कानात पडत होते.

पण आता दुसरा कसलाही पर्यायही नव्हता. लग्नविधी सुरू होते, तोपर्यंत मृतदेह तसाच ठेवला. लग्नविधी घाईघाईने उरकण्यात आले. सनई, ढोल अथवा लग्नगीतांचे मंजुळ सूर पार मूक झाले. नवऱ्या मुलाला अन् मुलीला गृहपूजेचे विधी करण्यासाठी वर नेण्यात आले आणि लगेचच मंडप आवरून टाकण्यात आला. यानंतर शारदाप्रसन्नच्या ताटीसह खांदेकरी बाहेर पडले.

मृत्यूच्या या क्रूर खेळाने रवीन्द्रनाथांचे मन शतशः विदीर्ण झाले. विक्षुब्ध झाले. नवरा मुलगा म्हणून ते आपली भूमिका बजावत होते, पण त्यांचे मन जोडासांक्याहून स्मशानात गेलेल्या खांदेकऱ्यांबरोबर होते. याआधी त्यांनी आईचा मृत्यूही इथेच पाहिला होता; पण त्या मृत्यूत कसलीही अनैसर्गिकता नव्हती. रवीन्द्राची समजही तेव्हा किशोरवयीन मुलाची होती. तरुण रवीन्द्र मृत्यूच्या या अचानक झालेल्या घावानं व्यथित झाला.

यानंतर वैधव्य अंगावर धारण करत, खालच्या मानेने घरात फिरणाऱ्या सौदामिनीला रवीन्द्रनाथ जितक्या वेळा पाहायचा, तेव्हा त्याचे मन गलबलून जायचे.

मृत्यू हा अंत नाही, पण मागे राहणाऱ्यांसाठी तो एक नवा आरंभ आहे; असला विचित्र विचार त्याच्या मनाला घेरून टाकायचा. शारदाच्या स्थूल देहाचा भले अंत होवो, पण कोण जाणे कुणास ठाऊक, कुठल्या तरी एखाद्या नव्या दुनियेत त्यांचाही कुठला तरी आकस्मिक आरंभ झालाही असेल!

आपल्या मनाची ही सगळी अस्वस्थता रवीन्द्रने त्याच वेळेस झरझर कागदावर उतरवली.

हे सगळे अजून शमते न शमते तोच भाभीराणी कादंबरीनेही एकाएकी कायमचा निरोप घेतला. रवीन्द्रनाथांसाठी ही ताटातूट मात्र असह्य होती. जोडासांकातच नव्हे, तर समग्र विश्वात जणू शून्यावकाश निर्माण झाला. मृत्यूच्या जबड्यातला

पडदाच जणू त्यांच्या अंतरात उघडला गेला. त्याच्या कराल दर्शनाने क्षुब्ध झालेले आपले अंत:हृदय रिक्त करण्यासाठी रवीन्द्रनाथांजवळ कागदाशिवाय दुसरे काहीच नव्हते. नववधू भवतारिणी तिच्या बाहुल्यांच्या खेळात रममाण होती अन् तशी ती खेळत नसती तरी रवीन्द्रनाथांच्या हृदयात माजलेली खळबळ तिला कितपत समजली असती, कोण जाणे!

जोडासांकाच्या बागेत आंब्याचे झाड एकही नव्हते, पण तरीही वातावरणातील भयानकता आंब्याच्या झाडावर रात्री वस्तीला येणाऱ्या घुबडाच्या आवाजासारखी अभद्र अन् अशुभ वाटत होती.

भाभीराणी कादंबरीच्या मृत्यूने शून्यवत् मनोवस्था झालेल्या रवीन्द्रवर अजून एका दुर्घटनेनं हल्ला केला.

हेमेन्द्रनाथ हे मोठे भाऊ गेल्या काही महिन्यांपासून एका असाध्य रोगानं पीडित होते. परदेशी डॉक्टर, देशी वैद्य आणि युनानी हकीम या सर्वांच्या उपचारपद्धती अजमावून पाहिल्या होत्या; पण तरीही रोगाचे निदान होत नव्हते; काही सुधारणा होत नव्हती. हेमेन्द्रनाथ रोगाच्या तीव्रतेने पिडलेले होते. खाऊ शकत नव्हते, का झोपू शकत नव्हते. वेदनेचे उमासे वारंवार चीत्कार बनत होते. डॉक्टर, वैद्य आणि हकीम यांचे सगळे उपाय थकले होते आणि काही चमत्काराशिवाय हेमेन्द्रनाथांना बरे वाटणे असंभव होते; हेही सगळे जण समजून चुकले होते. जोडासांकात आत्ताच, नुकत्याच झालेल्या दोन अकाली मृत्यूंनी स्मशानशांतता पसरली होती. त्यात हेमेन्द्रनाथांच्या शेवटच्या घटका भरत आल्या, तेव्हा सगळीकडे निष्प्राण स्तब्धता पसरली. हेमेन्द्रनाथांच्या वेदना कुटुंबातल्या कुणालाही साहवत नव्हत्या; पण तरीही कुणी त्यात सहभागी होऊ शकत नव्हते, की कुणी त्यांना त्या वेदनेतून मुक्त करू शकत नव्हते.

मृत्यूनेच हेमेन्द्रनाथांना या वेदनेतून मुक्ती दिली. हेमेन्द्रनाथांच्या वेदना शेवटी शमल्या. त्यांनी शेवटचा दीर्घ श्वास घेतला. आता कसला उसासा नव्हता, की कण्हणे नव्हते, तडफडणे नव्हते... शांती, फक्त परम शांती.

हेमेन्द्रनाथांचा निरोप घेतला, त्या रात्री रवीन्द्रनाथांनी आपल्या हृदयाची ही तळमळ कागदावर मोकळी करत म्हटलं, '-हे मृत्यू! तू माणसाचा शत्रू आहेस, हे काही खरे नाही. तूच तर खरा मित्र आहेस. माणसाला असह्य यातना, बंधने आणि अशांतीतून तुझ्याखेरीज कोण मुक्त करणार? तुझे आगमन म्हणजे मुक्ती आणि मुक्ती हा तर आशीर्वाद; शाप नाही!'

*

असं पाहायला गेलं तर कुटुंबात द्विजेन्द्रनाथ सगळ्यात मोठे होते, पण

हवेलीतल्या कारभारापासून बहुतांशी अलिप्त राहावयाचे. त्यांची प्रकृती अंतर्मुख असल्याने ध्यानधारणा, समाधी, दर्शन, चिंतन यांसारख्या बाबींत त्यांना रस होता. कौटुंबिक जबाबदारी जितकी आवश्यक, अनिवार्य असेल, तेवढ्यापुरतीच निभवायचे. भवतारिणी लग्न करून या घरात आली, तेव्हा द्विजेन्द्रनाथांनीच तिचे नाव ठेवले होते- मृणालिनीदेवी.

दहा वर्षांची मृणालिनी अजून तिच्या बाहुलीच्या दुनियेतून बाहेर आली नव्हती. तेवढ्यात तेरा वर्षांच्या वयातच तिला मातृत्वही प्राप्त झाले. पंचवीस वर्षांचे रवीन्द्रनाथ वडील बनले. माधुरीलताचा जन्म झाला. या लाडक्या मुलीला पित्याने 'बेला' हे दुसरे नाव ठेवले. 'बेला' अजून बोलायला शिकते आहे तोच, रथीन्द्रनाथाचा– म्हणजे मुलाचा जन्म झाला.

भुश्श्यांच्या बाहुलीशी अजून तिचे नाते तुटले नव्हते, अशी मृणालिनीदेवी हाडामांसाच्या बाहुल्यांच्या मेळाव्यात गढून गेली. रथीन्द्रनाथानंतर परत एका मुलीचा– रेणुकेचा जन्म झाला.

माहेरी मृणालिनीदेवी फारसे काही शिकली नव्हती. अक्षरज्ञान होते; तेच फार झाले. रवीन्द्रनाथांनी आपल्या पत्नीला शिकवण्यासाठी एका खास शिक्षकाची व्यवस्था केली. तिला बंगाली चांगले आले तर साहित्याची काही गोडी लागेल, शिवाय तिला संस्कृत भाषा आणि साहित्य यांचा परिचय झाला तर ती मुलांनाही शिकवू शकेल, असे त्यांना वाटायचे.

सोळा-सतरा वर्षांची मृणालिनी परत नव्याने विद्यार्थिनी झाली खरी, पण तिचे मन सारखे मुलांत गुंतलेले असायचे. लहान वयात पुनःपुन्हा येणाऱ्या बाळंतपणांनी तिची तब्येतही फारशी साथ द्यायची नाही. आपले पती एक मोठे लेखक आहेत आणि लेखक, कवी म्हणून त्यांना समाजात फार मोठी प्रतिष्ठा आहे, हे कळल्यावर तिने यशस्वी विद्यार्थिनी होण्यासाठी कष्ट घेतले; पण या प्रयत्नाने ना तिच्या शिक्षकाचे समाधान झाले, ना रवीन्द्रनाथांचे!

''छोट्टो!'' रवीन्द्रनाथांनी एक दिवस पत्नीला म्हटले, ''मुलं रोज गोष्टी ऐकायचा हट्ट करतात, मग तू त्यांना रामायण-महाभारतातल्या गोष्टी सांगशील, तर त्यांच्यावर चांगले संस्कार होतील.''

''पण मी कशी सांगू?'' पत्नीनं काहीसं चाचरत, मुळातनंच कबूल केलं, ''मी जन्मात कधी रामायण-महाभारत वाचलेलं नाही.''

''माझी इच्छा आहे की, तू ते वाच. ते वाचण्यासाठी संस्कृतचे ज्ञान असेल, तर फार उपकारक.''

''शिक्षकमोशाय मला संस्कृत शिकवतात खरे, पण मला ते मुळातच समजत नाही.''

रवीन्द्रनाथांना आपण संस्कृत शिकत होतो, ते दिवस आठवले. विज्ञानाचे शिक्षक बरगड्यांतली हाडे दाखवून ज्या पद्धतीनं शिकवायचे, त्यापेक्षा संस्कृतचे व्याकरण व रूपे सगळ्यात किचकट वाटायची आणि आता आजही त्यांची किशोरवयीन पत्नी संस्कृतच्या अभ्यासापुढे अगतिकता अनुभवत होती.

"ते खरंय, छोट्टो!" रवीन्द्रनाथांनी पत्नीला समजावून देत म्हटलं, "बघ, तू एकदा त्यात रस घेतलास ना, तर संस्कृत साहित्याचे वाचन म्हणजे रसाचा अमाप खजिना आहे... कधीही न संपणारा खजिना आहे."

"मी प्रयत्न तर करतेय, पण मुलांच्या उस्तवारीत माझ्याच्यानं नाही होत फार काम."

थोड्याच दिवसांनी रवीन्द्रनाथांच्या लग्नाचा वाढदिवस येत होता. मृणालिनी तीन मुलांची आई होती खरी, पण अजून नुकतीच कुठे तारुण्याच्या उंबरठ्यावर उभी होती. आपल्या पतीला आपण काहीतरी नवलाईची भेट द्यावी, अशी हौस तिच्या मनात जागी झाली. रवीन्द्रनाथ लांब झब्बा घालायचे आणि या झब्ब्याला साधी बटणे वापरायचे. मृणालिनीला वाटले की, आपल्या नवऱ्याने सोन्याची बटने वापरली तर किती बरं! वाढदिवसाला भेट देता यावी म्हणून रवीन्द्रनाथांना काही कळू न देता तिने सोन्याची बटणे गुपचूप खरेदी केली. लग्नाच्या वाढदिवसाच्या दिवशी सकाळी लवकर उठून, स्नान वगैरे करून डोक्यावरून पदर ओढून घेत तिने पतीच्या चरणांना वंदन केले.

लग्नाच्या वाढदिवशी अथवा अशाच काही खास प्रसंगी या तऱ्हेचा नमस्कार करायची पद्धत असल्याने रवीन्द्रनाथांसाठी हे काही नवे नव्हते. पत्नीचे दोन्ही खांदे हातांनी धरून त्यांनी तिला उठवलं.

"आजच्या या दिवशी तुम्हाला काहीतरी भेट द्यावी, म्हणून मी काय आणलं असेल, ते सांगा पाहू?" उजव्या हाताची मूठ घट्ट दाबून धरत तिने पतीच्या चेहऱ्यावर नजर स्थिर केली.

"बागेतलं एक ताजं फूल तू माझ्या लिहायच्या मेजावर ठेवतेस, त्याची प्रसन्नता काही मला कमी नाहीये!"

"मग सांगा पाहू– मी काय आणलं असेल ते?"

"ते मला कसं कळणार? मी थोडाच अंतर्ज्ञानी आहे?"

"मग तुम्ही स्वत: पाहा बघू मी काय आणलंय ते!" पत्नीने आपली बंद मूठ पतीसमोर धरली.

रवीन्द्रनाथांनी हलकेच ती मूठ उघडली. मुठीत सोन्याची बटणे चमकत होती. रवीन्द्रनाथांनी ती बटणे आपल्या हातात धरली आणि मग नापसंतीदर्शक आश्चर्याने म्हटले, "अरे, हे काय? सोन्याची बटणं? छी! छी! किती वाईट दिसतंय हे! पुरुष

कधी सोनं वापरतात? सोनं हे स्त्रियांचं आभूषण! राहू दे! सोन्याची बटणं नकोयत मला.''

मृणालिनी गप्पच झाली, हिरमुसली. पतीचा हा प्रतिसाद तिच्या कल्पनेपलीकडचा होता. तिने आपली रिकामी मूठ परत बंद केली. सोन्याची ती बटणं बेवारश्यासारखी मेजावर पडून राहिली.

त्या दिवसांच्या दरम्यानच रवीन्द्रनाथांनी लिहिलेल्या सांध्यगीतांचे प्रकाशन झाले.

त्या पुस्तकाच्या अर्पणपत्रिकेवर लिहिले होते,

- माझे निगूढ ऐश्वर्य तूच जागृत केलेस, आपण स्वत: एकही गीत न गाता तू मला गातं केलं आहेस.

अर्पणपत्रिकेतील ही कविता अजून अपुरी होती म्हणून कदाचित कवीने या पुस्तकात लिहिलं होतं-

- हे परम, तुझा दीप माझ्या घरात उजळू दे, माझ्या दिव्यानं हवाच तेवढी गरम होते अन् धूर तेवढा निघतो. प्रकाश देऊ शकतो तो फक्त तुझाच दीप.

हा 'संध्यागीत' संग्रह प्रकाशित झाल्या-झाल्या बंगाली भाषेतल्या मर्मज्ञ रसिकांनी त्याचे उत्स्फूर्तपणे स्वागत केले. त्या दिवसांत रोमेशचंद्र दत्त हे बंगालीतले एक आदरणीय नाव होते. रोमेशचंद्रांच्या मुलीच्या लग्नाचे आमंत्रण रवीन्द्रनाथांना मिळाले.

रवीन्द्रनाथ लग्नासाठी रोमेशचंद्र दत्तांकडे जाऊन पोहोचले, त्या वेळेस तिथे बंकीमबाबूही हजर होते. बंकीमचंद्र चटर्जी हे बंगालीतील रसिकांचे श्रद्धेचे, आदराचे स्थान. बंकीमबाबू लग्नाला आले, यामुळे रोमेशचंद्रांच्या आनंदाला पारावार उरला नाही. त्यांनी बंकीमबाबूंचे प्रफुल्लितपणाने स्वागत केले आणि सुगंधी फुलांचा एक गेंदेदार हार त्यांच्या गळ्यात घातला.

तेवढ्यात, ''अरे! अरे, हे काय करताय तुम्ही रोमेशबाबू? बंकीमचंद्र हा आता भूतकाळ आहे. उद्याचा काळ या रवीन्द्रचा आहे!'' असे म्हणत बाजूलाच उभ्या असलेल्या रवीन्द्राचे खांदे पकडून त्यांना पुढे ओढून आणत बंकीमचंद्र पुढे म्हणाले, ''तुम्ही या रवीन्द्राचे संध्यागीत वाचलेय, रोमेशबाबू? या पुष्पमालेचा खरा अधिकारी या संध्यागीताचा हा निर्माता आहे.''

असे म्हणत बंकीमबाबूंनी तो हार आपल्या गळ्यातून काढत रवीन्द्रनाथांच्या गळ्यात घातला.

संकोचलेल्या रवीन्द्रनाथांनी खाली वाकून बंकीमबाबूंना चरणस्पर्श केला.

९

'ईस्ट इंडिया कंपनी'नं प्रिन्स द्वारकानाथांना जी जहागीर दिली होती, ती बंगाल आणि ओरिसाच्या वेगवेगळ्या तालुक्यांत विभागली होती. तिचा विस्तार दूरवर पसरलेला होता. जहागिरीच्या वहिवाटी कामकाजासाठी महर्षी देवेन्द्रनाथांना कित्येक वेळा प्रवास करावा लागे. तेही आता या वहिवाटी कामकाजानं थकले होते. हा सगळा कारभार आता कोणत्यातरी मुलानं सांभाळावा, अशी त्यांची इच्छा होती. दीर्घ विचाराअंती एक दिवस त्यांनी रवीन्द्रनाथांना आपल्या कचेरीत बोलावले.

"रवी, मला असं वाटतंय की, आता अधिकांश जबाबदाऱ्या तू अंगावर घ्याव्यात. आता हे अधिक योग्य ठरेल."

"बाबा, माझी क्षमता आणि पात्रता माझ्यापेक्षा तुम्ही अधिक जाणता. तुम्ही जे म्हणाल, ते मला शिरोधार्य आहे," रवीन्द्रनाथांनी विनम्रतेने सांगितले.

"तुझ्याकडून माझी हीच अपेक्षा आहे, बेटा! जहागिरीच्या वहिवाटीचं सगळं कामकाज आता तू पाहावंस, हीच माझी इच्छा आहे."

"असं काय म्हणताय तुम्ही बाबा? मी लहान आहे. बडोदादा द्विजेन्द्रनाथ, सत्येन्द्रनाथ आणि ज्योतिरिन्द्रनाथ या सगळ्यांना काय वाटेल?"

"मी सगळा विचार केलाय रवीन्द्र!" देवेन्द्रनाथ मनापासून बोलले, "द्विजेन्द्रला या दुनियादारीच्या कामकाजात फारसा रस नाही. तो त्याचं चिंतन, मनन, साधना आणि दर्शनशास्त्राच्या अभ्यासात खरा रमतो. जहागिरीचा कारभार सांभाळणं, हे व्यवहाराचं काम आहे. ते नाही होणार त्याच्याकडनं."

इतकं म्हणून जरासं खाकरत भरल्या आवाजात ते परत पुढे म्हणाले, "एक हेमेन्द्रची मला आशा होती, पण लवकर गेला. हेमेन्द्रची मुलंबाळं सांभाळणं, हेच आपलं आता जबाबदारीचं काम आहे. हेमेन्द्र जगता, तर जहागिरी कामकाजाची जबाबदारी मी त्याच्यावरच सोपवली असती."

रवीन्द्रनाथ एक क्षणभर स्तब्ध झाले. आपल्या मोठ्या भावाकडून वडलांच्या काय काय अपेक्षा होत्या, हे कळल्याने त्यांचे मनही उदास झाले.

"अन् तुला माहित्येय रवी, की सत्येन्द्रचं जीवन आता इंग्रजीबाबूसारखं

झालंय. डिस्ट्रिक्ट जज्ज म्हणून तो अगदी पुरा-पुरा इंग्रजी झालाय. जहागिरीचे प्रश्न आणि लोक या दोन्हींपासून तो फार लांब गेलाय. ब्रिटिश राज्यात आय. सी. एस. अधिकारी म्हणून पुढं येण्याची मोठी इच्छा बाळगून आहे तो. त्यात काही वाईट नाही, म्हणा. तुमच्यापैकी एक-जण कुणी ब्रिटिश राज्यातला अधिकारी असेल, तर ते उपकारकच होईल.''

देवेन्द्रनाथांनी रवीन्द्रला समजावून सांगावं, तसं हळूहळू बोलायला सुरुवात केली.

''आता फक्त प्रश्न उरला ज्योतिरिन्द्रनाथांचा. इंग्रजी लोकांच्या व्यापारउदिमासमोर देशी व्यापाऱ्यांचा निभाव लागणार नाही, ही साधी-सरळ गोष्ट त्याला समजत नाही. जहागिरी किंवा धंद्याच्या कामकाजात व्यक्तिगत आवडनिवड किंवा आपल्या मनाची पसंती-नापसंती आणता कामा नये. अगदी खडतर अशा वास्तवाच्या जमिनीवर पाय रोवून बिकट बाबींचा निकाल लावावा लागतो. ज्योतिरिन्द्रनाथ हे करू शकणार नाही, हे त्याच्या धंद्यावरून अगदी दिव्याच्या उजेडासारखं लख्ख दिसतंय. असं असताना जहागिरीचा कारभार त्याच्यावर सोपवणं म्हणजे जहागिरीला खड्ड्यात टाकण्यासारखं आहे.'' देवेन्द्रनाथांनी आपले बोलणे संपवले.

हुगळी नदीत प्रवाशांची आणि मालसामानाची ने-आण करण्यासाठी इंग्रजी मालकीच्या आगबोटी फिरायच्या. या आगबोटींशी स्पर्धा करायला ज्योतिरिन्द्रनाथांनी आपल्याला स्वत:ला या धंद्यात झोकून दिले होते. जसजसे नुकसान वाढत गेले, तसतसे इंग्रजांना या व्यापारात पराभूत करायचेच, या कल्पनेने ज्योतिरिन्द्रनाथ पछाडून गेले अन् या नुकसानीच्या धंद्यात ते दिवसेंदिवस खोलात बुडत गेले आणि शेवटी भलीमोठी खोट येऊन त्यांनी आपल्या धंद्याचा पसारा आवरला. रवीन्द्रनाथांना हे सारे माहीत होते. ज्योतिरिन्द्रनाथांचे व्यवसायातले हे अपयश देवेन्द्रनाथ दर्शवू पाहत होते.

वडिलांची ही इच्छा म्हणजे एका तऱ्हेने रवीन्द्रनाथांसाठी आज्ञाच होती. रवीन्द्रनाथ ही आज्ञा मोडतील, हे शक्यच नव्हते. वडलांच्या या युक्तिवादात एक स्वच्छ तर्कशुद्धताही होती. रवीन्द्रनाथांनी त्यांचे म्हणणे मान्य केले.

''तुम्हा प्रत्येक भावंडाला जहागिरीच्या व्ययखात्यातून कुटुंबाच्या गरजेसाठी महिना दोनशे रुपये मिळतात. आता यानंतर वहिवाटदारीच्या तुझ्या कामासाठी तुला दरमहा शंभर रुपये अधिकचे मिळतील, अशी मी व्यवस्था केलीय.'' देवेन्द्रनाथांनी आपली सगळी योजना मुलासमोर मांडली.

कलकत्त्याच्या जोडासांका हवेलीत बसून जहागिरीचा कारभार सांभाळणे शक्य नव्हते, त्यातही जोडासांकात राहणे रवीन्द्रनाथांना फारसे आवडायचे नाही. आपल्यासाठी बांधलेल्या खास लाल रंगाच्या 'रेड हाऊस' नावाच्या बंगल्यात ते राहायचे. अधनं-

मधनं वडलांच्या पार्क स्ट्रीटवरच्या अथवा सत्येन्द्रनाथांच्या बालीगंजच्या बंगल्यातही ते राहायला जायचे. त्याशिवाय कलकत्त्याच्या बाहेर शियालदा, शहाजादपूर, बोलपूर आणि शांतिनिकेतनच्या निवासातही रवीन्द्रनाथ केव्हा केव्हा राहायला जायचे. या सर्व निवासस्थानांपेक्षा रवीन्द्रनाथांना शियालदामधल्या पद्मा नदी काठी राहायला जाणे अधिक बरे वाटायचे. त्यातही शियालदाचा कारभार मोठा होता. शियालदापासून आसपासच्या भागात जा-ये करणे सोपे सरळ होते. जहागिरीचे प्रश्न आणि ग्रामीण भागातल्या लोकांच्या समस्या समजण्यासाठी रवीन्द्रनाथांनी मग शियालदामध्येच आपला मुक्काम हलवला. मृणालिनीदेवी अन् मुले यांना तात्पुरते जोडासांकातच ठेवले आणि नव्या घरात आपले बस्तान बसले की, मग सगळ्यांना घेऊन जायचे, असा निर्णय घेतला.

शियालदामधल्या जहागिरीपरंपरेचा महाल 'कुठीवाडी' म्हणून ओळखला जायचा. वहिवाटी कारणाने जहागीरदार किंवा त्यांचे अधिकारी जेव्हा इथे यायचे, तेव्हा कुठीवाडीत उतरायचे. कुठीवाडीपासून थोड्याशा दुरून हुगळी नदी वाहत होती. हुगळीचा हा फाटा इथे पद्मा नावाने ओळखला जायचा. शियालदा गावच्या मोकळ्या सपाटीवरून वाहणारा पद्माचा हा प्रवाह खोल आणि गंभीर होता. जहागिरीची एक आगबोट पद्मेच्या या काठावर नेहमी नांगरलेली असायची. ही आगबोट प्रिन्स द्वारकानाथांनी त्यांच्या जमान्यात बांधून घेतली होती. या आगबोटीतूनच प्रिन्स द्वारकानाथांनी युरोप प्रवास केला होता.

आगबोट राहण्या करण्याच्या सर्व सोई-सुविधांनी सुसज्ज होती. डेकवरच्या केबिनमध्ये बसून किंवा बाहेरच्या कठड्याजवळच्या मोकळ्या भागात बसून मैलोन्मैल पसरलेला पद्मेचा प्रवाह निवांतपणे पाहता यायचा. दुसऱ्या बाजूने चौफेर पसरलेली अरण्ये, लहान-लहान गावे हे सगळे नजरेस पडायचे. 'कुठीवाडी'च्या महालापेक्षा पद्मेतील आगबोटीचे निवासस्थान रवीन्द्रनाथांना फार आवडले. या आगबोटीलाच त्यांनी आपले घर केले. जहागिरीच्या कामाधामातून जो काही थोडाबहुत वेळ मिळायचा, तो सगळा वेळ रवीन्द्रनाथ डेकवरच्या कठड्याशी बसून घालवायचे. या काळात त्यांचे लेखनही त्यांनी इथे बसूनच करायला सुरुवात केली. आगबोटीच्या डेकवर बसूनच त्यांनी त्यांच्या कीर्तिवंत कलाकृतींची म्हणजे 'काबुलीवाला', 'पोस्टमास्तर' आणि 'क्षुधित पाषाण' यांची निर्मिती केली. बेलाची, त्यांच्या मुलीची मनाला कुरतडणारी उणीव त्यांनी 'काबुलीवाला' नावाच्या कथेत मिनीच्या पात्रातून भरून काढली.

नव्या जहागीरदाराला भेटायला, त्यांचे अभिनंदन करायला, त्यांची ओळख करून घ्यायला जहागिरीच्या दूरदूरच्या अनेक गावांतून रोज चिक्कार माणसे येत होती. रवीन्द्रनाथ या सगळ्यांशी फार जवळिकीने वागत, त्यांची ओळख करून घेत

होते. त्यांचे प्रश्न समजावून घेण्याचे प्रयत्न करत होते. हे सगळे ग्रामवासी नव्या ठाकुरांच्या चरणी कोणती ना कोणती लहान-मोठी चीजवस्तू भेट म्हणून घेऊन येत. हे सगळे भोळे आणि गरीब खेडूत आपला महसूलकर नियमित भरायचेच; पण जहागीरदाराला अशा काही भेटी घेऊन येत, यानं रवीन्द्रनाथांना भारी संकोच वाटे. त्यांनी या सगळ्या भेटी घ्यायला नकार दिला अन् त्याने हे भोळेभाबडे लोक बावरून, गांगरून गेले. प्रत्येक भेटीत ठाकुरांना अशी भेट द्यायची, हे या सगळ्यांसाठी इतके सहज अंगवळणी पडले होते की, ठाकुरांनी नाही म्हटल्याने ते एकदम गोंधळून गेले.

"जहागिरीचा महसूल तुम्ही सगळे नियमितपणे भरता ना?" रवीन्द्रनाथांनी त्यांना विचारले.

"ठाकुरमोशाय, भगवंताच्या मेहरबानीनं आमची जमीन भरपूर पिकतेय अन् त्यातनं सगळा महसूल भरतोय."

"तुम्ही सगळे फार श्रीमंत आहात?" रवीन्द्रनाथांनी दुसरा प्रश्न विचारला.

लक्तरासारख्या कपड्यांतली अन् अनवाणी पायांनी बसलेली ती गर्दी एकदम अचंबित झाली. कुठे, कसले श्रीमंतीचे लक्षण त्यांच्याजवळ होते?

बावचळून गेलेल्या त्या खेडवळ लोकांनी डोके हलवत म्हटले, "ठाकुरमोशाय, दोन वेळचं पोट कसंबसं भरतंय अन् बाकी त्या सावकाराच्या कर्जावरचं व्याज नाय चुकवता येत. केव्हा केव्हा सावकार जमिनीही जप्त करतात."

"तर मग या फजूल भेटी कशासाठी देता?"

"ठाकूर," नव्वदीच्या जवळपास आलेला एक जख्खड म्हातारा त्या गर्दीतून उठून उभा राहिला. अडखळत धीमी पावलं टाकत रवीन्द्रनाथांच्या जवळ आला. त्याच्या हातात एक पुडकं होतं, ते पुडकं रवीन्द्रनाथांच्या जवळ देत तो थरथरत्या कापऱ्या आवाजात म्हणाला, "घे, हे ठाकूर, घे, बाबा. तू हे सगळं घेतलं नाहीस, तर खाशील काय?"

रवीन्द्रनाथ अवाक् झाले. त्या वृद्ध खेडुताच्या आवाजात जो कंप होता, त्याने रवीन्द्रनाथ थरकापले. त्यात जहागीरदारीबद्दल काही भय अथवा शरम नव्हती. होतं ते फक्त काठोकाठ भरलेलं वात्सल्य अन् भोळा भाव. त्यांच्या त्या अज्ञानाविषयी रवीन्द्रनाथांच्या मनात सहकंपा निर्माण झाली.

"वर्षानुवर्षे या जमिनीतील पिकं बरोबर, सारखी येतात ना?" त्यांनी विचारलं.

"ना, कधी-मधी माँ ची किरपा झाली मंजे सगळं काही ठीकठाक होतं अन् कधी-मधी हा पाऊस वोततो अन् ओला दुकाळ येतो, का नायतर कोरडा. काई वेळंला पद्मेचं पाणी परत फिरतं अन् उभं पीक पार धुऊन धुव्वा उडतो. आभ आन् गाभ यांचा काय भरवसा धरायचा, ठाकूर!" वृद्धानं आपले अनुभवाचे बोल ऐकवले.

"पण जेव्हा दुष्काळ पडतो किंवा पद्मेचं पाणी सगळं वाहून नेतं, तेव्हा तुम्ही काय करता?" रवीन्द्रनाथांनी परत आणखी विचारलं.

"आबाळाकडं डोळं लावून एक मूठभर भातासाठी इकडंतिकडं उंबरे झिजवतो; हेच आमचं जगनंय, ठाकूर!"

"तर मग पीक आलेल्या वर्षी तुम्ही काही बंदोबस्त का नाही करत?"

"पिकाचं वर्ष सावकाराच्या तिजोरीत जमा होतं ना ठाकूर! आमाला दोन वेळंला मूठभर भात आन् कधी-मधी एकादी मासळी, एवढाच आमचा अधिकार!"

अनिमिष नजरेनं रवीन्द्रनाथ या सगळ्यांच्या तोंडाकडं एकटक पाहत राहिले. या सगळ्या गोष्टी त्यांना एकदम न पाहिल्या-ऐकलेल्या वाटल्या. त्यांना आपली मुलं आठवली. बेला, रथीन्द्र, राणी– ही सगळी जशी निरागस होती, तसेच हे सगळे खेडूत होते. आपली मुलं जसा काहीही विचार, योजना न करता आपल्या सगळ्या गरजांसाठी आई-वडलांवर अवलंबून राहत असत, तसेच हे सगळे खेडूतही आकाशावर अवलंबून होते अन् आपल्या भविष्याचा कसलाही विचार त्यांच्याजवळ नव्हता. बेला, रथीन्द्र आणि राणी जसे बालसहज होते, तसेच हे वयानं वाढलेले ग्रामवासीही बालसहज राहिले होते. वयाने वाढलेल्या या बालकांसाठी काहीतरी व्यवस्था करणे हे आपले कर्तव्य होते.

"सावकाराशी केलेल्या देण्या-घेण्याचा काही हिशेब तुम्ही ठेवता की नाही?" रवीन्द्रनाथांनी आपली विचारपूस परत पुढे लांबवली.

"हे आणिक काय ठाकूर? सावकार म्हणेल तिथं अंगठा उठवायचा, एवढंच आमाला माहितीय. बाकी मंजे-भलं होवो त्या सावकाराचं का इंग्रजी अदालतीचं!"

रवीन्द्रनाथ समजून गेले. सावकार जे काही लिहितो, त्यावर काहीही न कळता-सवरता हे लोक अंगठा उठवतात अन् मग जेव्हा कधी देण्याचा हप्ता चुकवता यायचा नाही, तेव्हा जमीन जप्त करायला कायदेशीर कारवाई व्हायची. या कारवाईत काहीही न कळता-सवरता शेतकरी हरायचे अन् ही जमीन कागदोपत्री सावकाराच्या नावावर व्हायची. गरीब शेतकरी अधिकाधिक कंगाल बनायचा. निराधार अन् लाचार व्हायचा. इंग्रजी हुकमतीखालील कोर्टकचेऱ्यांत त्यांना फक्त लिखापढीचा न्याय मिळेल; खरा न्याय नव्हे.

जहागिरीत बसलेल्या लोकांनी जहागिरी अदालती व्यवस्था आपली आपणच उभी केली पाहिजे, असे त्यांना वाटले. त्यांची गरिबी, अज्ञान आणि अव्यवस्था हे सगळे सरकार किंवा कुणी बाहेरचे तंत्र दूर करू शकेल, हे अशक्य होते. प्रत्येक गावाने आपले प्रश्न आपणच सोडवावेत; नैसर्गिक आपत्तीत, संकटात आपला बचाव होईल अशी व्यवस्था आपणच केली पाहिजे, यासाठी काहीतरी पावले उचलली पाहिजेत, असे त्यांना वाटले.

त्यानंतर कितीतरी दिवस ही सगळी माहिती त्यांच्या मनात घोळत राहिली. ग्रामीण लोकांच्या प्रश्नांची जाण असणाऱ्या अन् त्यात काम करणाऱ्या त्यांच्याशी संबंधित दोन अधिकाऱ्यांसमवेत त्यांनी दोन निर्णय घेतले... हे निर्णय तत्काळ अमलात आणण्यासाठी आवश्यक ती तरतूद केली आणि योग्य ते हुकूम दिले.

आतापासून प्रत्येक गावात गावकरीच एका पंचाची निवड करतील अन् हे पंचच गावातल्या कुठल्याही प्रश्नांवर निर्णय देतील. पंचाच्या निर्णयावर कुणाला फिर्याद करावयाची असेल, तर खुद्द ठाकूरच त्याची फिर्याद ऐकतील. अशा तऱ्हेने इंग्रजी कोर्टकचेऱ्यांतील गुंतागुंतीतून अज्ञानी आणि निरक्षर गावकऱ्यांना मुक्त करण्याचा प्रयत्न त्यांनी सुरू केला.

याशिवाय वेळी-अवेळी किंवा अडीनडीला गावकऱ्यांना पैशाची तत्काळ गरज पडेल, तेव्हा सावकाराऐवजी वाजवी दराने त्यांना मदत करता येईल, अशा उद्देशानं एका सहकारी बँकेची स्थापना करण्याचे काम त्यांनी सुरू केले. पिके चांगली आल्यावर शेतकऱ्यांच्या हातात थोडा पैसा आला, तर तो त्यांनी इथं जमा करावा अन् अडचणींच्या काळात तो वापरावा.

अशा तऱ्हेने एकीकडे जहागिरीचे काम सुरू होते, तर दुसरीकडे ते अधनं-मधनं पत्नी मृणालिनीला आणि मुलांना भेटायला कलकत्त्याला जायचे. शियालदाचे घर आता तयार झाले होते, पण मृणालिनीदेवींना कोलकता सोडून यायची इच्छा नव्हती. शियालदात आधुनिक शिक्षणाची काहीच व्यवस्था नव्हती. त्यात आणखी म्हणजे, चौथ्या मुलाचा जन्मही झाला होता. मृणालिनीची प्रकृतीही फारशी चांगली राहत नव्हती आणि शियालदात एकटीने या मुलांचा सांभाळ करण्याचे काम तसे कठीण होते.

या काळात भारतीय राष्ट्रीय काँग्रेसच्या वार्षिक अधिवेशनाचा मान कलकत्त्याला मिळाला होता. तारिकनाथ पालीत हे सत्येन्द्रनाथांचे, वयाने मोठे असलेले मित्र बंगाल काँग्रेस अधिवेशनाचे नेते होते. या तारकानाथांच्या मुलाशी, लोकनाथशी, रवीन्द्रनाथांची लंडनमध्ये ओळख झाली होती. लोकनाथ वयाने तसा रवीन्द्रनाथांपेक्षा लहान होता, पण त्या दोघांच्या ओळखीचे आता गाढ मैत्रीत रूपांतर झाले होते.

रवीन्द्रनाथांच्या कलाकृतींनी बंगालमधील साहित्यिक, रसिक आणि समीक्षक यांचे विशेष लक्ष वेधले होते. काँग्रेसच्या अधिवेशनासाठी बंगाल काँग्रेसने जी स्वागत समिती नेमली होती, तिच्या अध्यक्षस्थानी तारिकनाथ होते. तारिकनाथांना रवीन्द्रनाथांच्या कलाकृतीबद्दल अतिशय सद्भाव होता. योगायोगाने रवीन्द्रनाथ शियालदाहून कलकत्त्याला आले तेव्हा सत्येन्द्रनाथांच्या बालीगंजमधल्या बंगल्यात त्यांना तारिकनाथ भेटले.

"रवी!" तारिकनाथांनी सूचना केली, "काँग्रेसच्या कोलकता अधिवेशनात

तुझाही काही सहभाग असावा, अशी माझी इच्छा आहे.''

रवीन्द्रनाथ सक्रिय राजकारणापासून बहुधा दूर राहायचे; पण राजकीय विषयात त्यांना रस होता. त्याशिवाय देवेन्द्रनाथ ब्राह्मोसमाजाच्या संस्थापक सदस्यांपैकी एक होते आणि ब्राह्मोसमाजाचे संचालक म्हणून वडिलांनीच त्यांच्यावर जबाबदारी सोपवली होती. रवीन्द्रनाथही ही जबाबदारी कुशलतेने पार पाडत, त्यामुळे सामाजिक व राजकीय प्रवाहांशी त्यांचा बराच चांगला परिचय होता.

''माझी इच्छा आहे की रवी–'' तारिकनाथांनी आपला प्रस्ताव स्पष्ट केला, ''काँग्रेस अधिवेशनाच्या पहिल्याच बैठकीत बंकीमबाबूंच्या वंदे मातरम्चे गान तुझ्या कंठातून येऊ दे.''

त्या वेळेस बंकीमबाबूंची 'आनंदमठ' कादंबरी राष्ट्रवादी आणि क्रांतिकारी यांच्यासाठी धर्मग्रंथासारखी होती. त्या कादंबरीतील वंदे मातरम् गीत बंगाली प्रजेत अतिशय लोकप्रिय होते.

तारिकनाथांच्या या सूचनेचा रवीन्द्रनाथांनी स्वीकार केला.

त्यानंतर कोलकता अधिवेशनात जेव्हा रवीन्द्रनाथांनी हे गीत म्हटले; तेव्हा त्यांचे सूर, शब्द आणि कंठ यांना शेकडो प्रतिनिधींनी टाळ्यांच्या कडकडाटात मानवंदना दिली.

१०

पद्मा नदीच्या काठावर दुपारची स्तब्धता पसरली होती. काठावर काम करत असलेले मजूर आणि दूरपर्यंत शेतमळ्यात काम करत असलेले शेतकरी यांचे काम घटकाभर थांबले होते.

पद्मेतल्या जहाजावरच्या आपल्या निवासस्थानात एका जागी बसून रवीन्द्रनाथ काहीतरी लिहीत होते. अचानक त्यांच्या कानावर तालबद्ध सुरातले मधुर शब्द आले. ते सूर आणि शब्द दोन्ही त्यांना ओळखीचे वाटले. त्या गीतातली जी लय आणि धून संगीतातून झरत होती, ती त्यांना फारशी परिचित नव्हती; पण त्यातील ओळखीच्या खुणांनी त्यांचे डोळे चमकले. हातातले लिहिणे जरासे थांबवून त्यांनी जहाजाच्या काचेच्या गवाक्षातून आवाजाच्या दिशेने आरपार पाहिले.

पद्माकाठच्या सुनसान पायवाटेवरून दोन माणसे जात होती अन् त्या माणसांच्या हातातल्या वाद्याबरोबरच संगीताचा हा लहानसा प्रवाह वाहत येत होता. क्षणभर डोळे बंद करून त्यांनी ते संगीत मनात भरून घेतले.

बंगालच्या दूरवरच्या आतल्या भागात लोकसंगीतासारखे स्थान मिळालेल्या बाऊल गाणाऱ्या टोळीतले ते दोन भक्त होते, हे ओळखायला रवीन्द्रनाथांना वेळ लागला नाही. त्यांनी लगेच आपल्या नोकरांकरवी त्या दोन्ही बाऊलभक्तांना जहाजावर बोलावणे पाठवले. सैल पायघोळ कफनीसारखे कपडे, वाढलेली दाढी, खांद्यावर लटकावलेली झोळी, हातात वाद्य आणि ओठांवर संगीत अशा त्यांच्या रूपाने ते अगदी आतल्या भागातल्या बाऊल टोळीतले आहेत, हे ध्यानात येत होते.

"तुमचं नाव काय, भाई?" रवीन्द्रनाथांनी दोघांना आपल्यासमोर बसवून घेत म्हटले.

"मला लोक लालन फकीर म्हणतात." एकाने म्हटले.

"आणि मला गगन हरफाटा म्हणून ओळखतात."

"तुम्ही दोघे काय करता?"

"आम्ही दोघेही बाऊलभक्त आहोत. भक्ती आणि गीत हेच आमचं जीवन."

"तुमच्या या जीवनात मला थोडंसं स्थान द्याल?" रवीन्द्रनाथांनी विचारलं.

"हे काय बोलणं झालं ठाकूर? तुम्हाला देण्यासारखं आमच्याजवळ काय आहे?"

"तुमचं हे संगीत! तुमचं हे बाऊल संगीत तुम्ही मला शिकवाल?"

"अरे– अरे! तुमच्यासारख्या मोठ्या माणसाला हे संगीत शिकण्याचं काय काम?"

रवीन्द्रनाथांना एकदम धक्का बसला. मोठी माणसं अन् ती संगीत शिकतात? संगीत हे क्षुद्र माणसांचं काम, हलकं काम! संगीताची ही अवहेलना त्यांना सहन झाली नाही.

"हे पाहा लालन अन् गगनभाई, संगीत शिकण्यासाठी कुणी लहान नाही अन् कुणी मोठं नाही. तुम्ही जी गीतं गाता आहात, ती गीतं मला शिकायची आहेत. शिकवाल ना तुम्ही मला?"

लालन फकीर आणि गगन हरफाटा या दोघांसाठी ठाकुरासारख्या मोठ्या माणसाची ही मागणी कल्पनातीत होती. आपण गल्लीबोळांतून, रस्त्यारस्त्यांतून जाताना जी गीते सहजपणाने गात जात असतो, त्याचा असा काही प्रभाव पडेल, हे लक्षात आल्यावर दोघेही चकितच झाले. ते दोघेही जे गीत गात होते, त्या गीतातून श्रीकृष्णाला आराध्य दैवत मानणाऱ्या गोपिकांचा सखीभाव प्रकट होत होता. हा सखीभाव रवीन्द्रनाथांच्या मनाला स्पर्शून गेला. त्यातील भक्तिभावाने त्यांचे मन ओढले गेले होते.

"ठाकूर, आमच्याजवळ जे काही आहे, ते सारं तुमचंच आहे. हरिनाम संकीर्तनाशिवाय वाटण्यासारखं आमच्याजवळ दुसरं काहीच नाही. या संकीर्तनात आमच्याबरोबर तुमच्यासारखे काही जण जोडले गेले, म्हणजे आमचे जीवन धन्य झाले!"

अशा रीतीने बाऊल गीतसंगीत शिकण्याचा कार्यक्रम रोज सुरू झाला. त्यातली लय, ताल आणि भक्तिभाव रवीन्द्रनाथांना इतका स्पर्शून गेला की, थोड्याच दिवसांच्या अभ्यासानंतर त्यांनी या बाऊलपरंपरेतच एक नवे गीत रचले.

आमार सोनार बांगला
आमी तोमाय भालो बासि

*

रवीन्द्रनाथ नियमितपणाचे फार आग्रही होते. कामावर येणारे शेतमजूर रोज बरोबर वेळेवर हजर राहावेत, त्यांनी उगाचच गैरहजर राहू नये, असा त्यांचा खास आग्रह असायचा. त्यांचा हा आग्रह सगळ्यांना माहीत असायचा; म्हणून हे सगळे

जण वेळेवर कामावर यायचेही. पण एक दिवस सकाळी एक शेतमजूर नेहमीच्या ठरलेल्या वेळेपेक्षा उशिरा कामावर आला. शेतमजुराच्या हजेरीची देखरेख करण्यासाठी नेमलेल्या माणसाने तो असा उशिरा आल्याबद्दल त्याला रवीन्द्रनाथांच्या समोर उभे केले.

"ठाकूर, हा आज अर्धा तास उशिरा कामावर आला आहे."

"का रे?" रवीन्द्रनाथांनी जरबेनं विचारलं, "तुला माहिती नाहीये का, उशिरा कामावर येणाऱ्याचं इथं काही काम नाहीये?"

"माहित्येय, ठाकूर!" त्यानं लाचारपणानं मान खाली घातली.

"मग का उशिरा आलास?"

त्या शेतमजुरानं आपले दोन्ही हात चोळले, पायाने जमीन उकरत, आपले लालबुंद डोळे वर करत तो म्हणाला, "ठाकूर, स्मशानात उशीर जाला. मला माफ करा. पुन्रा असं नाही होणार."

स्मशान शब्द ऐकून रवीन्द्रनाथ आतून हलले. त्यांच्या चेहऱ्यावरचे भाव बदलले.

मऊ आवाजात त्यांनी विचारलं, "स्मशानात जावं लागलं? काय झालं बाबा? कोण गेलं?"

"माजी एकुलती एक आठ वरशाची मुलगी काल मधरात्री देवशरण झाली. आजचा खाडा पडू नये, म्हणून मी भल्या पहाटेलाच तिला स्मशानात घेऊन गेलो; तिथनं अंघोळ करून थेट इथंच आलोय. त्यानं उशीर जाला. माफ करा, ठाकूर."

रवीन्द्रनाथ एकदम गप्प झाले. कामावर वेळेवर पोहोचता यावं म्हणून आपल्या पोटच्या गोळ्याला रात्रभर जागून भल्या पहाटे स्मशानात पोहोचवून इथं आलेला हा बाप आपली माफी मागतोय. रवीन्द्रनाथांना वाटलं– अपराधी हा बाप नाहीये, त्याला क्षमा मागायचं काही कारण नव्हतं. त्याला क्षमा मागावी लागते, अशी परिस्थिती निर्माण करण्याबद्दल आपणच अपराधी आहोत. त्या शेतमजुराची आठ वर्षांची मुलगी...

रवीन्द्रनाथांना बेला आठवली. आपली ही लाडकी मुलगीसुद्धा आठ-दहा वर्षांचीच आहे. आपण एक बाप आहोत अन् हा शेतमजूरही एक बाप आहे. इथल्या कामाच्या ढिगाऱ्यातही अनेक वेळा बेलाची तीव्रतेने आठवण यायची. या बापाला आता आपल्या मुलीची आठवण येताना नेमके काय आठवेल? कामावर उशीर होऊ नये, म्हणून मृत मुलीला मूठमाती देऊन धावत-पळत आला होता तो. हा क्षण तो कसा विसरेल? रवीन्द्रनाथांना वाटले की, मृत्यू असापण असतो? परमात्मा या सगळ्या यंत्रणेत कसे कसे अन् काय काय करतो?

त्याच रात्री त्यांनी आपल्या वहीत लिहिले -

'माझ्या नाथा,

तू कसा गातोस, ते मला कळत नाही,

मी नेहमीच चुपचाप आश्चर्यानं ऐकत राहतो.

माझे हृदय तुझ्या संगीतात साथ करण्यासाठी तळमळत असते,

पण लाख प्रयत्नांनीही माझा आवाज फुटत नाही.

मी बोलतो, पण वाणीतून गीत प्रकटत नाही.

...अन् मी रुदन करत राहतो.'

*

शियालदामधले एकटे राहण्याचे ते दिवस कधी कधी फार दीर्घ, लांबच लांब वाटायचे. मृणालिनी आणि मुलांकडे कलकत्त्याला अधनं-मधनं जाणे व्हायचे, हे खरे; पण तरी आता हे असे राहणे अवघड व्हायला लागले होते. शियालदासारख्या दूरच्या ठिकाणी मुलांना घेऊन राहायला मृणालिनीदेवी तयार नव्हत्या, पण तरीही रवीन्द्रनाथांनी त्यांना समजावले. मृणालिनीच्या मनात मुलांच्या शिक्षणाचा प्रश्न मुख्य होता. आपण मुलांच्या शिक्षणासाठी वेळ देऊ; इतकेच नव्हे, तर त्यांच्यासाठी शिक्षकाची खास व्यवस्था करू, असे आश्वासन देऊन रवीन्द्रनाथांनी पत्नी आणि मुलांना शियालदाला आणले.

पण ठरवल्याप्रमाणे शिक्षणाचा हा प्रश्न सुटला नाही. जवळचे रेल्वे स्टेशनच मुळी शियालदापासून पाच मैल लांब होते. शिकवण्यासाठी जे शिक्षक ठेवले होते, ते रोज रेल्वेने जा-ये करायचे. स्टेशनवरून त्यांना नेता-आणता यावे म्हणून दोन घोड्यांची एक खास घोडागाडीही ठेवली होती. इतकी सगळी व्यवस्था करूनही सगळे काही सरळ-साधे होत नव्हते. गाडी ये-जा करू शकेल असा मुळी नीट रस्ता नव्हता; म्हणून मग लहान-मोठ्या खड्ड्यांच्या त्या रस्त्यात पाणी भरले की कितीतरी शिक्षक स्टेशनवरूनच परत फिरायचे. रवीन्द्रनाथ स्वत: मुलांना बंगाली, संस्कृत, इंग्रजी शिकवायचे.

"आम्हाला इथे घेऊन यायला मी तुम्हाला पहिल्यापासून नाही म्हणत होते." पत्नी अधून-मधून म्हणायची, "मुलांच्या शिक्षणाची काही इथे नीट व्यवस्था होत नाहीये. त्यात माझी प्रकृतीही बरी राहत नाहीये आणि त्यात भर म्हणजे इथे पाहिजे तेवढी आवश्यक अशी औषधपाण्याची सोयही नाहीये, आपण उगाच या सगळ्या खोलात अडकलोय."

पत्नीच्या या म्हणण्यातील सत्य रवीन्द्रनाथांनी मनोमन स्वीकारले आणि कुटुंबाशिवाय आपल्याला आता एकटे राहणे सोसवत नाहीये, हे सत्यही त्यांनी जाणले. त्यांना वाटायला लागले, की स्वार्थासाठी आपण अजाणतेपणाने का

होईना, आपल्या बायको-मुलांवर अन्याय करतोय.

अलीकडे शिक्षणाविषयी त्यांच्या मनात एका वेगळ्याच प्रकारचे मंथन चालले होते. तत्कालीन व्यवस्थेनुसार शाळा किंवा शैक्षणिक संस्था यांत ते बंदिस्त चौकटीतले शिक्षण दिले जात होते, त्यात ते सफल झाले नव्हते. शिक्षणाची ही रूढ चौकट त्यांना अजिबात स्वीकाराविशी वाटत नव्हती. जोडासांकात त्यांना शिकवण्यासाठी देवेन्द्रनाथांनी खासगी शिक्षक ठेवले होते, हे खरे; पण हे पगारदार शिक्षक ज्या तऱ्हेने विषयाला हात घालायचे, ती पद्धत रवीन्द्रनाथांना इतक्या वर्षांनंतरही आवडत नव्हती. शिक्षणाच्या या पद्धतीनुसार कोणा विद्यार्थ्याचे कल्याण होईल, असे त्यांना वाटत नव्हते. शाळेच्या चार भिंतींत कोंडून दर एक तासाला, आवडत्या वा नावडत्या, अशा वेगवेगळ्या विषयाची नुसती घोकंपट्टी करत राहण्याने नव्या पिढीच्या हातून राष्ट्र, समाज यांची निर्मिती कशी काय होणार, हा प्रश्न त्यांना सतत पडत राहायचा. आत्ता हा प्रश्न जरी त्यांच्या मुलांपुरताच असला, तरी अशी कितीतरी कुटुंबे त्यांच्या मुलांसाठी या प्रश्नाला तोंड देत असतील.

पण फक्त विचार करून थांबायचे, हे रवीन्द्रनाथांच्या स्वभावात नव्हते. त्यांना असे वाटायला लागले की, आपणच आपल्या कल्पनेनुसार एक शाळा सुरू करावी आणि अशा विद्यार्थ्यांचा भविष्यकाळ उज्ज्वल बनवण्याचा प्रयत्न करावा.

कलकत्त्याला जाऊन रवीन्द्रनाथांनी आपल्या कितीतरी मित्रांशी या विषयावर विचारविनिमय केला. विल्यम लॉरेन्स, पंडित शिवधन, ब्रह्मबांधव उपाध्याय, अजितकुमार चक्रवर्ती आणि सतीशचंद्र रे यांसारख्या मित्रांशी ते बोलले. हे सगळे जण कमी-जास्त प्रमाणात का होईना, शिक्षणक्षेत्राशी या ना त्या नात्याने जोडले गेलेले होते. रवीन्द्रनाथांच्या विचारांना त्यांनी पूर्ण पाठिंबा दिला. रवीन्द्रनाथांनी जर अशी काही शाळा सुरू केली, तर आपण त्यांच्याबरोबर काम करू, असे आश्वासनही सर्वांनी दिले. मदतीच्या या आश्वासनांनी रवीन्द्रनाथ उत्साहित झाले अन् जोडासांकात गेल्यावर आपल्या कुटुंबातल्या सगळ्यांना त्यांनी आपल्या मनातल्या या नवीन कल्पनेची जाणीव दिली.

"रवी, जहागीरदारी व वहिवाटीचं काम सोडून तू असल्या कुठल्या तरी नव्या कामात पडावंस, हे काही मला योग्य वाटत नाही." मोठ्या भावाने द्विजेन्द्रनाथांनी आपले मत दिले.

"बडोदादा बरोबर म्हणताहेत." ज्योतिरिन्द्रनाथांनी आपले स्वत:चे वजन द्विजेन्द्रनाथांच्या पदराशी बांधले.

नवनव्या साहसाने पोळलेल्या अनुभवाची आच त्यांच्या शब्दांत सहज आली होती, "गरज पडली, तर मुलांसाठी अजून शिक्षक नेमावेत किंवा पाहिजे असल्यास त्यांना परदेशात पाठवावे."

पण देवेन्द्रनाथांनी रवीन्द्रनाथांच्या विचारांशी सहमती दर्शवली.

"रवीन्द्र, आधुनिक शिक्षणाविषयीचे तुझे विचार योग्य आहेत. ब्राह्मोसमाजाच्या सभेत माझी अनेकदा या विषयावर चर्चा झाली आहे. मी काही आता नवे करण्यातला उरलो नाही, पण जर तू काही करत असशील तर माझे पाठबळ तुझ्यामागे असेलच."

रवीन्द्रनाथांना इतके पुरेसे होते. अनेक वर्षांपूर्वी बोलपुरात घेतलेल्या सात एकर जागेवर बांधलेली शांतिनिकेतनची बाग त्यांना आठवली. आपल्या मनातल्या शाळेच्या कल्पनेसाठी ही जागा अगदी योग्य होती. शाळा सुरू करण्यासाठी तात्पुरती सगळी व्यवस्था त्यात होतीच. एक स्वतंत्र प्रार्थनागृह अन् डोळे निवतील अशी हिरवाई असल्याने प्रसन्न शांतता तिथल्या वातावरणात भरून राहिली होती. या जागेचा एक स्वतंत्र ट्रस्ट बनवून वडलांनी ती केव्हाच सार्वजनिक केली असल्याने, या सार्वजनिक जागेचा सार्वजनिक कल्याणासाठी उपयोग झाला तर तो फारच कल्याणप्रद ठरेल, असे रवीन्द्रनाथांना वाटले. आपल्या मनातला हा विचार त्यांनी वडलांसमोर मांडला.

"अरे, व्वा! हा तर अति उत्तम विचार आहे!" देवेन्द्रनाथांनी मुलाचा हा प्रस्ताव उचलून धरला. "या ट्रस्टच्या नावाने मी जी काही रक्कम काढून ठेवली आहे, त्याच्या व्याजाचा उपयोगही या नव्या शाळेसाठी करता येईल."

रवीन्द्रनाथांना असे झाले की, सुरुवात तर उत्साहाने झाली आहे. बोलपुरात जाऊन त्यांनी या जागेचे निरीक्षण केले अन् आपली नियोजित शाळा सुरू करण्याचा निश्चय पक्का केला.

हिवाळ्यातल्या एका सकाळी जेव्हा या शाळेची सुरुवात करण्यात आली, तेव्हा तीत पाच विद्यार्थी आणि पाच शिक्षक होते. त्या सगळ्यांनी लाल रंगाचे धोतर नेसले आणि पिवळ्या रंगाचे उपरणे अंगावर घेतले. कपाळावर लाल रंगाचा टिळा रेखला. एका डेरेदार वृक्षाच्या छायेत खुद्द रवीन्द्रनाथांनीच पहिला तास घेतला. आपल्या प्राचीन ऋषिपरंपरेनुसार विद्यार्थ्यांना त्यांनी 'गुरू' हा शब्द शिक्षकांना संबोधण्यासाठी म्हणून शिकवला. समूहप्रार्थनेसाठी कविवर्यांनी अपली स्वरचित कविता सर्वांकडून गाऊन घेतली. 'मोरा सत्येर परे मन'– 'आम्ही सत्याला समर्पित आहोत.' सत्याच्या या प्रार्थनेनंतर रवीन्द्रनाथांनी या संस्थेचे 'ब्रह्मचर्याश्रम' असे नामकरण केले.

"रवी ठाकूर!" सतीशचंद्र रेंनी सगळ्यांचे लक्ष वेधले, "तुम्ही आम्हा सगळ्यांना 'गुरू' बनवलेत, पण तुम्ही स्वत: काय होणार?"

"मीही तुमच्यातलाच एक! आपण सगळे जण या शाळेच्या विद्यार्थ्यांसाठी 'गुरू' आहोत."

"नाही, गुरू म्हणजे आम्ही." सतीशचंद्र म्हणाले, "तुम्ही आम्हाला गुरू बनवलेत, म्हणून आम्ही सर्व तुम्हाला 'गुरुदेवच' म्हणू. आजपासून तुम्ही आमचे 'गुरुदेव' आहात!"

रवीन्द्रनाथांनी सहजपणाने हसत-हसत सतीशचंद्रच्या या भावनेचा स्वीकार केला.

पण या साऱ्यांत, सुरुवातीला ज्या गोष्टी कागदावर मांडताना बरोबर वाटत होत्या; त्या प्रत्यक्ष व्यवहारात उतरवताना अनेक अनपेक्षित अडचणींना तोंड द्यावे लागले. देवेन्द्रनाथ ब्राह्मोसमाजाच्या संस्थापकांपैकी एक होते अन् रवीन्द्रनाथही त्याच्या कार्यकारी मंडळातील एक सदस्य म्हणून काम करत होते. त्यामुळे ब्राह्मोसमाजाच्या विरोधकांनी या नव्या शाळेला विरोध करायला सुरुवात केली. ब्राह्मोसमाज एकेश्वरवादी होता आणि त्यात मूर्तिपूजेचा निषेध केला होता. अर्थात, हे विचार परंपरागत बंगाली समाजाला मान्य नव्हते; तर इकडे ब्राह्मोसमाजाच्या समर्थकांनुसार रवीन्द्रनाथांचे लेखन प्राचीन वैदिक संस्कृती आणि परंपरेतील होते अन् म्हणून त्यांच्या विचारांनुसार रवीन्द्रनाथांना ब्राह्मोसमाजी म्हणता येणार नव्हते.

त्यात आणखी भर म्हणजे, अपेक्षा होती त्याहून खर्च वाढायला लागला. विद्यार्थ्यांचे वर्ग तर बाहेर मोकळ्या जागेत वृक्षाखाली घेतले जात होते; पण असे वर्ग घेण्यासाठी झाडाभोवती पार बांधावे लागले. त्याशिवाय विद्यार्थी आणि शिक्षकांसाठी वसतिगृहे अपुरी होती, असे अनुभवानंतर वाटायला लागले, म्हणून मग तेही बांधकाम नव्याने सुरू करावे लागले. पहिल्यांदा सगळ्यांच्या जेवणासाठी एकच स्वयंपाकघर ठेवले होते, पण मागाहून शिक्षकांची कुटुंबे राहायला येऊ लागली; तेव्हा मग परत वेगळी व्यवस्था करावी लागली. ब्रह्मचर्याश्रमाच्या या आर्थिक तंगीशी रवीन्द्रनाथ दोन हात करत होते. कलकत्त्याच्या धनिक वर्गाकडून वाटले होते तेवढे दान मिळण्याची अपेक्षा पूर्ण होत नव्हती.

"तुम्ही कसल्यातरी काळजीत आहात ना?" एक दिवस मृणालिनीने पतीला विचारले. खरे म्हणजे, रवीन्द्रनाथ असल्या सगळ्या विवंचनेत पत्नीला सहभागी करून घ्यायचे नाहीत; त्यात आता मृणालिनीची प्रकृती दिवसेंदिवस खालावत चालली होती, त्यामुळे रवीन्द्रनाथ क्वचितच असल्या विषयांवर तिच्याशी बोलायचे, पण आपली ही व्यग्रता बघून, समजून तिने आपणहून हा प्रश्न विचारल्याने रवीन्द्रनाथांना आश्चर्य वाटले आणि काहीसे बरेही वाटले.

"तसं काही खास नाही, छोट्टो!" रवीन्द्रनाथांना वाटले की, असल्या आर्थिक अडचणींच्या बाबतीत पत्नीला उगाच अडकवण्यात काही अर्थ नाही. "आश्रमाच्या लहान-मोठ्या समस्या रोज उभ्या राहतात, सोडवाव्या लागतात त्या."

"बघा, म्हणजे तुम्ही मला सांगितलंत, तर माझ्या माझ्या समजुतीनुसार

असले प्रश्न सोडवायला मीही मदत करेन. शेवटी मीही या आश्रमाचाच एक भाग आहे ना!''

आपल्याला वाटणाऱ्या काळजीबद्दलचा हा साहानुभाव रवीन्द्रनाथांच्या लक्षात आला. त्यातली तर्कशुद्धता नजरेआड करूनही चालणार नव्हती. शेवटी त्यांनी कबूल केलं, ''मी फार अस्वस्थ आहे, छोट्टो! आश्रमाची आर्थिक स्थिती अजिबात चांगली नाहीये. अंदाज केला होता तितकी दानाची रक्कम मिळत नाहीये. जो काही साठा होता, तो संपला. आता नवे भांडवल कुठून आणायचे, त्याच्या चिंतेत आहे मी.''

''ओहो! त्यात काय एवढं मोठंसं?'' जणू हा फार मोठा प्रश्नच नव्हता इतक्या सहजतेनं मृणालिनीनं विचारलं, ''इतक्या लहान-सहान गोष्टींसाठी इतकी कसली काळजी करायची? माझं स्त्रीधन अशा अडीअडचणींसाठी उपयोगाला नाही आलं, तर त्याचा काय फायदा?''

रवीन्द्रनाथ थक्क झाले. लग्नानंतर इतक्या वर्षांनी पत्नीचे हे नवेच रूप जणू काही ते पाहत होते.

''हे... हे तू काय म्हणतेयस?''

''सत्य तेच बोलतेय मी.'' मृणालिनीने अंगावरले दागिने काढले अन् पतीच्या पायापाशी त्यांचा ढीग केला.

''हे दागिने आश्रमासाठी वापरले गेले ना, तर त्यांची तेजस्विता अधिक वाढेल.''

११

शांतिनिकेतन आश्रमात मृणालिनीदेवी रोजचे दैनंदिन व्यवहार पार पाडत होत्या, पण त्यांना प्रकृतीची साथ नव्हती. कोलकता, शियालदा आणि आता बोलपूर अशा तिन्ही ठिकाणी राहूनही एकाही ठिकाणचे हवापाणी त्यांना मानवले नाही. देशी वैद्य आणि विलायती डॉक्टर या दोघांचेही औषधपाणी त्यांना आलटून-पालटून सुरु होते; पण रोगाचे काही नक्की निदान होत नव्हते. निदान होत नव्हते, म्हणून उपचारांचा फार परिणाम होत नव्हता. आश्रमाच्या व्यवस्थेच्या व्यतिरिक्त पत्नीच्या प्रकृतीची चिंता रवीन्द्रनाथांना अधिक लागून राहिली होती.

या दोन्हींशिवाय एक तिसरी काळजीही रवीन्द्रनाथांच्या मनाला पोखरत होती. त्यांची मुलगी माधुरीलता आता पंधरा वर्षांची झाली होती. दहाव्या अथवा बाराव्या वर्षी मुलीचे लग्न करणे, ही जिथे अगदी सर्वसामान्य गोष्ट होती, अशा बंगाली समाजात माधुरीलतेचे लग्नाचे वय केव्हाचे उलटून गेले होते. रवीन्द्रनाथ याविषयी फारसे बोलायचे नाहीत, पण एक दिवस मृणालिनीनेच हे मौन संपवले.

''माझी प्रकृती नीट राहत नाहीये अन् रोगाचं निदानही होत नाहीये. माझी एक इच्छा आहे की बेलाचं, आपल्या मुलीचं लग्न आपण वेळेवरी उरकावं.''

पत्नीच्या या अशा इच्छेमागे मृत्यूचे भय डोकावतेय, हे समजायला रवीन्द्रनाथांना वेळ लागला नाही. मृणालिनीची प्रकृती उत्तम असती, तरी बेला आता केव्हाच लग्नाला आली होती. पत्नीचे हे बोलणे अगदी उचित आहे, हे रवीन्द्रनाथांच्या लक्षात आले.

मुजफ्फरनगरमध्ये राहणाऱ्या पीराली ब्राह्मण परिवारातला शरत्कुमार हा तरुण बेलासाठी नवरा म्हणून त्यांच्या डोळ्यांत भरला होता. त्यांनी हे लग्न ठरवले आणि ताबडतोब पारही पाडले. बंगाली समाजात असलेली हुंडा देण्याची रूढी रवीन्द्रनाथांना अजिबात पटायची नाही; पण मग महर्षी देवेन्द्रनाथांनी मधला मार्ग काढला. आजोबा म्हणून त्यांनी नातीच्या लग्नात पाच हजार रुपये खास भेट म्हणून दिले आणि शरत्कुमारला बॅरिस्टरीचे शिक्षण घेण्यासाठी विलायतेला पाठवायचे, असे रवीन्द्रनाथांनी ठरवले.

रवीन्द्रनाथांना एक भाचा, बालेन्द्रनाथ त्यांना मुलासारखा प्रिय होता. जोडासांकात राहत असताना त्यांनी या बालेन्द्रनाथाला मुलासारखे वाढवले होते. शांतिनिकेतनात ब्रह्मचर्याश्रमाची स्थापना झाली, तेव्हा या नव्या संस्थेच्या कामकाजात मदत व्हावी म्हणून रवीन्द्रनाथांनी या आपल्या भाच्याला खास आग्रह करून स्वत:बरोबर ठेवले होते. आश्रमातील कितीतरी प्रकारची व्यवस्था बालेन्द्रनाथ कुशलतेनं सांभाळायचा. रवीन्द्रनाथ अधनं-मधनं कोलकता नाही तर शियालदाला जायचे, तेव्हा आश्रमाचा सगळा भार बालेन्द्रनाथाच्या खांद्यावर असायचा; अन् त्यामुळे रवीन्द्रनाथ निश्चिंत असायचे.

पण या निश्चिंत अवस्थेला प्रारब्धाने साथ दिली नाही. बेलाच्या लग्नाच्या सनईचे सूर अजून विरले नव्हते तेवढ्यात बालेन्द्रनाथाला ताप भरला अन् या तापाचे निदान व्हावे, त्याआधीच दोन दिवसांच्या दुखण्यातच बालेन्द्रनाथने शेवटचा श्वास घेतला. ऐन तारुण्यातल्या बालेन्द्रनाथाच्या या अनपेक्षित जाण्याने रवीन्द्रनाथांवर भयंकर आघात झाला. अनेक वर्षांपूर्वी कादंबरीच्या जाण्याने असाच घाव बसला होता. या ताटातुटीच्या जखमेवर अजून खपली धरली होती न होती तोच बालेन्द्रनाथाच्या या मृत्यूने रवीन्द्रनाथ अत्यंत अस्वस्थ झाले.

आपल्या मोठ्या भावाच्या या मुलाला रवीन्द्रनाथांनी खास आग्रह करून इथे बोलावून घेतले होते. भावाची ही ठेव आपण सांभाळू शकलो नाही, म्हणून जणू काही आपण आपल्या मोठ्या भावाशी द्रोह केला असावा, असे त्यांना तीव्रपणे वाटायला लागले. मृत्यू अशा दबत्या पावलाने येऊन झडप घालू शकतो, या अस्थिरतेच्या जाणिवेने त्यांच्या मनात खळबळ माजली.

पण ही सगळी आर्त चलबिचल त्यांच्या मनाच्या अंतर्भागात चालली होती. आश्रमजीवनातला दैनंदिन कारभार त्यांनी पूर्ववत शांतपणाने सुरु ठेवला अन् सगळ्यांचे सांत्वन केले.

मृणालिनीची प्रकृती अशीही नाजूक होतीच. मुलीच्या, माधुरीलतेच्या सासरी जाण्याच्या विरहाने त्यांचे मातृहृदय झुरणीला लागले होते. त्यात अजून बालेन्द्रनाथाच्या या अकाली मृत्यूचा प्रसंग घडला. हे सारे आघात त्या पचवू शकल्या नाहीत. त्यांनी अंथरूण धरले अन् आश्रमातली अगदी साधी रोजची कामे करणेही त्यांना अशक्य होऊ लागले.

रवीन्द्रनाथांना चिंतेने घेरले. आता शांतिनिकेतनात राहून पत्नीवर उपचार होऊ शकणार नाहीत, हे जणू काही निश्चित होते. बोलपुरात अगदी अद्ययावत असे वैद्यकीय उपचार होतील, अशी काही सोय नव्हती. त्यांनी मनाचा निर्धार करून पत्नीवर इलाज करण्यासाठी कलकत्त्याला जाण्याचे नक्की केले.

रवीन्द्रनाथांच्या आग्रहावरून कोलकता विद्यापीठ सोडून नुकत्याच शांतिनिकेतनात

आलेले मोहितचंद्र सेन यांच्यावर आश्रमाची सर्व व्यवस्था सोपवून त्यांनी कलकत्त्याला आपला मुक्काम तात्पुरता हलवला.

कलकात्यात मृणालिनीदेवींवर पुन्हा नव्याने उपचार सुरू झाले. त्यांच्या प्रकृतीत काहीतरी गंभीर बिघाड झाला आहे, हे सगळ्यांना कळून चुकले; पण त्या बिघाडाचे निदान होत नव्हते. त्यांचा त्रास रोजच्या रोज वाढत चालला, खाणे अगदी कमी झाले, डोळे खोल गेले आणि झपाट्याने अशी स्थिती आली, की कूस बदलायलाही त्यांना कुणाची तरी मदत घ्यावी लागे. रवीन्द्रनाथ सतत पत्नीच्या पलंगाशेजारी बसून त्यांची काळजी घेत होते. जोडासांकातल्या बंदिस्त, कोंडलेल्या वातावरणात कधी कधी असह्य उकाडा व्हायचा, तेव्हा रवीन्द्रनाथ पत्नीच्या डोक्यापाशी बसून पंख्यानं सतत वारा घालायचे.

"रवीदादा," घरात सगळ्यांनी आग्रह केला, "तुम्ही सतत बहुमाँची सेवा करता आहात, त्याने तुमचीही तब्येत बिघडेल. आपण कुणा नर्सला हे काम देऊ ना."

रवीन्द्रनाथांनी हा प्रस्ताव उडवून लावला. भाडोत्री नर्सने केलेल्या सेवा शुश्रूषेत जिव्हाळा कसा असेल? अन् आत्मीयतेचा अभाव असेल, तर उपचारांचा परिणाम कसा होणार? रवीन्द्रनाथांनी स्वत:च हा सेवा-शुश्रूषेचा भार आपल्यावर घेतला. या सेवा-शुश्रूषेव्यतिरिक्त आठपासून ते तेरा वर्षांपर्यंतच्या चार मुलांना सांभाळण्याची जबाबदारीही त्यांच्या अंगावरच होती.

पूर्ण दोन महिने मृणालिनीदेवी मृत्यूशी झगडत होत्या. शेवटी मृत्यू जिंकला. मृणालिनीदेवी निवर्तल्या.

उतरत्या संध्याकाळी मृणालिनीदेवींच्या मृतदेहावर अंत्येष्टी-संस्कार करून जेव्हा सगळे स्मशानातून परत आले, तेव्हा रवीन्द्रनाथ एकटेच जोडासांकाच्या हवेलीतील गच्चीत गेले. रात्रीची नीरव स्तब्धता अन् घेरून टाकणाऱ्या अंधकारात जेव्हा सगळे जण हळूहळू शांत होत गेले, तेव्हा रवीन्द्रनाथ रात्रभर गच्चीत येरझारा घालत राहिले.

काळ्याकभिन्न अंधारात मधून-मधून दिसणाऱ्या आकाशाकडे पाहत त्यांचा स्वत:शी संवाद होत होता-

'हे प्रिय, माझ्या जीवनात भिनून जात तू आता तुझी जीवनयात्रा सुरू ठेव. तुझ्या मनीषा माझ्या चित्तात गोवू दे. त्या समजून घेत मी अतिशय खोल-खोल अंतरात जतन करेन. तू आज माझ्या आत आत आहेस. माझ्या हृदयातच तू राहिली आहेस, वसते आहेस. माझ्या जीवनात वास करून आता तू तुझी जीवनयात्रा सुरू ठेव.'

गच्चीत सूर्यकिरण पहिल्यांदा डोकावले, तेव्हा रवीन्द्रनाथ खाली उतरले.

रात्रभर अविचल वाटणाऱ्या जोडासांकात धीमेपणानं हालचाल सुरू झाली. रवीन्द्रनाथांनी आपल्या मुलाला, रथीन्द्रला आपल्याजवळ बोलावले अन् त्याच्या हाताला धरून त्यांनी मृणालिनीच्या खोलीत प्रवेश केला. मृणालिनीचा पलंग रिकामा होता; पण पलंगाखाली पडलेल्या त्यांच्या चपलेची जोडी रवीन्द्रनाथांनी आपल्या हातात घेत, रथीन्द्रसमोर धरत म्हटले, ''बोका, ही तुझ्या आईची स्मृती आहे. ती कायमची सांभाळ.''

फारसं काही न समजता रथीन्द्रनं चपलांच्या त्या जोडीसमोर आपले मस्तक लवविले.

*

पत्नीच्या या चिरनिरोपानंतर रवीन्द्रनाथ शांतिनिकेतनात परत आले. शांतिनिकेतनात आता विद्यार्थ्यांची संख्या वाढली होती; पण त्याचबरोबर अनेक प्रश्नही वाढले होते. दान म्हणून अंदाजे मिळणाऱ्या रकमेत वाढ झाली नव्हती आणि देवेन्द्रनाथांच्या ट्रस्टमधून मिळणाऱ्या वार्षिक अठराशे रुपयांच्या व्याजाच्या जमेव्यतिरिक्त जहागिरीतून त्यांना मिळणारा महिना दोनशे रुपये पगारही आश्रमाच्या कामकाजासाठी फारच अपुरा होता. रवीन्द्रनाथांच्या या उपक्रमाकडे शंकेच्या नजरेने पाहणारा एक वर्ग कलकत्त्यात निर्माण झाला होता.

पत्नीचे दागिने विकल्यानंतर जगन्नाथपुरीला त्यांचे स्वत:चे एक स्वतंत्र घर होते, तेही त्यांनी या आश्रमाच्या खर्चासाठी विकून टाकले. ते कलकत्त्यात राहिले होते, तेव्हा आश्रमाची परिस्थिती अजूनच डळमळीत झाली. काहीतरी भरघोस आर्थिक मदत तत्काळ मिळाली पाहिजे, अशी परिस्थिती उद्‌भवली होती. स्वत:च्या भरपूर पुस्तकांशिवाय विकावे, असे काही त्यांच्या मालकीचे त्यांच्याजवळ राहिले नव्हते.

कोलकत्याची हितवादी पब्लिशिंग हाऊस नावाची एक प्रकाशन संस्था रवीन्द्रनाथांची पुस्तके प्रकाशित करायची. रवीन्द्रनाथ दीर्घकाळापासून या प्रकाशनसंस्थेच्या संपर्कात होते. प्रकाशकांकडून जी काही रॉयल्टीची रक्कम मिळायची, ती सगळी वापरली गेली होती अन् प्रकाशकांकडून त्यांना आता काहीही येणे बाकी नव्हते. आपल्या पुस्तकांच्या आगामी प्रकाशनाच्या बदल्यात रॉयल्टीची काही आगाऊ रक्कम मिळाली तर पाहावी, या विचाराने ते प्रकाशकांना भेटले अन् आपली अडचण त्यांच्यासमोर मांडली.

''रक्कम तुम्हाला जरूर मिळेल, कविवर्य!'' प्रकाशकाने त्यांना आश्वस्त करत उत्तर दिले, ''पण त्यासाठी आमची एक अट आहे.''

''माझ्याच्याने शक्य होईल अशा तुमच्या अटी मान्य करण्याचा मी प्रयत्न

करेन.'' कवीनं शब्द दिला.

''आत्तापर्यंत आम्ही प्रकाशित केलेल्या तुमच्या पुस्तकांचे कॉपीराईट्स आम्हाला द्या, म्हणजे त्या बदल्यात आम्ही तुम्हाला दोन हजार रुपये देऊ.''

आश्रमाच्या निभावासाठी आत्ता तत्काळ मिळणारे हे दोन हजार रुपये फार उपकारक होते. रवीन्द्रनाथांनी प्रकाशकाच्या या अटी लगेच स्वीकारल्या.

पण चिंता रवीन्द्रनाथांचा पिच्छा सोडत नव्हती; अजून त्यांना मोकळा श्वास घ्यायला अवकाश मिळतोय न् मिळतोय त्या आधीच त्यांची बारा वर्षांची मुलगी रेणुका आजारी पडली. गेल्या काही दिवसांपासून तिला बारीक ताप आणि खोकला येत होता. रेणुकेला क्षयरोग झाला आहे, असे निदान डॉक्टरनी केले. त्या काळी क्षयरोग म्हणजे असाध्य समजला जायचा आणि फक्त औषधपाणी त्यासाठी पुरेसे नव्हते.

रवीन्द्रनाथांनी आपल्या मुलीला, रेणुकेला वेद आणि उपनिषदांचे मंत्र शिकवले होते. रेणुका अंथरुणात पडल्या पडल्या या मंत्रांचे पठण करायची अन् इकडे बापाच्या हृदयात धारदार सुरीचे पाते खोल खोल फिरत राहायचे. शुक्ल यजुर्वेदाचा शांतिमंत्र ''ॐ पिता नोऽसि, पिता नो बोधि नमस्ते ऽस्तु मा मा हिंसी: ।'' हा मंत्र तिला अधिक प्रिय होता अन् हा मंत्र ती वारंवार म्हणायची. मुलीच्या इलाजासाठी रवीन्द्रनाथांना पुन्हा एकदा आपला मुक्काम कलकत्त्याला हलवावा लागला.

पण कोलकत्याचे दमट हवामान क्षयासाठी फारसे बरे नव्हते; इतकेच नाही, तर उन्हाळ्याच्या कडक गरमीच्या दिवसांत तिला उष्म्याचा असह्य त्रास व्हायचा. डॉक्टरांनी तिला अल्मोडासारख्या शांत, कोरड्या अन् थंड हवेच्या ठिकाणी घेऊन जाण्याचा सल्ला दिला. रवीन्द्रनाथांनाही ते पटले. मुलगी, गरजेपुरते सामान अन् नोकरमाणसे घेऊन ते अल्मोडाला निघाले.

त्यांची गाडी भल्या पहाटे पाच वाजता जेव्हा काठगोदामला पोहोचली, तेव्हा अल्मोड्याला जाणारी गाडी निघून गेली होती. कोलकत्याची गाडी उशिरा पोहोचल्याने अल्मोड्याचे कनेक्शन चुकले. आता दुसरी गाडी थेट दुसऱ्या दिवशी सकाळीच होती. स्टेशनवरच्या वेटिंगरूममध्ये राहावे, तर तिथे तशी काही व्यवस्था नव्हती. एक सरकारी डाक बंगला गावात होता खरा, पण ती जागा आधीच एका इंग्रजी परिवाराने भरली होती. रवीन्द्रनाथांजवळ प्लॅटफॉर्मवर पडून राहण्याशिवाय काही गत्यंतर नव्हते. अल्मोडा तिथून चाळीस मैल लांब होते.

रवीन्द्रनाथांनी परिस्थितीचा अंदाज घेतला. जवळजवळ चौतीस तासांपर्यंत वर आभाळ अन् खाली जमीन अशा अवस्थेत आजारी रेणुकेला तिथे ठेवायचे म्हणजे जोखमीचे काम होते. रेणुकेसाठी महामुष्किलीने एक पालखी मिळाली. त्या पालखीत रेणुकेला झोपवून, नोकरांबरोबर त्या पालखीच्या बरोबरीने अल्मोड्यापर्यंत

चालत जायचे रवीन्द्रनाथांनी ठरवले. ही सगळी यात्रा पाच तासांच्या पदयात्रेनंतर अल्मोड्याला पोहोचली.

अल्मोड्यात रवीन्द्रनाथांनी होमिओपॅथी पद्धतीने मुलीवर परत नव्याने उपचार सुरू केले. या उपचारांनी थोडीशी आशाही निर्माण झाली. ताप आणि खोकला कमी झाला आणि खोकल्यातून रक्त पडणेही बंद झाले. आत्तापर्यंत निपचित पडून राहणारी रेणुका आता वडलांशी बोलायला लागली. रवीन्द्रांना आशा वाटायला लागली, की आपल्या पत्नीची ही ठेव आता आपण वाचवू, सांभाळू शकू.

रेणुका झोपून जायची तेव्हा तिच्या मस्तकाजवळ बसून कवी आपले लेखनकाम सुरू ठेवायचे. त्या दिवसांत 'चोखेर बाली' आणि 'नौका डुबी' या कादंबऱ्या वेगवेगळ्या मासिकात क्रमशः प्रकाशित होत होत्या. या कादंबऱ्यांचा एकही हप्ता चुकू नये, म्हणून ते फार दक्ष असायचे आणि आपल्या मुलीच्या उपचारांतून वेळात वेळ काढून या लौकिक दुनियेतून बाजूला होत मानससृष्टी निर्माण करत होते.

याच काळात रवीन्द्रनाथांचे परममित्र आणि लंडनमध्ये स्थायिक झालेले विख्यात वैज्ञानिक श्री. जगदीशचंद्र बोस यांनी त्यांना एक पत्र लिहिले. रेणुकेच्या अंथरुणाजवळ बसून रवीन्द्रनाथ कादंबरीचे प्रकरण रंगवत होते, अशा वेळी त्यांना हे पत्र मिळाले.

जगदीशचंद्र बोसांनी लिहिले होते, 'तुमच्या लघुकथांचे इंग्रजीत भाषांतर होणे आणि ती लंडनमधल्या मासिकात छापून येणे अगदी अगत्याचे आहे; त्यासाठी तुमच्या कितीतरी कथांची भाषांतरे करून घेऊन इथल्या वेगवेगळ्या मासिकांत ती प्रसिद्ध व्हावीत म्हणून मी प्रयत्न केले. पण त्या प्रयत्नात मला अजूनही फारसे यश मिळालेले नाही. बहुतांशी संपादक या कथा साभार परत पाठवतात. 'काबुलीवाला' ही कथा परत पाठवताना एका संपादकाने लिहिले आहे, की पौर्वात्य जीवनाच्या असल्या लंब्याचवड्या गोष्टीत कुणालाही रुची नाही.'

पत्र वाचून रवीन्द्रनाथांनी ते बाजूला टाकले आणि कादंबरीचे अर्धवट राहिलेले प्रकरण लिहायला परत सुरुवात केली.

थोडे दिवस गेले. तिथल्या उपचारांनंतर रवीन्द्रनाथांना जाणवले की, आता रेणुकेची प्रकृती सुधारते आहे आणि कदाचित मृत्यूशी चाललेल्या युद्धात तिला कामचलाऊ का होईना, विजय मिळालाय. शांतिनिकेतन सोडून फार दिवस झाले होते. शांतिनिकेतन ज्या अवस्थेत सोडले होते, ती अवस्थाही मनाला स्वस्थता देणारी नव्हती. रेणुकेला आता लगेच अल्मोड्याहून कलकत्त्याला घेऊन जावे आणि थोडे दिवस तिथे तिच्या प्रकृतीकडे लक्ष द्यावे, असे त्यांनी ठरवले.

पण कलकत्त्याला आल्यावर रेणुकेची तब्येत परत उलटली. आता आपली प्रकृती काही फारशी सुधारणार नाही, हे बारा वर्षांच्या रेणुकेलाही जणू काही उमजले होते. वडलांनी आपल्याजवळ सारखे बसून राहावे, असा ती आग्रह

धरायची. त्यातही रवीन्द्रनाथ जितका वेळ तिच्यासोबत असायचे तितका वेळ ती सतत बोलत राहायची; मग सारखं बोलल्यानं तिला श्रम व्हायचे. ती खोकायला लागायची. खोकताना परत रक्त पडायचे, दम लागायचा अन् तो थांबायचा नाही. रवीन्द्रनाथ हलक्या पावलांनी येत असलेल्या मृत्यूकडे पाहत होते. मुलीला बोलताना थांबवणे त्यांना शक्य व्हायचे नाही. त्यात रेणुका हट्टाने म्हणायची, ''बाबा, आता मी आणिक किती दिवस अशी बडबडणार आहे! मला बोलायचंय, ते बोलू द्या.''

मुलीच्या कपाळावर हात ठेवून रवीन्द्रनाथ तिची नजर चुकवत. ज्या अंतिम क्षणांची चाहूल लागली होती, शेवटी ते आलेच.

''बाबा!'' रेणुकेनं वडलांचा हात धरत म्हटले, ''तो, 'पिता नो ऽ सि', हा मंत्र म्हणा ना!''

रवीन्द्रनाथांना कळले, मुलगी आता निरोप घेतेय. त्यांनी खिडकीतून बाहेर पाहिले. आकाश एकदम कोरडे फक्क होते. त्यांनी मुलीचा हात हातात घेऊन डोळे बंद केले आणि मग घोटदार आवाजात मंत्रोच्चार सुरू केले.

''ॐ पिता नो ऽ सि, पिता नो बोधि, नमस्तेऽस्तु मामाहिंसी: ।
विश्वनि देव सवितर्दुरितानि पुरासुप, यद् भद्रं तन्न आसुप ।
नम: शम्भवाय च मयोभवाय च ।
नम: शङ्कराय च मयस्कराय च ।
नम: शिवाय च शिवतराय च ।''

वडलांच्या घोटीव कंठातून प्रकटलेल्या स्वरांचे प्रतिध्वनी अजून वातावरणात विरताहेत तोच मुलीच्या हाताची पकड सैल झाली. तिने मान टाकली. डोळ्यांतील पांढरे ठिपके निश्चेष्ट झाले.

रवीन्द्रनाथांनी डोळे उघडले. आपली दृष्टी मुलीच्या चेहऱ्यावर स्थिर करत मनातल्या मनात गदगदले, 'हे आत्म्या, तू तुझ्या निर्दिष्ट पंथाने मार्गक्रमण कर! मी तुला बंधनातून मुक्त करतोय. जा, तुझे सदैव कल्याण असो!'

कवीने एक खोलवरचा दीर्घ श्वास घेतला आणि परत ते पुढे म्हणत राहिले, ''मेल्याशिवाय ईश्वराशी एकत्व साधता येत नाही. ईश्वराच्या अस्तित्वाचा साक्षात्कार म्हणजे मृत्यू आणि मृत्यू म्हणजे पुनर्जन्म!''

*

रेणुकेला पोहोचवून रवीन्द्रनाथ शांतिनिकेतनात परत गेले. शांतिनिकेतनातील उपक्रमांना नव्याने चालना देण्याकडे त्यांनी आपला सर्व जीव गोवला. मृत्यूचे आघात एकामागोमाग त्यांनी सहन केले होते, पण त्या सर्वांमुळे ते मनाने हलून गेले होते. आपली ही मानसिक अवस्था कुठेही प्रकट होऊ नये यासाठी त्यांनी

स्वत:ला गळ्यापर्यंत कामात बुडवून घेतले. आपल्या स्वर्गस्थ पत्नीला उद्देशून लिहिलेला 'स्मरण' हा काव्यसंग्रह याच काळात प्रसिद्ध झाला. हा काव्यसंग्रह त्यांनी तिलाच समर्पित केला.

अर्पणपत्रिकेवर त्यांनी फक्त तिच्या मृत्यूची तिथी लिहिली आणि त्यानंतर दुसऱ्या पानावर लिहिले-

'त्या मध्यरात्री तू घर सोडून अज्ञात पंथाच्या यात्रेसाठी निघून गेलीस. तू एकही शब्द बोलली नाहीस, कसला संदेश दिला नाहीस. तू एकटीच त्या अज्ञात प्रदेशात निघून गेलीस अन् मी इथं, या अंधारात एकाकी तुला शोधतोय. घरात तू जशी मला हाक मारायचीस, तशीच जिथं असशील तिथून बोलावत राहा. घराचे दरवाजे तर तुझ्यासाठी सदैव उघडेच आहेत.'

१२

रवीन्द्रनाथांच्या कीर्तिवान अशा कलाकृती– 'चोखेरबाली', 'नौकाडुबी', 'काबुलीवाला', 'क्षुधित पाषाण' आणि इतर अनेक काव्यसंग्रह म्हणजे 'नैवेद्य' आणि 'गीतांजली' हे सर्व याच काळात प्रकाशित झाले. त्यांच्या या कलाकृतींनी बंगाली साहित्यवर्तुळात भरपूर चर्चा, चिकित्सा निर्माण केली.

'कालिप्रसन्न काव्य विशारद' आणि 'द्विजेन्द्रलाल रॉय' हे दोघेही त्या जमान्यातले अग्रणी कवी आणि समीक्षक होते. कालिप्रसन्नांनी रवीन्द्रनाथांच्या पल्लेदार, भारदस्त शैलीवर अत्यंत तीव्र, धारदार शब्दांत आघात केले.

'रवीन्द्रनाथांचे लिखाण एखाद्या विशिष्ट दिशेकडे संकेत करण्याऐवजी खूपसा मोघम असा आशय विद्वत्तापूर्ण शब्दांत गुंताडून टाकते अन् त्यामुळे त्यातून विशुद्ध अशा साहित्याची निर्मिती होत नाही,' अशी कठोर टीका त्यांनी केली.

द्विजेन्द्रलाल रॉय यांनी तर 'सर्जनशील कलावंताच्या समाजाप्रती असणाऱ्या उत्तरदायित्वापासून विमुख झालेले साहित्यकार' अशी रवीन्द्रनाथांची ओळख करून दिली. त्यांचे लेखन समाजावर नैतिकदृष्ट्याही विपरीत परिणाम करणारे कसे आहे, ते रवीन्द्रनाथांच्या लेखनातील उदाहरणे देऊन सिद्ध करण्याचा प्रयत्न केला. 'कडी-ओ-कोमल' या रवीन्द्रनाथांच्या काव्यसंग्रहामधून त्यांची प्रेमकविता कशी अश्लील आहे, हे पटवून देताना त्यांनी यातील कितीतरी ओळी उद्धृत केल्या.

"माझे प्रत्येक अंग तुझ्या प्रत्येक अंगासाठी क्रंदन करते आहे...
प्राणांचे मिलन आता देहमिलन करू पाहतेय...
देहाच्या या सागरात हृदय कोंदले आहे
अन् मी तीरावर बसल्या बसल्या सदाच आक्रंदत आहे.
आज व्याकुळ अंतराने मी सर्वांग लपेटून
देहाच्या रहस्यात निमग्न होईन.
माझा हा देह अन् मन रात्रंदिवस सदाच
तुझ्या अंगांगी विलीन होईल.
फेकून दे, वस्त्र फेकून दे,

उतरव तो पदर,
केवळ सौंदर्याचे नग्न आवरण धारण कर.
देवबालिकेचा वेश - किरणवस्त्र परिधान कर.'

हे सगळे वाचल्यावर रवीन्द्रनाथ फारसे अस्वस्थ झाले नाहीत, पण अजून एक-दोन प्रसंग मात्र असे घडले, की त्याने ते प्रक्षुब्ध झाले नसले तरी विचलित नक्कीच झाले होते.

कोलकता विद्यापीठाच्या मॅट्रिक्युलेशन परीक्षेतील बंगाली भाषेच्या मुख्य परीक्षकांचा हुद्दा त्या वेळेस कोणत्याही लेखकासाठी निमंत्रित स्वरूपाचा असे आणि त्यामुळेच तो अभिमानाचा मानला जायचा. बंगाली साहित्य विश्वात रवीन्द्रनाथ आतापावेतो प्रतिष्ठित झाले होते; त्यामुळे या निमंत्रित जागेवर त्यांची नियुक्ती करून त्यांचा सन्मान केला पाहिजे, असा एक प्रस्ताव अनेक शिक्षकांनी सामूहिकरीत्या कोलकता विद्यापीठासमोर मांडला. हा प्रस्ताव विद्यापीठात अत्यंत विवादास्पद ठरला. या निमंत्रित पदासाठी रवीन्द्रनाथ योग्य आहेत की नाहीत, याविषयी अटीतटीची चर्चा झाली. भाषा आणि साहित्य यातील रवीन्द्रनाथांच्या मर्मज्ञतेविषयी दोन्ही पक्षांनी उग्र, टोकाची भूमिका घेतली; शेवटी हा प्रस्ताव बहुमताने नाकारला गेला.

हा प्रस्ताव नाकारण्याचे मुख्य कारण सांगताना असे म्हटले गेले, की रवीन्द्रनाथ चांगले बंगाली लिहू शकत नाहीत.

मॅट्रिक्युलेशन परीक्षेच्या उलटसुलट चर्चेनंतर काहीच दिवसांनी विद्यापीठाच्या सिनेटमध्ये अजून एक ठराव पुन्हा नव्याने सादर करण्यात आला. या प्रस्तावात रवीन्द्रनाथांना डॉक्टरेटची मानद पदवी देण्यात यावी, अशी शिफारस करण्यात आली होती. मॅट्रिक्युलेशन परीक्षेच्या प्रस्तावाप्रमाणेच या प्रस्तावावरही हिरीरीने चर्चा झाली अन् तोही नाकारण्यात आला. यासाठी हेच कारण पुढे करण्यात आले, की रवीन्द्रनाथांना बंगाली भाषेचे विद्वान म्हणता येणार नाही.

या दोन्ही प्रस्तावांचा शेवट या तऱ्हेने झाला. यामुळे रवीन्द्रनाथ मनातल्या मनात विचलित झाले असले तरी त्यांनी कोणतीही जाहीर प्रतिक्रिया दिली नाही.

पण टागोर परिवारावर घेरून आलेली मृत्यूची काळोखी अजून दूर झाली नव्हती. याच काळात सत्याऐंशी वर्षांच्या दीर्घायुषी महर्षी देवेन्द्रनाथांचे देहावसान झाले. अनेक वर्षांपासून सक्रिय जीवनातून महर्षी देवेन्द्रनाथ अलिप्त झाले होते; पण शांतिनिकेतनातील अनेक कार्यक्रमांना त्यांचे भक्कम नैतिक पाठबळ असायचे. अनेक भावंडे, भाचे, बहिणी, पुतणे या सर्वांनी भरलेल्या कुटुंबात आता मतभेदही वाढायला लागले होते; पण देवेन्द्रनाथांच्या हयातीत या मतभेदांनी कधी मर्यादा ओलांडली नव्हती. वडलांच्या मृत्यूने निर्माण होणाऱ्या या संभाव्य परिणामांची

रवीन्द्रनाथांना कल्पना आली होती. आपले दु:ख आणि चिंता त्यांनी या प्रसंगी, ''दु:ख आणि मृत्यू हे जीवनाचे सत्य आहे आणि वेदना आणि मृत्यूने हे विश्व काठोकाठ भरले आहे.'' या शब्दांत व्यक्त केली.

रवीन्द्रनाथांची ही भीती खरी ठरली. वडलांच्या मृत्यूनंतर हे कुटुंब लगेच विभक्त झाले. मृत्युपत्राद्वारे वडलांनी जहागिरीची योग्य ती वाटणी करून ठेवली होती. या मृत्युपत्राबद्दल प्रत्येकाची काही ना काही अशी नाराजी होतीच, पण ती वडलांची इच्छा आहे आणि शेवटची इच्छा आहे, असे समजून सर्वांनी त्याचा स्वीकार केला.

या दिवसांत बंगालच्या राजकीय क्षेत्रात खळबळ माजेल, अशी एक घटना घडली. कामकाजाच्या दृष्टीने बंगालची व्यवस्था नीट चालवता येईल त्यापेक्षा, बंगाल फार मोठा आहे, असे व्यवस्थेच्या दृष्टिकोनातून कारण दाखवत ब्रिटिश सरकारने त्याच्या विभाजनाची योजना जाहीर केली. या धोरणानुसार एकात हिंदूंची बहुसंख्या अन् दुसऱ्यात मुस्लिमांची बहुसंख्या होईल, अशी परिस्थिती उद्‌भवली होती. बंगाली हिंदूंनी एका आवाजात आणि मुस्लिमांतील काही लोकांनी या विभाजनाला विरोध केला. भाषा आणि संस्कृतीने बंगाली प्रजा एकमेकांशी जोडलेली आहे आणि त्यात धर्माला कोणतेही स्थान नाही, या मुद्द्यावर या विभाजनाला तीव्र विरोध सुरू झाला.

रवीन्द्रनाथ या राजकीय आंदोलनापासून तटस्थ राहू शकले नाहीत. इंग्रजी शिक्षण प्रजेचे मन दूषित करत आहे, अशा विचारांनी त्यांनी पौर्वात्य अन् स्वदेशी शिक्षणाचा आग्रह धरला होताच. विद्यार्थ्यांनी ग्रामलक्ष्यी बनावे, खेडेगावातील निरक्षरता आणि निरर्थक गोष्टी दूर करणारे कार्यक्रम योजावेत, असा आग्रह त्यांनी आपल्या विचारांतून मांडला. लोकांनी विदेशी चीजवस्तूंवर बहिष्कार टाकावा आणि स्वदेशी वस्तूंचा आग्रह धरावा, असे आवाहन त्यांनी केले.

सोळा ऑक्टोबरला बंगाल प्रांताचे दोन तुकडे होणार होते. रवीन्द्रनाथांनी या दिवशी लोकांसाठी एक खास कार्यक्रम आखला. बंगाली लोकांनी या दिवशी उपवास करावा, हुगळी नदीच्या काठी डोक्यावरून स्नान करावे आणि हजारोंच्या संख्येने परस्परांच्या मनगटावर राख्या बांधाव्यात; असा हा कार्यक्रम होता. अख्खे कोलकता जणू काही हुगळी नदीच्या काठी एकत्र झाले आणि रवीन्द्रनाथांनी या प्रसंगासाठी रचलेले गीत गात त्यांनी परस्परांना राख्या बांधल्या.

पण या रक्षाबंधनात एक विघ्न उभे राहिले. मुसलमान या आंदोलनात सामील झाले नव्हते. रक्षाबंधनाचा हा मेळावा ज्या मार्गांनी जात होता, त्या रस्त्यावर एक मशीद होती. या मशिदीतल्या मुल्ला-मौलवींना आपण स्वत: जाऊन राखी बांधून यावी, असा रवीन्द्रनाथांचा आग्रह होता.

टागोर कुटुंबातल्या अवनीन्द्रनाथ आणि सुरेन्द्रनाथसारख्यांनी हा धोका पत्करणे बरोबर नव्हे, अशी कळकळीची विनंती रवीन्द्रनाथांनी केली; यातील जोखीम रवीन्द्रनाथांना कळत होती, पण हिंदू-मुस्लिम एकीच्या प्रश्नात हा धोकाही जाणीवपूर्वक आपण स्वीकारला पाहिजे, असे त्यांचे मत होते. रवीन्द्रनाथ आपल्या विचारांशी ठाम राहिले आणि काही मूठभर लोकांना घेऊन त्यांनी मशिदीत प्रवेश केला.

मौलवींना रवीन्द्रनाथांचे नाव आणि काम परिचयाचे होते. ते त्या मोर्च्यात सामील झाले नाहीत, पण रवीन्द्रनाथांनी पुढे केलेल्या राखीचा त्यांनी कोणताही विरोध न करता स्वीकार केला.

हिंदू-मुस्लिम एकतेचे एक प्रतीकात्मक कृत्य रवीन्द्रनाथ पुरे करू शकले.

दुपारी दोन वाजल्यानंतर कलकत्त्यातला तमाम व्यापारी-उद्योग आणि इतर सर्व व्यवहारही ठप्प झाले. संध्याकाळी योजलेल्या जाहीर सभेत रवीन्द्रनाथांनी व्याख्यान देताना म्हटले, ''गेल्या शंभर वर्षांपासून निसर्गानेच ज्यांना एक ठेवले आहे, त्यांना असे वेगवेगळे करण्याचे पाप कुणीही करू शकणार नाही. ज्यांनी आपल्या आजूबाजूला असे साखळदंड बांधले आहेत आणि अमानुष कायदे केले आहेत, त्या सर्वांचा आपण अंत करू या. जुलमाचे हे जहाज जुलमाच्या भारानेच बुडेल. परमात्मा आपल्याबरोबर आहे आणि परमात्म्यापेक्षा उच्च कुणीही नाही.''

त्यानंतर हजारो कंठांनी त्यांच्या रचना एकरवानं गायिल्या.

या सभेत स्वदेशी चळवळीचा पाया घालणाऱ्या 'मातृभंडार' नावाच्या कोषाची योजना त्यांनी जाहीर केली. सभेच्या त्या ठिकाणीच या 'मातृभंडारा'च्या कोषात तत्काळ पन्नास हजार रुपये गोळा झाले. या रकमेतून स्वदेशी दुकानाची स्थापना करण्यात येईल, अशी रवीन्द्रनाथांनी जाहिरात केली.

उत्साहाने भारलेले हे वातावरण फार काळपर्यंत टिकले नाही. कितीतरी अतिउत्साही तरुणांनी दीर्घकाळचा हरताळ, असहकार अन् क्रांतीच्या विविध मार्गांची टागोरांजवळ मागणी केली; पण रवीन्द्रनाथांना वंगभंगाच्या चळवळीत कसलाही व्यत्यय नको होता व त्यांनी तसा सल्ला त्या तरुणांना दिला. रवीन्द्रनाथांच्या या सल्ल्याने हा जहालपक्ष नाराज झाला आणि त्यांनी कविवर्यांना भित्रे अन् पळपुटे म्हणत त्यांच्यावर टीका केली.

याच काळात देशातील सर्वांत समर्थ अशा राजकीय पक्षातील नेत्यांचे म्हणजे काँग्रेसमधील नेत्यांचे सुरत अधिवेशनात विभाजन झाले. त्यातील कितीतरी जण मवाळ म्हणून ओळखले गेले तर कितीतरी जणांना जहाल अशी ओळख मिळाली अन् या दोन्ही पक्षांत अकटोविकटोची स्पर्धा सुरू झाली. बंगालमध्येही त्याचे पडसाद उमटले. रवीन्द्रनाथ या साऱ्यामुळे फार हताश झाले.

रवीन्द्रनाथांच्या राजकीय हालचालींकडे तत्कालीन ब्रिटिश सरकारने अतिशय

शंकेखोर नजरेने पाहावयास सुरुवात केली. जोडासांका आणि शांतिनिकेतनवर गुप्तहेरांनी नजर ठेवायला आरंभ केला; इतकेच नव्हे तर बंगाल सरकारने एका परिपत्रकाच्या आदेशाद्वारे आपल्या कर्मचाऱ्यांना रवीन्द्रनाथ आणि विशेषत: शांतिनिकेतनापासून दूर राहण्याच्या सूचना दिल्या. सरकारी कर्मचाऱ्यांनी आपल्या मुलांना शांतिनिकेतनात पाठवण्यावर निर्बंध घालण्यात आले.

राजकीय कृतिशीलतेबद्दल रवीन्द्रनाथांचा भ्रम लवकरच फिटला. वर्तमानकालीन राजकारणात राजकीय सुधारणा मागणाऱ्या काँग्रेसचे मवाळ पंथ व जहाल पंथ अशा दोन भागांत विभाजन झाले होते. रवीन्द्रनाथ मवाळपंथीयांना थट्टेने 'भिक्षुक' म्हणायचे, पण इकडे जहाल पंथाचे वळणही त्यांना आपलेसे वाटत नव्हते. दुसरीकडे देशातल्या मुसलमानांनी आपली स्वत:ची वेगळी चूल मांडली होती आणि आपण हिंदुस्थानी प्रजेपेक्षा वेगळे कसे आहोत, याचे ते प्रदर्शन करत होते. रवीन्द्रनाथांचे मन क्षुब्ध व्हावे, असेच हे सगळे वातावरण होते. जगदीशचंद्र बोस या मित्राला पत्र लिहिताना त्यांनी आपल्या मन:स्थितीचे वर्णन केले,

'आता या देशातल्या मुस्लिमांचाही एक पक्ष झालाय. आपल्या विनाशासाठी मोर्ले किंवा कीचनर यांची गरज नाहीये. आपला नाश करायला आपणच समर्थ आहोत.'

आपली तेव्हाची मनोदशा अधिक स्पष्ट करताना त्यांनी लिहिले,

'भारतात धर्माचे स्वरूप व्यक्तिगत नसून सामाजिक आहे. हिंदुस्थानात हिंदू, मुस्लिम, ख्रिस्ती आणि इतर अनेक धर्मांचे लोक या सर्वांना एक होऊन जगावे लागेल आणि या सर्वांना जोडणारा तंतू अहिंदू नसून हिंदूच असेल. हिंदुस्थानातील सर्व धर्म आणि संस्कृती यांत संवाद राहिला नाही, तर देशाचा भविष्यकाळ उज्ज्वल राहणार नाही. भारत फक्त एक राष्ट्र नाही, तर राष्ट्रापेक्षाही विशेष असे अराष्ट्र आहे.'

आणि मग त्यांनी नेहमीच्या सवयीने आपला आपणच संवाद करावा, असे शब्द लिहिले,

एकटा चाल
एकटा चाल
एकटा चालत राहा रे...
तुझी हाक कुणालाही ऐकू नाही आली तरी
तू एकटा चालत राहा रे...

रवीन्द्रनाथांचा दहा-एक वर्षांचा सर्वांत लहान मुलगा शमीन्द्रनाथ वडलांचा अतिशय लाडका होता. अगदी लहानपणातच या मुलाची आई गेलेली असल्याने रवीन्द्रनाथांची माया त्याच्यावर थोडी जास्तच होती. रात्री त्याचे अंथरूणही रवीन्द्रनाथांच्या अंथरुणाजवळच असायचे आणि कितीदा तरी झोपेत तो रवीन्द्रनाथांचा हात पकडून

“आई!” म्हणायचा. आपल्या बाळाच्या हृदयात आईची ओढ किती खोलवर भिनलीय, ते जाणवून रवीन्द्रनाथ एक खोल श्वास घ्यायचे.

त्या दिवसांत रवीन्द्रनाथांच्या एका नाट्यप्रयोगाचे सादरीकरण होत होते, त्यातल्या एका बालपात्राच्या तोंडी संवाद होते, “मोठा होऊन मी वडलांसारखाच होईन.”

शमीन्द्रनं हे संवाद पाठ केले अन् येता-जाता तो घरातल्या सगळ्यांना सांगायचा की ‘मी बाबांसारखा होणार.’ बाबांसारखं व्हायचं म्हणजे पुस्तकांशी मैत्री करायला हवी, हे त्याला कळून चुकलं होतं. म्हणून बालरामायण आणि बालमहाभारताचे ग्रंथ मिळवून तो वाचायचा. अधनं-मधनं घरातल्यांनाही वाचून दाखवायचा. त्याला वाचताना पाहून कुणी म्हणायचं, की शमीन्द्र अगदी आपल्या वडलांसारखा आहे; म्हणजे मग स्वारी खुशीत यायची.

त्यातच दुर्गापूजेनिमित्त शांतिनिकेतनाला सुट्ट्या मिळाल्या. शांतिनिकेतन परिवारातीलच एक जण, म्हणजे सदस्य श्रीशचंद्र यांचा मुलगा भोला हा या सुट्टीत मोंघीरला म्हणजे त्याच्या आजोळी निघाला होता. शमीन्द्र आणि भोला मित्र. शमीन्द्रने अगदी हट्टच धरला, म्हणून त्याला भोलाबरोबर जाण्याची परवानगी मिळाली आणि दोघं जण ही लहानशी सुट्टी घालवायला म्हणून मोंघीरला गेले.

मोंघीरला गेल्यावर दुसऱ्याच आठवड्यात रवीन्द्रनाथांना मोंघीरहून तार आली की, ‘शमीन्द्रला कॉलरा झालाय अन् त्याची तब्येत अतिशय नाजूक आहे, तुम्ही तत्काळ निघून या.’

हातातली सगळी कामं बाजूला झटकून टाकत, रवीन्द्रनाथ तत्काळ बोलपूर स्टेशनला पोहोचले. त्यांना हवी असलेली गाडी निघून गेली होती आणि दुसरी गाडी थेट दुसऱ्या दिवशी होती. स्टेशनवर एक मालगाडी उभी होती आणि तिचे इंजिन इकडे-तिकडे शंटिग करत होते. रवीन्द्रनाथ तत्काळ स्टेशनमास्तरला भेटले आणि मोंघीरकडे जाणाऱ्या त्या मालगाडीच्या डब्यातून आपल्याला प्रवास करायला मिळावा, अशी परवानगी त्यांनी मागितली.

स्टेशनमास्तर एकदम गप्पच बसले. कसलीही सोय नसणाऱ्या ह्या मालवाहू डब्यातून रवीन्द्रनाथ कसा काय प्रवास करणार, हे काही त्यांना समजेना. रवीन्द्रनाथांचा लौकिक आणि प्रतिष्ठा स्टेशनमास्तरांनाही माहीत होती, म्हणून अजून एक दिवस थांबून त्यांनी प्रवास करावा यासाठी खूप समजावले; पण अजून एक दिवस थांबावे, अशी सवड रवीन्द्रनाथांकडे नव्हती. कसलीही अडचण आली तरी आता मालगाडीच्या डब्यात कुठं ना कुठं, कसंही बसून जाता येईल, असे मनात घट्ट धरून त्यांनी स्टेशनमास्तरकडून परवानगी घेतली आणि मग मालगाडीतून असा प्रवास करत ते मोंघीरला पोहोचले.

रवीन्द्रनाथ शमीन्द्रकडे पोहोचले, तेव्हा शमीन्द्रची मृत्यूशी शेवटची झटापट

चालली होती. तिथे जी काही मदत मिळण्यासारखी होती, त्या सगळ्याचे प्रयोग करून झाले; पण शमीन्द्रच्या जीविताची काही आशा उरली नाही. रवीन्द्रनाथांनी मुलाच्या शरीराला स्पर्श केला आणि मृत्यूशी चाललेल्या या लढ्यातून तो सुखरूप पार पडावा यासाठी त्याला आशीर्वाद दिला, पण त्या आशीर्वादाचा फोलपणा त्यांना मनातल्या मनात जाणवला. शमीन्द्रला आपण शेवटचे भेटतो आहोत, हे कळायला त्यांना वेळ लागला नाही.

शमीन्द्रच्या खोलीतून बाहेर येऊन रवीन्द्रनाथ परसदारी आले अन् तिथेच बसून राहिले. त्यांनी डोळे बंद करून घेतले. आज मार्गशीर्ष महिन्याची सप्तमी होती. बरोबर चार वर्षांपूर्वी याच दिवशी मृणालिनीने त्यांचा निरोप घेतला होता, त्या चिरविरहाची आज निर्वाणतिथी होती.

रवीन्द्रनाथ मनातल्या मनात पत्नीशी बोलत राहिले, '–प्रिय, रेणुकेला, आपल्या कन्येला मी सांभाळू शकलो नाही. आता जर शमीन्द्रलाही मी सांभाळू शकलो नाही, तर खरंच मी तुझा मोठा गुन्हेगार ठरेन.'

आणि खरोखरच ते शमीन्द्रला वाचवू शकले नाहीत. त्याच दिवशी थोड्याच वेळाने त्याने श्वास सोडला. रवीन्द्रनाथ पुन्हा मुलाच्या खोलीत गेले. त्याच्या अचेतन देहाकडे त्यांनी पाहिले आणि मग त्याच्या कपाळावर हात ठेवून तिथे उभे असलेल्या सगळ्यांना संबोधून भरल्या गळ्याने ते म्हणाले,

''आता मला काही करायचं नाहीये. जे काही करण्यासारखं होतं, ते मी केलं; आता बाकीचं तुम्हीच सांभाळा.''

परसदारी एका जागेत ते जाऊन बसले. शांत, निश्चल आणि काष्ठवत्. स्मशानात गेलेले सगळे जण, खांदेकरी परत आले; तरीही रवीन्द्रनाथ त्याच अवस्थेत बसून राहिलेले.

त्याच रात्री रवीन्द्रनाथ गाडीतून बोलपूरला परत फिरले. गाडीच्या डब्यातून बाहेर दिसत असलेल्या चांदण्याकडे एकटक पाहत ते म्हणाले,

''कुठं काहीच कमी नाहीये. सगळीकडे सर्वत्रात सगळे सामावले आहे. मीपण त्यातच आहे. सर्वांसाठीचे माझे काम सुरूच राहील.

''मी माझ्या मुलाला स्थूल संपून सूक्ष्म होताना पाहिले. तो अनंतात मिसळून गेलाय आणि आता तो सुरक्षित, मुक्त आहे. आधी त्याला मी अमुकच ठिकाणी पाहू शकत होतो, पण आता तो सर्वत्र आहे.''

त्यानंतर मग अनंत, असीम आकाशाशी दृष्टिभेट करत त्यांनी परमात्म्याशी संवाद केला,

''–हे परमपित्या, तू मला अजूनही दुःख देणार असशील, तरी मी ते शीर्षावर धारण करेन. मी हार मानणार नाही.''

रवीन्द्रनाथ जेव्हा शांतिनिकेतनात परत आले, तेव्हा त्या विशाल भवनातल्या भिंतींत ते एकाकी, एकटेच असे झाले. सहा-सात वर्षांत सर्व काही बदलले. बोलेन्द्रनाथ, मृणालिनीदेवी, रेणुका, देवेन्द्रनाथ आणि आता शमीन्द्र – एका मागोमाग सर्वांनी दृष्टिपार होत निरोप घेतला. ते स्वत:शी संवाद करता-करता म्हणत होते,

"–आत्मा आणि परमात्मा या दोहोंतील हा संबंध कसला आहे? सत्य आपल्या अटींवर नाही, तर त्याच्या अटींवर आपल्याकडे येते. ईश्वराला आपण निखळ सौंदर्यात नाही पाहू शकत; विषादातही त्याचे दर्शन घ्यावे लागते. सत्य फक्त सुंदर नाही; ते रौद्र भयानकही आहे."

१३

पण सत्य साक्षात्काराची ही यात्रा अजून अपुरी होती आणि रवीन्द्रनाथांना ते माहीत नव्हते.

तेरा-चौदा वर्षांच्या मीराचे लग्न उच्च बंगाली परिवारातल्या एका उमद्या तरुणाशी लावण्यात आले होते. हा तरुण म्हणजे नगेन्द्रनाथ अत्यंत तेजस्वी आणि महत्त्वाकांक्षी होता. लग्नापूर्वीच तो शिक्षणासाठी म्हणून इंग्लंडमध्ये स्थायिक होणार होता. वृत्तीने व मनाने कवी अन् त्यामुळेच बंगाली आणि इंग्रजीतही तो कविता करायचा. सासरा आणि जावई दोघंही काव्यरचनेच्या संदर्भात चर्चा निघाली की त्यात अगदी तल्लीन व्हायचे. रवीन्द्रनाथांच्या मनात आपल्या या जावयाबद्दल एक विशेष प्रकारची कोवळीक होती.

लग्नाचा मुहूर्त ज्या दिवशी होता, त्याच दिवशी भविष्यकालीन घटनांचा संकेत मिळावा, असे काहीतरी अघटित घडले. लग्न जोडासांकात होते आणि जोडासांकाच्या बागेत मीरा आपल्या मैत्रिणींबरोबर फिरत होती; तेवढ्यात फुलांच्या दाट वेलीतून एका सापानं तिला दंश केला. लग्नाच्या तयारीला उत्साहाचं उधाण आलं होतं अन् तेवढ्यात ही घटना घडल्यानं सगळीकडे हाहाकार उडाला.

अनेक वर्षांपूर्वी त्यांच्या कुटुंबात स्वत: रवीन्द्रनाथांच्या लग्नातच असा एक मृत्यू झाला होता आणि सप्तपदीच्या संस्कारांबरोबरच मृतदेहाचे अंतिम संस्कारही जोडीनेच झाले होते. आजची घटना अगदीच वेगळी होती. आज स्वत: सौभाग्यकांक्षिणी कुमारीच साक्षात मृत्यूच्या दाढेत सापडली होती. त्याने सगळे जण भयंकर धास्तावले अन् जे-जे उपाय मिळाले, सापडले, सुचले; ते ताबडतोब अमलात आणले.

पण मीरेसाठी सापाचे विष पुरेसे नव्हते. संसाराचा विषाचा प्याला अजून बाकी उरला होता. तिच्या प्रारब्धातच हे विष लिहिले असल्याने, यातले काही उपचार तिला लागू पडले अन् मीरा वाचली; म्हणजे साप तरी बिनविषारी असावा किंवा मीरेच्या आयुष्याची दोरी बळकट असावी, कोण जाणे! थोड्याच वेळात तिच्या वेदना शमल्या आणि लग्नाचा मुहूर्त पाळला गेला.

खरोखर हा मुहूर्त नव्हता तर कुमुहूर्त होता, हे थोड्यांच दिवसात रवीन्द्रनाथांना कळले. मीरा आणि नगेन्द्रनाथ या दोघांत निसर्गत:च जमीन-अस्मानाचे अंतर होते. सहजीवनाच्या काही वर्षांतच हे अंतर दोघांच्या लक्षात आले. मीरेला आपल्या कलकत्त्याच्या घरात सोडून नगेन्द्रनाथ इंग्लंडला निघून गेला.

मुलीच्या या भग्न संसाराने रवीन्द्रनाथांना विषाद वाटला. त्यांनी आपल्या मुलीशी चर्चा केली आणि जावयाशी पत्रव्यवहार केला. जावई तसा काही अगदीच बेमुर्वतखोर नव्हता. काही दिवसांनी तो परत आला. पती-पत्नींनी पुन्हा एकत्र राहण्याचे कबूलही केले; पण ही कबुली काही फार काळ टिकली नाही. या दरम्यान त्यांना नीतीन्द्रनाथ हा मुलगाही झाला आणि त्याच्या जन्मानंतर पुन्हा एकदा सासरा-जावयात चर्चाही झाली.

मीरेसाठी आपल्या मनात साहनुभाव आहे आणि तिने दु:खी होऊ नये म्हणून आपण बांधील आहोत, हे स्वीकारल्यावरही नवरा-बायकोत प्रेम निर्माण झाले नव्हते; हे त्याला कबूल होते. या प्रेमाच्या अभावाने खोटे, दांभिक वैवाहिक जीवन जगण्यापेक्षा आपण एकटेच इंग्लंडला कायम राहण्यासाठी जातोय, असे त्याने सासऱ्यांना सांगितले.

मुजफ्फरपुरात असलेली रवीन्द्रनाथांची मोठी मुलगी आता आपल्या संसारात चांगलीच स्थिरावली होती. तिला जेव्हा मीरेच्या सांसारिक जीवनातल्या या वाताहतीची हकिगत कळली, तेव्हा ती अतिशय रागावली. आपले वडील जावयाच्या वरकरणी गोड-गोड बोलण्याला भुलताहेत अन् फसवले जाताहेत, असे तिला वाटले. खरोखर मीरेची फसवणूक केल्याच्या आरोपावरून नगेन्द्रनाथाला पोलीस ठाण्यात खेचून घेऊन जायला हवं, इतका तिला राग आला होता. बोलपुरात येऊन तिने आपल्या वडलांसमोर आपल्या मनातली ही सगळी जळजळ व्यक्त केली.

''बाबा, नगेन्द्रनाथाच्या देखाव्याच्या मोहक बोलण्याला तुम्ही वश होताय. तो एक नंबरचा खोटारडा आणि ढोंगी आहे अन् तुमच्या प्रेमाचा गैरफायदा घेतोय. त्याला तुमच्या हाताचा उपयोग करून हवालातीची हवा दाखवा.'' माधुरीलताने क्रोधाने म्हटले.

''बेला,'' पित्याने शांतपणाने म्हटले, ''प्रेम जबरदस्तीनं नाही होत.''

''मग या संसारातले प्रत्येक पती-पत्नी प्रेमाने बरोबर राहतात, असं म्हणायचंय का तुम्हाला?'' बेलाने धारदार, तिखट शब्दांत युक्तिवाद केला.

आपल्या या लाडक्या मुलीला असं तर्कशुद्ध निर्भयतेनं बोलायला आपणच शिकवलं आहे, हे पित्याला आठवलं.

''नाही.'' रवीन्द्रनाथांनी म्हटले, ''तुला 'हो' असं उत्तर देऊन उगाच वादविवाद वाढवत नाही मी; पण प्रेमापेक्षा महत्त्वाचा आहे तो समंजसपणा. मीरेच्या बाबतीत

या समजशक्तीत थोडी अधिक भर पडली असती ना, तर प्रेमाचा हा अभाव इतका सलला नसता.''

"तुम्ही काहीही म्हणा बाबा, पण मीरेचा संसार तुम्ही सावरला पाहिजे. नगेन्द्रनाथाला आईचं दूध आठवलं पाहिजे, असं काहीतरी करा ना!''

"तू एक गोष्ट विसरतेस, मुली, की मीरेच्या पोटी जन्मलेला नीतीन्द्रनाथ तुम्हा भावा-बहिणीतले एकुलते एक मूल आहे. आत्ता सध्या तरी तो रवीन्द्रनाथ ठाकुरांचा एकमेव वारसदार आहे.''

माधुरीलता मनातल्या मनात फणफणली. आपल्या आणि रथीन्द्रच्या अपत्यविहीनतेबद्दलचा हा संकेत तिला टोचला. नातवंडाच्या मोहाने आपले वडील मीरेबाबतच्या आपल्या कर्तव्याकडे पाठ फिरवताहेत, हे तिच्या लक्षात आले. ती नाराज झाली अन् मग रागारागानं म्हणाली, "असं जर असेल ना, बाबा, तर मीरेला असे परित्यक्तेचे आयुष्य कंठत जगताना मी पाहू शकत नाही. तुमचे हे वागणे मला कळतच नाहीये. आता मी शांतिनिकेतनात परत पाऊल नाही टाकणार!''

या तऱ्हेने मीरेच्या प्रश्नाबाबत माधुरीलता आणि रवीन्द्रनाथ यांच्या संबंधात तणाव निर्माण झाला. जोडासांकात आणि शांतिनिकेतनात तिचे येणे दुर्मिळ झाले. रवीन्द्रनाथांना त्यांच्या जीवनात एका पीडादायक सत्याचा साक्षात्कार झाला.

या काळातच रथीन्द्रनाथाच्या लग्नाचा प्रश्नही आता तोंडावर आला होता. रथीन्द्रचा अभ्यास पूर्ण झाला आणि जहागिरीच्या कितीतरी खेड्यांत तो शेतीकामासंबंधी कार्य करत होता. काही वर्षांपूर्वी जोडासांकाचे एक उत्तराधिकारी आणि महर्षी देवेन्द्रनाथांचे लहान भाऊ म्हणजे गगनेन्द्रनाथ यांची मुलगी प्रतिमा ही विधवा झाली होती. जोडासांकात या दोन्ही भावा-भावांची कुटुंबे एका भिंतीलगतच्याच घरात राहायची, तेव्हा रवीन्द्रनाथांनी या मुलीला लाडाकोडानं आपल्या अंगाखांद्यावर खेळवले होते. बारा-तेराव्या वर्षीच तिचे लग्न झाले आणि चौदाव्या वर्षी तर तिचे कुंकू पुसले गेले. आता ती सोळा-सतरा वर्षांची होऊन तारुण्यात प्रवेश केलेली सुरेख तरुणी झाली होती; पण प्रतिमेची ही अवस्था पाहून गगनेन्द्रनाथांच्या मनात कारुण्य भरून यायचे.

रवीन्द्रनाथांनी त्या काळच्या समाजाच्या मानानं एक अतिशय धाडसी असा निर्णय घेतला. या प्रतिमेचे लग्न आपल्या रथीन्द्रशी व्हावे, असा एक प्रस्ताव घेऊन ते स्वतःच गगनेन्द्रनाथांकडे गेले. हा प्रस्ताव ऐकल्यावर गगनेन्द्रनाथांना एकदम धक्काच बसला. रवीन्द्रनाथ ब्राह्मोसमाजाची विचारधारा मानणारे असल्याने, असं म्हणताहेत, हेच त्यांच्या पहिल्यांदा मनात आले. ठाकूर परिवार पारंपरिक हिंदू समाजाचाच भाग असूनही विधवा-विवाहाचे हे पाऊल त्यांनी कसे काय उचलले, हे काही त्यांना समजेना.

पण रवीन्द्रनाथांनी त्यांना अतिशय कौशल्याने, धीराने सगळे समजावले. अशा दयनीय अवस्थेत ही मुलगी एकाकीपणाने आपले आयुष्य कसे घालवणार, हाच प्रश्न त्यांनी विचारला. ठाकूर परिवाराचे संयुक्त कुटुंब फुटून आता वेगवेगळे झाले होते; भावा-भावांच्या कुटुंबांतले अंतरही वाढले होते, हे कठोर सत्य रवीन्द्रनाथांनी त्यांच्यासमोर ठेवले आणि अशा परिस्थितीत या मुलीच्या भविष्यकाळाचा आपण विचार केला पाहिजे, हेही त्यांच्या ध्यानात आणून दिले. दीर्घकाळपर्यंत चाललेल्या या वादविवादानंतर शेवटी गगनेन्द्रनाथ सहमत झाले आणि रथीन्द्रच्या संमतीनेच हे लग्न जोडासांकात आटोपण्यात आले.

पण जोडासांकातल्या घराच्या कौलावर बसून विधात्याने जे हास्य केले, ते हास्य कवीच्या आर्षदृष्टीलाही जाणता आले नाही. मीरा आणि नगेन्द्रनाथांसारखे हे लग्नही फार काळ निभायचे नव्हते की काय, हे कुणाला माहीत? वैवाहिक जीवनात प्रेमापेक्षा समजूतदारपणा अधिक उपयोगी पडतो, हे रवीन्द्रनाथांचे म्हणणे रथीन्द्र आणि प्रतिमा यांच्या वैवाहिक जीवनाच्या संदर्भात परत एकदा सिद्ध झाले.

याच काळात त्यांची 'गोरा' ही कादंबरी आणि 'अचलायन' हे नाटक प्रकाशित झाले. त्यांच्या या दोन्ही कलाकृती परंपराप्रिय, सनातनी आणि सुधारक या दोन्ही प्रकारच्या बंगाली वर्गाच्या टीकेचे लक्ष्य बनल्या. प्राचीन हिंदुत्वाच्या कितीतरी चिरंतन, शाश्वत सिद्धान्तांची कवीने यात पुन:स्थापना केली होती. बदलत्या युगानुसार नव्या स्वरूपात हे सिद्धान्त टिकवून धरण्याची आवश्यकता त्यांनी त्यातून प्रकट केली. सनातन्यांना हे परिवर्तन मान्य नव्हते आणि सुधारकांना शाश्वत सिद्धान्तांचे हे प्रतिपादन अप्रिय वाटले. अशा तऱ्हेने उभय पक्षांकडून रवीन्द्रनाथांवर कठोर टीका झाली.

बिपिनचंद्र पाल व चित्तरंजन दास यांसारख्या वरिष्ठ आणि राष्ट्रीय पातळीवरील नेत्यांनीही रवीन्द्रनाथांच्या या कलाकृतींची निंदा केली. चित्तरंजन दासांनी तर आपल्या 'नारायण' या मासिकातून कवीवर घणाघाती प्रहार केले. या सगळ्यांनीच रवीन्द्रनाथांच्या साहित्याला 'सवंग, अवास्तव, बुद्धीची फारशी चमक नसलेले आणि जादूई दिखाव्याची चमक असलेले' म्हटले.

एवढ्यानेच भागले नाही, बंगाल प्रांतसरकारच्या शिक्षण खात्याने रवीन्द्रनाथांचे साहित्य कोणत्याही पाठ्यपुस्तकात घेऊ नये, असा एक आदेश जारी केला.

या सर्व विपरीत, प्रतिकूल परिस्थितीने रवीन्द्रनाथ तात्पुरते का होईना, उद्विग्न झाले; पण आपल्या निर्मितिशीलतेवर त्याचा काही परिणाम होऊ नये, म्हणून ते जागरूक राहिले, हेही तवढेच खरे.

बंगभंगाची चळवळ शेवटी एकदाची संपली. विलायती सरकारने बंगाल प्रांताचे विभाजन शेवटी रद्द केले. या प्रसंगानिमित्ताने शाही सत्ता प्रदर्शन करणाऱ्या

एका खास दरबाराचे दिल्लीत आयोजन करण्यात आले. या आयोजनानुसार कार्यक्रमाच्या सुरुवातीलाच ब्रिटिश सम्राट पंचम जॉर्जसमोर राजाचे स्तुतिस्तोत्र गाणारे एक गीत रुजू करण्यात यावे, असे ठरवण्यात आले. कोलकता आणि सिमला या दोहोंतल्या राज्याची धुरा सांभाळणाऱ्या ब्रिटिश अंमलदाराची नजर रवीन्द्रनाथांवर पडली. दिल्ली दरबारात सम्राटांचे स्वागत करण्यासाठी नेमलेल्या राष्ट्रीय स्वागत समितीच्या सदस्यांनी रवीन्द्रनाथांना यासाठी खास विनंती केली.

रवीन्द्रनाथांसाठी हा क्षण फार नाजूक होता. बंगालचे विभाजन रद्द केले म्हणून सम्राटांविषयी आभारभाव मानावा, हे एक सर्वसामान्य विवेकी धोरण होते; पण या विवेकाच्या मर्यादा ओलांडून त्यांच्यावर स्तुतिसुमने उधळावीत, हे मात्र त्यापलीकडचे होते. आपला हा विवेक सांभाळून; सम्राटांची प्रत्यक्ष स्वरूपात कुठेही स्तुती होणार नाही; याविषयी रवीन्द्रनाथ दक्ष होते. रात्रभर जागून त्यांनी आपण जणू काही परमात्म्याला संबोधतो आहोत, अशी काव्यरचना केली,

'जनगण मन अधिनायक जय हे भारत भाग्यविधाता'

आपली रचना राष्ट्रीय स्वागत समितीच्या सदस्यांकडे सोपवताना त्यांनी म्हटले की, ''खरे तर ही कविता मी परमात्म्याला उद्देशून लिहिली आहे; पण तुम्हाला हवे असल्यास तुम्ही त्याचा दिल्ली दरबारात सम्राटांसाठी उपयोग करू शकता.''

पण राष्ट्रीय स्वागत समितीचे सदस्य या कवितेने संतुष्ट झाले नाहीत. त्यात 'भारत-भाग्यविधाता' या शब्दांशिवाय कोणत्याही भावाने सरळ-प्रत्यक्ष अशा स्वरूपात सम्राटांना स्पर्श केला नव्हता. ज्या स्तुतिसुमनांची त्यांना अपेक्षा होती, त्या मानाने यात काहीच नव्हते; साहजिकच त्यांनी ही कविता नाकारली.

त्या वर्षीच्या डिसेंबर महिन्यात आलेल्या कलकत्त्यातल्या राष्ट्रीय काँग्रेस अधिवेशनात मात्र शेकडो प्रतिनिधींनी टाळ्यांच्या गडगडाटात या गीताचे स्वागत केले.

शांतिनिकेतनातून रवीन्द्रनाथ एकदा जोडासांकाला गेले, तेव्हा कलागुरू अवनीन्द्रनाथांच्या स्टुडिओत त्यांची रोथेन्स्टाइनशी ओळख झाली. रोथेन्स्टाइन एक ब्रिटिश चित्रकार होता आणि हिंदुस्थानी भूमीची नवनवी, वेगवेगळी चित्रे काढण्याच्या योजनेने तो इथे आला होता. रोथेन्स्टाइन देशभर फिरत असताना कलकत्त्यालाही त्याचा मुक्काम होता.

कलकत्त्यात अवनीन्द्रनाथांचे नाव आणि काम दोन्ही प्रख्यात होते. अवनीन्द्रनाथ स्वत: एक उत्तम कलाकार असल्याने कलकत्त्याच्या कलादालनात त्यांच्या चित्रांची प्रदर्शने नेहमी भरलेली असायची. रोथेन्स्टाइनने कलकत्त्याला आल्यावर अवनीन्द्रनाथांशी संपर्क साधला व दोन्ही कलाकारांची भेट झाली. रोथेन्स्टाइनच्या चित्रप्रतिभेने अवनीन्द्रनाथ प्रभावित झाले आणि त्यांनी रोथेन्स्टाइनला जोडासांकातले आपले आदरातिथ्य स्वीकारायचे आमंत्रण दिले. अवनीन्द्रनाथांनीच रवीन्द्रनाथांचा रोथेन्स्टाइनशी

परिचय करून दिला. तसा हा परिचय औपचारिकच होता अन् रोथेन्स्टाइनला रवीन्द्रनाथांत काहीच वेगळेपण, असामान्यत्व दिसले नाही.

आपला हा प्रकल्प पूर्ण करून रोथेन्स्टाइन जेव्हा इंग्लंडला परत गेले, तेव्हा कलकत्यातून प्रकाशित होणारा मॉर्डन रिव्ह्यू मासिकाचा ताजा अंक त्यांच्या हातात पडला. त्या अंकात रवीन्द्रनाथांच्या 'काबुलीवाला' या बंगाली कथेचा इंग्रजी अनुवाद छापला होता. रवीन्द्रनाथांची नुकतीच ओळखही झाली होती आणि त्यांचे नावही कानावर होते, म्हणून रोथेन्स्टाइनने ही कथा मुद्दाम वाचली. त्या कथेचा त्यांच्या मनावर खोलवर परिणाम झाला. अशी कथा लिहिणारा सर्जक खरोखर अतिशय उच्च दर्जाच्या भूमिकेतून लिहिणारा असावा, हे त्यांच्या ध्यानात आले. त्यांना रवीन्द्रनाथांच्या इतरही अनेक कथा वाचण्याची इच्छा झाली.

त्यांनी तत्काळ अवनीन्द्रनाथांना लिहिले, 'रवीन्द्रनाथांच्या आणखी काही कथा इंग्रजीत अनुवादित करून मला तत्काळ पाठवा.'

रोथेन्स्टाइनच्या या पत्राने अवनीन्द्रनाथांना आश्चर्य वाटले. पत्राला उत्तर लिहिताना, रोथेन्स्टाइनला त्यांनी कथांऐवजी अजित चक्रवर्तीने केलेल्या रवीन्द्रनाथांच्या इंग्रजी अनुवादित कवितांची वही पाठवली. त्या कविता वाचून रोथेन्स्टाइन फार प्रभावित झाले आणि त्यांनी रवीन्द्रनाथांना लंडनला येऊन आपल्या कविता सादर करण्याचे निमंत्रण दिले. रवीन्द्रनाथांनी जर हे निमंत्रण स्वीकारले, तर आपण या कार्यक्रमाच्या आयोजनाची सर्व जबाबदारी घेऊ, असेही त्यांना कळवले.

बंगाली साहित्यक्षेत्रात रवीन्द्रनाथांबद्दल जो काही गदारोळ चालला होता, त्याने कविवर्य कंटाळले होते, जेरीला आले होते. शांतिनिकेतनच्या आश्रमशाळेचा झपाट्याने विकास होत होता, हे खरे होते आणि रवीन्द्रनाथ त्यात गळ्यापावेतो बुडाले होते, हेही खरे; पण संस्थेची आर्थिक हालत डळमळीत झाली होती. इतकेच नव्हे, तर बिगरबंगाली असे मारवाडी आणि गुजराती व्यापारीवर्गातले लोक आपल्या मुलांना या संस्थेत शिकता येईल का, अशी विचारणा करत होते. आत्तापर्यंत शांतिनिकेतनात फक्त बंगाली विद्यार्थ्यांनीच प्रवेश घेतला होता आणि हे बंगालीही हिंदूच होते. मारवाडी आणि गुजराती व्यापाऱ्यांच्या विचारण्यामुळे या संस्थेचा विस्तार अधिक वाढवावा, असा विचार रवीन्द्रनाथांच्या मनात घोळत होता.

त्यासाठी विस्तृत पायावर आधारित अशा अधिक पुंजीची आवश्यकता होती. रोथेन्स्टाइनचे लंडनला येण्याचे आमंत्रण स्वीकारताना रवीन्द्रनाथांच्या मनात हे सर्व विचार घोळत होते.

ही पुंजी गोळा करायची असल्यास इंग्लंडबरोबर अमेरिका प्रवासाचीही योजना करायला हवी, असे त्यांना वाटले. शिवाय अमेरिकेतल्या कृषी विद्यापीठात रथीन्द्रनाथाने तीन वर्षांचा अभ्यास पुरा केला होता आणि आता त्याच विद्यापीठात राहून

पदवीव्युत्तर दर्जाचे शिक्षण त्याला घ्यायचे होते. रवीन्द्रनाथांनी त्या विद्यापीठाला भेट द्यायचे हेही एक कारण होते. अमेरिकेतल्या आपल्या अनेक मित्रांशी पत्रव्यवहार करून, एकाच वेळेस इंग्लंड अन् अमेरिकेचा प्रवास करता येईल अशा तऱ्हेचे आयोजन त्यांनी केले.

आतापर्यंत बंगाली भाषेत प्रकाशित झालेल्या आपल्या काव्यसंग्रहातील वेगवेगळ्या कविता निवडून रवीन्द्रनाथांनी त्यांचे इंग्रजीत भाषांतर केले आणि अशा एकशेचौपन्न कवितांची एक हस्तलिखित प्रत बरोबर घेतली. रथीन्द्र आणि आपली सून प्रतिमा या दोघांना आपल्या मदतीसाठी बरोबर घेतले आणि आपल्या ठरवलेल्या कार्यक्रमानुसार ते लंडनला पोहोचले.

त्यांची राहण्याची व्यवस्था लंडनमधल्या प्लुम्सबरी इथल्या एका हॉटेलात रोथेन्स्टाइनेच केली. आगबोटीतून उतरून लंडनच्या दारात पाऊल ठेवल्या- ठेवल्या सगळे सामान घेऊन ते लंडनच्या भुयारी रेल्वेतून प्लुम्सबरीला जाणार होते आणि त्यासाठी चेरिंग क्रॉस रेल्वे स्टेशनहून गाडी पकडायची होती. रेल्वेमधून प्रवास करायची रथीन्द्र आणि प्रतिमा यांची ही पहिलीच वेळ असल्याने सगळे सामान नीट पाहून, मोजून घेऊन त्यांनी ते स्टेशनवरल्या प्लॅटफॉर्मवर ठेवले व मग हे दोघे जण भुयारी रेल्वेची व्यवस्था पाहण्यासाठी थांबले; पण तेवढ्यात गाडीही आली म्हणून त्यात भराभर सगळे सामान चढवले अन् हे सर्व जण प्लुम्सबरीला पोहोचले.

पुढल्या दिवशी रोथेन्स्टाइनबरोबर भेट ठरली होती अन् त्या भेटीत रवीन्द्रनाथांनी बरोबर आणलेल्या हस्तलिखित प्रतीतील कितीतरी कवितांचे वाचन होणार होते. सामानाची सगळी व्यवस्था रथीन्द्रच्या हातात सोपवली होती आणि म्हणून त्या भेटीची तयारी करण्यासाठी रवीन्द्रनाथांनी मुलाकडे त्या हस्तलिखिताची प्रत मागितली. ती प्रत काढण्यासाठी रथीन्द्रने सगळे सामान तपासले, तेव्हा लक्षात आले की ज्या लहानशा कातडी सूटकेसमध्ये ती प्रत ठेवली होती, ती सूटकेसच कुठेतरी विसरली होती. आलेल्या सामानात ती नव्हती.

रथीन्द्रला धक्काच बसला.

१४

"बोटीतून सामान खाली उतरवलं, तेव्हा कातडी बॅग माझ्याजवळच होती." प्रतिमाने अगदी नीट बारकाईने आठवत म्हटले, "चेरिंग क्रॉस स्टेशनवर सामान अगदी व्यवस्थितपणाने ठेवले, तेव्हाही त्यात ती बॅग काळजीपूर्वक ठेवली होती; पण मग मागून काय झाले, ते काही आठवत नाही."

"म्हणजे याचा अर्थ असा की आपण ती बॅग बहुतेक चेरिंग क्रॉस स्टेशनच्या प्लॅटफॉर्मवरच विसरलो आहोत." रथीन्द्रने म्हटले.

"तुमचा अंदाज बरोबर आहे. ताबडतोब चेरिंग क्रॉस स्टेशनवर जाऊन शोधू यात आपण." प्रतिमा म्हणाली.

ही सगळी गडबड सुरु असताना, जणू काहीच झाले नसावे, अशा तऱ्हेने रवीन्द्रनाथ एका आरामखुर्चीत टेकून शांतपणे बसून राहिले होते. त्यांच्या खोलीला काचेची पार्टिशनवाली भिंत होती अन् त्यामधून ते बाहेरच्या रस्त्याकडे पाहत राहिले. जवळजवळ दोन दशकांनंतर ते आता लंडनला पुन्हा आले होते. विद्यार्थी दशेत ते सोळा महिने इथेच होते अन् तो सगळा काळ त्यांच्या डोळ्यांपुढून झरझर सरकत होता.

श्री. आणि श्रीमती स्कॉटच्या घरी पाहुणा म्हणून घालवलेल्या दिवसांची स्मृती त्यांच्या मनात रेंगाळत राहिली. फुलपाखरासारखी स्वच्छंदपणाने भिरभिरणारी मि. स्कॉट यांची मुलगी ल्यूसी आता कुठं असेल, असे काही प्रश्न त्यांच्या मनात यायला लागले. आपण बदललो तशी आता ल्यूसीही बदलली असेल... ही वेगळी ल्यूसी आता कशी दिसत असेल याची कल्पना करणं जरा अवघडच होतं. खरं म्हणजे ल्यूसी जशी असेल तशीच राहायला हवी, असं काहीतरी त्यांच्या मनात डोकावत होतं.

रथीन्द्रनाथानं अगदी घाईघाईने चेरिंग स्टेशनकडे जाण्याचा रस्ता पकडला. चेरिंगक्रॉस रेल्वेस्टेशनच्या लेफ्ट लगेज ऑफिसात सामान हुडकताना त्यात अगदी बारकीशी अशी एक बॅग सापडली. आदल्या दिवशी जेव्हा सगळे सामान गाडीत चढवले, तेव्हा ही बॅग चुकून प्लॅटफॉर्मवरच राहिली असावी. स्टेशनवरच्या

कुठल्या तरी कर्मचाऱ्याच्या नजरेस ही बॅग पडली अन् त्याने ती 'लेफ्ट लगेज'-मध्ये नेऊन दिली. त्या बॅगेत काही वह्या आणि फायलींशिवाय दुसरे काहीच नव्हते आणि त्यात रवीन्द्रनाथांचे नाव लिहिले होते, पण आडनाव कुठेच नव्हते. स्टेशनवरच्या अधिकाऱ्यांनी या बॅगेच्या मालकाला शोधण्यासाठी सगळी बॅग उघडली पण त्यात कुठेही आडनाव नव्हते; म्हणून मग परत ती काळजीपूर्वक सांभाळून ठेवून दिली.

रथीन्द्रने खात्री पटवल्यावर बॅग त्यांना परत देताना स्टेशनमास्तरने हसून म्हटले, "यात थोड्याशा कागदांखेरीज दुसऱ्या काहीच किमती वस्तू नव्हत्या! आम्हाला तर वाटत होते की, असले कागद घ्यायला कदाचित कुणीच येणार नाही!"

रथीन्द्रजवळ याचे काहीच उत्तर नव्हते. स्टेशनमास्तरचे आभार मानून ती बॅग त्याने परत घेतली.

रोथेन्स्टाइननी जेव्हा या कविता वाचल्या, तेव्हा ते मुग्ध झाले. या कविता कोणत्याही प्रदेशाच्या नव्हत्या, विशिष्ट काळाच्या नव्हत्या अन् त्यांत कोणतीही विशिष्ट परिस्थिती नव्हती. त्यांत फक्त मानवाचा निखळ, शाश्वत भाव तेवढा होता. इंग्रजीतल्या लेखक आणि समीक्षकांनी या कवितांचे मूल्यात्मक मर्म जाणले पाहिजे, हे त्यांच्या ध्यानी आले. रोथेन्स्टाइन स्वत: एक कलाकार असल्याने लंडनच्या साहित्यिक वर्तुळाशी त्यांचे निकटचे संबंध होते. या सर्वांशी रवीन्द्रनाथांचा परिचय व्हावा आणि त्यांच्यासमोरच या कवितांचे वाचन व्हावे, असा कार्यक्रम त्यांनी आयोजित केला.

दहा जुलै, एकोणीसशे बाराला लंडनमधल्या एका शांत आणि सुरम्य भागातल्या 'ट्रोकाडेरो' हॉटेलात रोथेन्स्टाइनने आपल्या लंडननिवासी साहित्यिक मित्रांना निमंत्रण दिले. त्यांत आयरिश कवी यीट्स, एझ्रापाऊंड, एच. जी. वेल्स यांसारखे महत्त्वाचे दिग्गज लेखक होते. 'दीनबंधू' नावाने ओळखले जाणारे गांधीजींचे साथीदार, ख्रिस्ती पाद्री चार्ल्स ॲन्ड्र्यूज आणि विल्यम बटलरसारखे मर्मज्ञही होते. यांशिवाय सगळे जण मिळून सत्तरेक लहान-मोठे लेखक, रसिकजन या भोजन समारंभास उपस्थित राहिले होते. या कार्यक्रमात काही कविता रोथेन्स्टाइनने वाचल्या, यीट्सनेही वाचल्या आणि मग वाचनाची सूत्रे खुद्द रवीन्द्रनाथांनी सांभाळली.

काव्यवाचन झाल्यावर श्रोतृवृंदात नि:शब्द शांतता पसरली. रवीन्द्रनाथ काहीसे गोंधळून गेले. इंग्रजी भाषेतल्या या लेखकमंडळींना आपल्या कविता आवडल्या नसाव्यात, असे कशावरून नसेल? वाचन पूर्ण झाले, पण रसिकांचा कसलाही प्रतिसाद कळत नव्हता.

कार्यक्रम पूर्ण झाला अन् हळूहळू कवींवर अभिनंदनाचा वर्षाव सुरू झाला.

"अशा कविता मी आयुष्यात ऐकल्या नाहीत."

“या कविता मला भलेही परत ऐकायला मिळोत न मिळोत, पण आजचा अनुभव अविस्मरणीय आहे.”

“या कविता नाहीतच, ती येशूची वाणी आहे.”

“या कविता लगेच संग्रहरूपानं प्रकाशित करा.” यांसारख्या प्रतिसादांनी ‘ट्रोकाडेरो’ हॉटेलचे सभागृह आल्हादाने आणि उत्साहाने भरून गेले.

लंडनमध्ये त्या वेळेस ‘इंडिया सोसायटी’ नावाची एक संस्था आपल्या कामाने चांगलीच पुढे आली होती. मूळ डेन्मार्कमधल्या, पण आता लंडनमध्येच स्थायिक झालेल्या हेवेल यांनी त्याची स्थापना केली होती. त्यापूर्वी हेवेल कलकत्त्याच्या एका कलासंस्थेचे प्राचार्य होते. अवनीन्द्रनाथ त्या संस्थेचे विद्यार्थी असल्याने हेवेल म्हणजे एक प्रकारे अवनीन्द्रनाथांचे गुरूच झाले. या संबंधांमुळे हेवेलची आणि रवीन्द्रनाथांची ओळख होती अन् खास करून भारतीय पौर्वात्य कलेचे ते फार मोठे चाहते होते. पश्चिमेकडल्या देशांना भारतीय कलेची जाण व्हावी यासाठीच तर त्यांनी ‘इंडिया सोसायटीची’ स्थापना केली होती. त्या दिवशीच्या कार्यक्रमात श्रोत्यांमध्ये हे हेवेलही हजर होते.

“मिस्टर हेवेल!” रोथेन्स्टाइननी अतिशय उत्साहाने त्यांच्यापुढे एक कल्पना मांडली, “या कवितांच्या संग्रहाची एक मर्यादित आवृत्ती तुमच्या ‘इंडिया सोसायटी’ने प्रसिद्ध करावी असे मी सुचवू इच्छितो.”

“व्यावसायिक धोरणानं नाही काढता येणार, पण तुम्ही म्हणताय तसं खासगी वितरणासाठी हा संग्रह आम्ही प्रकाशित करू शकतो.” हेवेलनं रुकार दिला.

या काव्यसंग्रहाची प्रेस कॉपी तयार करायचे काम आयरिश कवी यीट्सने स्वीकारले. हस्तलिखितातील एकंदर १५४ कवितांतून यीट्सने १०३ कविता निवडल्या आणि इंडिया सोसायटीने ‘गीतांजली’ नावाने या पुस्तकाच्या सातशेपन्नास प्रती खासगी स्वरूपात प्रसिद्ध केल्या.

हा संग्रह प्रकाशित झाला तेव्हा रवीन्द्रनाथ लंडनहून निघून अमेरिकेला पोहोचले होते. अमेरिकेतल्या अनेक विद्यापीठांत, तसेच वेगवेगळ्या संस्थांत त्यांची विविध विषयांवरची व्याख्याने आधीच नक्की झाली होती. शांतिनिकेतनसाठी पैसा गोळा करता यावा, या उद्देशानं त्यांनी या व्याख्यानांच्या निमंत्रणाचा स्वीकार केला होता.

या विदेशप्रवासाला निघण्यापूर्वी रवीन्द्रनाथांनी बंगालच्या मॅट्रिक्युलेशन परीक्षेच्या विद्यार्थ्यांसाठी एक पाठ्यपुस्तक तयार केले होते अन् त्या पाठ्यपुस्तकाची एक प्रत त्यांनी कोलकता विद्यापीठाकडे पाठवली होती. शिक्षण अधिक आनंददायी आणि सक्षम होण्याकरता शांतिनिकेतनात त्यांनी जे काही प्रयोग केले होते, त्यांचा लाभ शांतिनिकेतनबाहेरच्या विद्यार्थ्यांनाही मिळावा म्हणून खरे तर त्यांनी हे पुस्तक तयार केले होते.

रवीन्द्रनाथ कोलकता सोडेपर्यंत विद्यापीठाकडून त्यांना काहीच कळवण्यात आले नव्हते. कविवर्य अमेरिकेतल्या आपल्या कामात पूर्णपणे व्यग्र होते, तेव्हा एक दिवस अचानक त्यांना दोन पाकिटे आली. एका पाकिटात इंडिया सोसायटीने प्रकाशित केलेल्या 'गीतांजली' काव्यसंग्रहाची प्रत होती, अन् दुसऱ्यात मॅट्रिक्युलेशनचे क्रमिक पुस्तक नामंजूर केल्याचे विद्यापीठाचे पत्र होते.

या सर्व घडामोडींदरम्यान शिकागोतील जागतिक पातळीवरच्या 'पोएट्री' या मासिकाने रवीन्द्रनाथांच्या पाच कविता प्रसिद्ध केल्या. लंडनच्या 'ट्रोकाडेरो' हॉटेलात त्या दिवशी जो लेखकवर्ग उपस्थित होता, त्यात एझरापाऊंडही होते. या कवितांनी एझरापाऊंड इतके प्रभावित झाले, की त्यांनी यीट्सकडून कवीला आवडलेल्या पाच कविता मिळवल्या. शिकागोमधल्या 'पोएट्री' मासिकाचे ते त्या वेळचे लंडनमधले प्रतिनिधी होते. त्यांनी या पाच कविता 'पोएट्री'च्या संपादिका हॅरिएट मॉनरोला पाठवल्या आणि या कविता छापण्याची त्यांच्याकडे शिफारस केली. शिवाय अमेरिकेत प्रवास करत असलेल्या रवीन्द्रनाथांची त्यांनी भेट घ्यावी असेही सुचविले. संपादिकेने ही सूचना स्वीकारली आणि ती कवींना जाऊन भेटली. 'पोएट्री'च्या दुसऱ्याच अंकात या कविता प्रकाशित झाल्या. त्यांसोबत, 'टागोरांच्या निकट असताना आपण बुद्धाच्या सान्निध्यात आहोत, असे भासते,' अशा शब्दांत तिने त्यांच्या दोघांतल्या भेटीचा अनुभव प्रकट केला.

इंडिया सोसायटीने 'गीतांजली' प्रकाशित केली, तेव्हा अनेक इंग्रजी वृत्तपत्रांत त्यावर समीक्षात्मक प्रतिक्रिया प्रसिद्ध झाल्या अन् त्यामुळे लंडनमधल्या विश्वविख्यात मॅक्मिलन प्रकाशनसंस्थेचे त्यांकडे लक्ष गेले. मॅक्मिलनने ओळखी-पाळखींच्याशी संपर्क साधत या पुस्तकाच्या व्यावसायिक प्रकाशनाचे अधिकार तत्काळ मिळवले. कलकत्त्याच्या प्रकाशनसंस्थेने हे 'गीतांजली' पुस्तक बंगालीत प्रकाशित केले होते, त्या पुस्तकाची पहिली आवृत्ती अजून संपली नव्हती, त्या आधीच मॅक्मिलनने इंग्रजी भाषेत त्याच्या दहा आवृत्त्या बघता-बघता प्रकाशित केल्या.

पण इंग्रजीतल्या सगळ्या समीक्षकांनी या कवितांचे एकाच तऱ्हेने, प्रशंसापर असे स्वागत केले नाही. खरोखर या कविता तशा निर्दोष स्वरूपाच्या होत्या, पण म्हणून कित्येक भारतद्वेष्ट्या ब्रिटिश समीक्षकांनी लिहिले की, 'इंग्रजांनी हिंदुस्थानातल्या प्रजेला किती सुधारले आहे, याचा पुरावा म्हणजे गीतांजली.'' 'बाप्टिस्टा टाइम्स' नावाच्या एका वर्तमानपत्राने तर असे लिहिले होते की, 'हिंदू धर्मावर ख्रिस्ती धर्माचा किती गाढ प्रभाव पडला आहे, हे या कवितांमधून लक्षात येते आणि असेच जर का सुरू राहिले, तर येत्या काही वर्षांतच हिंदुस्थानात ख्रिस्ती धर्माचा अगदी व्यापक असा प्रसार होईल.'

परदेशातून परत आल्यावर रवीन्द्रनाथ पुन्हा एकदा त्यांच्या शांतिनिकेतनाच्या

उपक्रमात गढून गेले. ही त्यांची परदेशवारी आर्थिक दृष्टिकोनातून त्यांना फारशी लाभली नाही. रवीन्द्रनाथ त्यांच्या अनेक सोबत्यांसह संध्याकाळच्या वेळी शांतिनिकेतनातल्या सालवृक्षाखाली येरझाऱ्या घालत होते. तो दिवस होता, पंधरा नोव्हेंबर एकोणीसशे तेराचा. विद्यार्थीसंख्येच्या दृष्टिकोनातून संस्था भरपूर वाढली होती. कितीतरी बांधकाम नव्याने करण्यात आले होते, पण तरीही कित्येक तातडीच्या आवश्यक गरजांसाठी पैशाची मदत कशी काय अन् कुठून जुळवायची, याविषयी सर्वांच्यात चर्चा सुरू होती. त्यातल्या रोजच्या आर्थिक व्यवस्थेची जबाबदारी नेपाळबाबू पाहत असत आणि या नेपाळबाबूंनी रवीन्द्रनाथांच्या समोर मांडलेली परिस्थिती थोडी चिंताजनक होती.

त्याच वेळेला वाडीच्या समोरच्या टोकाकडून चार-पाच आश्रमवासी धापा टाकत धावत-पळत आले. त्यांना असे येताना बघून रवीन्द्रनाथ किंवा अजून दुसऱ्या कुणी काही विचारायच्या आत दम लागेस्तोपर्यंत पळत आलेल्या चार-पाच जणांपैकी एकाने आपल्या हातातला एक कागद गुरुदेवांच्या समोर धरला. रवीन्द्रनाथांनी हात उंचावला आणि तो कागद हातात घेतला खरा, पण हा काय गोंधळ चाललाय, असा भाव त्यांच्या चेहऱ्यावर होता. त्यांनी हातातल्या कागदाकडे पाहिले. ती एक तार होती. कोलकत्याहून आलेल्या त्या तारेतले शब्द होते की, 'गीतांजलीला या वर्षीचे आठ हजार पौंडांचे नोबेल पारितोषिक मिळाले आहे. अभिनंदन!''

रवीन्द्रनाथ क्षणभर त्या तारेच्या अक्षरांकडे पाहत राहिले. काल संध्याकाळी कलकत्त्यात आलेली ही बातमी त्यांना तारेनं आत्ता मिळत होती. रवीन्द्रनाथांनी ती तार परत वाचली आणि मग तो कागद नेपाळबाबूंच्या समोर धरत ते म्हणाले, ''घ्या नेपाळबाबू, तुमच्या सगळ्या चिंता आता मिटल्या. तुम्हाला आता जे काही हवं आहे, ते शांतिनिकेतनात होऊ शकेल.''

नेपाळबाबू जेव्हा तारेतली गिचमिड अक्षरं लावण्याची झटापट करत होते, तेव्हा रवीन्द्रनाथांच्या मनात ब्रह्मबांधव उपाध्यायांच्या स्मृती जागल्या. हिंदू साधू म्हणून जगत असलेल्या या ब्रह्मबांधव उपाध्यायांनी गेल्या काही वर्षांत ख्रिस्ती धर्म स्वीकारला अन् ते पाद्री बनले. शांतिनिकेतनची स्थापना झाल्यावर बारा-तेरा वर्षांपूर्वी ते इथे आले होते आणि त्यांनी थोडेबहुत कामही केले. तेरा वर्षांपूर्वी या ब्रह्मबांधव उपाध्यायांनी 'सोफिया' नावाच्या इंग्रजी मासिकाचे संपादनाचे काम केले होते, तेव्हाच रवीन्द्रनाथांचा 'नैवेद्य' हा काव्यसंग्रह प्रकाशित झाला. आपल्या या मासिकातून 'नैवेद्य'ची समीक्षा करताना ब्रह्मबांधव उपाध्यायांनी लिहिले होते, की 'रवीन्द्रनाथ बंगालचे विश्वकवी आहेत आणि अन्य भाषिक म्हणजे विशेषत: विदेशी भाषिक बंगालीचा अभ्यास करण्यास प्रवृत्त होतील ते रवीन्द्रनाथांच्या साहित्यामुळे.

'नैवेद्य'मधील या कविता रवीन्द्रनाथांना विश्वकवी बनवण्यास समर्थ अशा आहेत.'

त्यानंतर दोन दिवसांनीच पाचशे कोलकतावासीयांनी भरलेली एक खास गाडी बोलपूर स्टेशनात येऊन थांबली. आपल्या या शुभंकर मुलाच्या अशा अनन्यसाधारण सन्मानाने कोलकतावासी आनंदाने वेडे झाले होते. कविवर्यांचा सन्मान करण्यासाठी हे सगळे जण खास गाडी करून बोलपुरात आले. त्यात कोलकता हायकोर्टाचे जस्टिस आशुतोष चौधरी, जगदीशचंद्र बोस आणि बिपीनचंद्र पालही होते. या सर्वांनी रवीन्द्रनाथांच्या नावाचा जयजयकार केला, जयघोष केला, त्यांना फुले अर्पण केली आणि उच्चरवाने अभिनंदनाचा वर्षाव केला. अतिशय निश्चलपणाने रवीन्द्रनाथांनी या सर्वांचा स्वीकार केला, पण त्यांना थोडेसे बोलल्याशिवाय राहवले नाही.

"तुम्हा सर्वांच्या या सद्भावासाठी मी खरेच तुमचा आभारी आहे, पण या सद्भावाचा स्वीकार मी कशा रीतीनं करावा? याचं कारण म्हणजे, तुम्ही सर्व जण आज जो सन्मान दर्शवीत आहात, तो सन्मान विशुद्धपणानं माझा नाही, तर पश्चिमेकडनं मिळालेल्या सन्मानाचा सन्मान आहे. कालपर्यंत माझ्या याच कवितेला बाष्कळ बकवास मानणारे कितीतरी चेहरे मला इथं दिसताहेत, शिवाय कितीतरी असेही चेहरे मी इथं पाहतोय की, ज्यांनी पूर्वीही माझ्या साहित्याचा सद्भावनेनं स्वीकार केलाय; पण खरंतर तुमच्याकडनं आता अशा विशेष सन्मानाचा मला अधिकार मिळालाय, असं नाही मला वाटत. योगायोगानं असंही घडू शकेल की, कदाचित तुमची ही सुमनं पुन्हा एकदा चिखलराळीत बदलतील, कारण मला माहित्येय की तुमच्यापैकी फारच थोड्या जणांनी माझं साहित्य वाचलंय."

कालपर्यंत ज्या बिपीनचंद्र पाल यांनी रवीन्द्रनाथांच्या साहित्यावर तीक्ष्ण, जहाल शब्दांत टीका केली होती, त्यांनीच आपल्या मासिकाच्या दुसऱ्या अंकात लिहिले, 'रवीन्द्रनाथ जे म्हणाले ते सत्य होते. त्यांना जो अनुभव आला तो पाहता यापेक्षा मवाळ भाषा दुसरा कुणी वापरू शकला नसता.'

रवीन्द्रनाथांच्या या वैश्विक पातळीवरील मानसन्मानाने तत्कालीन व्हाईसरॉय लॉर्ड हार्डिंग्ज अतिशय प्रभावित झाले; त्याच वेळेस सिमल्याच्या उन्हाळी राजधानीत व्हाईसरॉयने त्यांच्या निवासस्थानात एक कार्यक्रम आयोजित केला होता अन् त्या कार्यक्रमात रवीन्द्रनाथांचे मित्र अँड्र्युजही तिथं होते. रवीन्द्रनाथांविषयी ते अतीव आत्मीयतेने बोलले. लॉर्ड हार्डिंग्जला रवीन्द्रनाथांविषयी तसे काही फारसे माहीत नव्हते, पण कोलकता विद्यापीठाने त्यांना आता पीएच.डी.ची मानद पदवी देऊन त्यांचा गौरव केला पाहिजे, असे त्यांना वाटले.

व्हाईसरॉयच्या या सूचनेप्रमाणे गव्हर्नररांनी गृह खात्याकडून रवीन्द्रनाथांविषयी पूर्ण माहिती मागवली. गृहखात्याच्या दफ्तरात रवीन्द्रनाथांची नोंद एक संशयित

व्यक्ती म्हणून केली गेलेली होती अन् त्यांची शांतिनिकेतन ही संस्था बंगाल प्रांतसरकारच्या काळ्या यादीत होती. एकोणीसशे पाचच्या बंगभंगाच्या चळवळीत पोलीस खात्यानं त्यांच्यावर कडक नजर ठेवली अन् तो आदेश अजूनही तसाच जारी होता. हे सगळे लक्षात घेऊन गव्हर्नरने विद्यापीठाकडून रवीन्द्रनाथांना अशी पदवी देण्याबाबतची आपली असमर्थता व्यक्त केली.

''कायदा रवीन्द्रनाथांना गुन्हेगार ठरवत असेल, तर अशा कायद्यात तुम्हाला सुधारणा करावी लागेल, मि. गव्हर्नर!''

गव्हर्नरांनी दिलेल्या उत्तराच्या वरच्या पायरीवर जात, रवीन्द्रनाथांना ही पदवी तत्काळ देण्यात यावी, असा आदेश व्हाईसरॉयनी दिला.

आणि याप्रमाणे रवीन्द्रनाथांना बंगाली भाषा आणि साहित्य यातील विद्वान मानण्यास ज्या विद्यापीठाने नकार दिला होता, त्याच विद्यापीठाने त्यांना पीएच.डी.ची मानद पदवी अर्पण केली. रवीन्द्रनाथ 'डॉक्टर' बनले!

विद्यापीठाने त्यांना ही पदवी दिली खरी, पण त्यामुळे बंगाली भाषा आणि साहित्य यांतील विद्वान म्हणून रवीन्द्रनाथांचा स्वीकार केला, असे मात्र झाले नाही. त्याच वर्षी कोलकता विद्यापीठाच्या मॅट्रिक्युलेशनच्या परीक्षेत बंगाली भाषेच्या प्रश्नपत्रिकेत रवीन्द्रनाथांच्या गद्याचा एक परिच्छेद देण्यात आला आणि हा परिच्छेद शुद्ध करून बंगाली भाषेत परत लिहावा, असे विद्यार्थ्यांना सांगण्यात आले. विद्यापीठाच्या वेगवेगळ्या वर्तुळांत आणि दुसऱ्या अनेक ठिकाणी अशी कुजबुज चालली होती, की 'गीतांजली'तील इंग्रजी कविता आयरिश कवी यीट्सने लिहिल्या आणि रवीन्द्रनाथांनी त्या आपल्या नावाने छापल्या.

१५

दक्षिण आफ्रिकेतल्या गोऱ्या सरकारशी जवळजवळ अडीच दशके सत्याग्रहाच्या नव्या पद्धतीने केलेला संघर्ष सफल झाल्यावर गांधीजी हिंदुस्थानात परत निघाले. दक्षिण आफ्रिकेत त्यांनी स्थापन केलेल्या फिनिक्स आश्रमात राहत असलेले त्यांचे शिष्यही हा लढा आटोपल्याने हिंदुस्थानात येण्यासाठी निघाले. त्यांत जवळपास अठ्ठावीस मुले आणि कितीतरी स्त्री-पुरुष होते. या सर्वांचं हिंदुस्थानात एखादं घरदार होतं, असं नव्हे. या सगळ्यांना राहण्यासाठी नेमकी कुठे जागा द्यावी, हा एक मोठा प्रश्न गांधीजींच्यासमोर होता.

सत्याग्रहाच्या शेवटच्या काळात गांधीजींना मदत करायला दीनबंधू ॲन्ड्र्यूज इथून आफ्रिकेत गेले होते. खरे म्हणजे ते मुळात रवीन्द्रनाथांचे मित्र. लंडनला जेव्हा 'गीतांजली'तील कविता पहिल्यांदा वाचण्यात आल्या, तेव्हा ॲन्ड्र्यूज हे त्यांचे पहिले श्रोते होते. रोथेन्स्टाइनमार्फत रवीन्द्रनाथ आणि त्यांची ओळख झाली अन् त्यानंतर ते दोघे मित्र झाले.

ॲन्ड्र्यूज हिंदुस्थानात आले आणि शांतिनिकेतन आश्रमाशी जोडले गेले. तसे पाहिले तर रवीन्द्रनाथ याआधी कधीही गांधीजींना भेटले नव्हते, पण दक्षिण आफ्रिकेतल्या सत्याग्रहाच्या हकिगती कळल्याने ते त्यांच्याकडे आकर्षित झाले. हिंदुस्थानात आल्यावर चार्ल्स ॲन्ड्र्यूज, 'दीनबंधू' ॲन्ड्र्यूज झाले. गांधीलढ्यात दीनबंधू ॲन्ड्र्यूज अधिक उपयोगी ठरतील असे वाटल्याने, रवीन्द्रनाथांनी त्यांना खास आग्रहाने दक्षिण आफ्रिकेत गांधीजींकडे पाठवले. दीनबंधू यांचा सरळ स्वभाव, नितांत खरेपणा, कार्यपद्धती आणि त्याग या सर्वांनी गांधीजीही प्रभावित झाले.

त्यामुळेच दक्षिण आफ्रिकेतून आलेल्या सर्वांची राहायची व्यवस्था कुठे करायची, असा प्रश्न निर्माण झाला तेव्हा सगळ्या आश्रमवासीयांना तात्पुरते का होईना, रवीन्द्रनाथांच्या शांतिनिकेतन आश्रमात ठेवावे, असे दीनबंधू ॲन्ड्र्यूज यांनी गांधीजींना सुचवले. हिंदुस्थानात आल्यावर आपले राहणे, मुक्काम अथवा कार्यक्रम यांविषयी गांधीजींनी अजून काही नक्की ठरवले नव्हते. दीनबंधू ॲन्ड्र्यूज यांच्या या सांगण्याने गांधीजींना मदत झाली असती; त्यामुळे दीनबंधू यांनी रवीन्द्रनाथांची संमती मिळवली

आणि अशा तऱ्हेने फिनिक्स वस्तीतले सगळे लोक शांतिनिकेतन आश्रमाचे पाहुणे झाले.

यानंतर शांतीनिकेतन आश्रमात गुरुदेव रवीन्द्रनाथ टागोरांच्या भेटीसाठी गांधीजी आले. त्यांची ही पहिली भेट बकुळीच्या बुंध्याच्या भोवताली बांधलेल्या उंचशा पारावर ठरवण्यात आली. दीनबंधू ॲन्ड्र्यूज यांनी या दोघांचा एक औपचारिक परिचय करून दिला. सहा फूट उंची अन् बांधेसूद अंगकाठी अशा प्रभावशाली रवीन्द्रनाथांच्या व्यक्तिमत्त्वाशी मूठभर हाडांच्या, कृश देहधारी गांधीजींची भेट म्हणजे एकाच बिंदूवर जणू दोन टोके उभी आहेत, असे वाटत होते. शांतिनिकेतन आश्रमात राहणाऱ्यांना तेल, साबण आणि चप्पल या गोष्टी वापरण्याची मनाई होती. या मनाईमागील साधेपणाची भावना गांधीजींना आवडली, पण भोजनप्रसंगी ब्राह्मण आणि अब्राह्मणांची पंगत वेगवेगळी मांडली जायची, त्याबद्दल त्यांनी नाराजी व्यक्त केली.

शांतिनिकेतन आश्रमात पहिल्यापासूनच ब्राह्मण आणि अब्राह्मण हा भेद यथावत राहिला होता. रवीन्द्रनाथांच्या मनात उच्च ब्राह्मणांचे हे संस्कार खोलवर रुजलेले असल्याने त्यांना त्यात नाकारण्याजोगे काहीच वाटले नव्हते; इतकेच काय, पण अब्राह्मण शिक्षक किंवा गुरुजनांना ब्राह्मण विद्यार्थी मस्तक झुकवून चरणस्पर्शही करत नव्हते. गांधीजींना हे सारेच खुपले. त्यांनी तत्काळ रवीन्द्रनाथांचे तिकडे लक्ष वेधले. गांधीजींचे समाधान होईल, असा कुठलाही तार्किक खुलासा रवीन्द्रनाथांपाशी नव्हता.

"तुमचे म्हणणे खरेही असू शकेल, पण इथं जी परंपरा सुरू आहे, त्यात काही हस्तक्षेप न करणे मला योग्य वाटले होते," रवीन्द्रनाथांनी थोडेसे स्पष्टीकरण करत म्हटले, "जर या ब्राह्मणांना आणि अब्राह्मण इतरांना स्वत:लाच ही प्रथा मान्य असेल, तर आपण त्यात पडू नये हेच बरे, असे मला वाटले."

आश्रमातल्या भोजनगृहात स्वयंपाक करायला आणि वाढायला खास नोकरमंडळी होती. गांधीजींनी त्याविषयीही टोकले.

"तुम्हाला सगळ्यांना आत्मनिर्भरता आवडते ना?" त्यांनी विचारले आणि ते पुढे म्हणाले, "पाहा, म्हणजे तुम्हाला आत्मनिर्भरता आवडत असेल तर स्वयंपाक अथवा वाढणं, ही सगळी कामं आश्रमवासीयांनी आपापसात वाटून घ्यावीत, हे बरं नाही का?"

गांधीजी दुसऱ्या दिवशी परत निघाले तेव्हा रवीन्द्रनाथ सकाळची न्याहारी करत होते, त्यांच्या खाण्यात काही विशेष पदार्थ होते. रवीन्द्रनाथांना ते खाताना पाहून गांधीजी म्हणाले, "हा म्हणजे परस्परविरुद्ध आहार आहे. यानं आपल्या आरोग्यावर विपरीत परिणाम होतो."

"त्याचं आयुर्वेद किंवा रसायनशास्त्र मला माहीत नाही, पण तुम्ही ज्याला विपरीत परिणामाचा, परस्परविरुद्ध असा आहार म्हणता; तो तर मी गेली जवळजवळ पन्नास वर्षे घेतोय, म्हणून मला काही त्याची काळजी नाही." रवीन्द्रनाथ म्हणाले.

या दोन विराट व्यक्तिमत्त्वांत तसे जमीन-अस्मानाचे अंतर होते अन् तरीही या दोघांत एक अत्यंत दृढ आणि नाजूक बंध निर्माण झाला.

गांधीजी जीवनातल्या पावलापावलावर पवित्रता शोधत होते आणि रवीन्द्रनाथ त्यात सौंदर्य शोधत होते. गांधीजींना सौंदर्यही पवित्र असले पाहिजे असे वाटायचे, तर रवीन्द्रनाथांच्या मनात पवित्रताही सुंदर असली पाहिजे, हा अर्थ भरून राहिला होता.

दक्षिण आफ्रिकेतून हिंदुस्थानात आलेल्या गांधीजींच्या शिष्यांपैकी लहान मुले एका विशिष्ट प्रकारच्या शिस्तीत वाढलेली होती. ती अतिशय साधेपणाने राहायची. त्यांना नृत्य वगैरे गोष्टी एकदम अपरिचित होत्या. ती आत्मनिर्भर होती, पण संगीतासारख्या कलेविषयी अनभिज्ञ होती. शांतिनिकेतनात सतत नृत्य आणि संगीत यांसारख्या कलांची रुणझुण निनादायची.

फिनिक्स आश्रमातील या लहान मुलांना पाहून रवीन्द्रनाथांनी उद्‌गार काढले, "ही लहान मुले फार चांगली आणि शिस्तीची आहेत, पण या वयात लहान मुलांनी इतकं शिस्तबद्ध अन् चांगलं असू नये ना!"

या दिवसांत रवीन्द्रनाथ कौटुंबिकदृष्ट्या अगदी एकाकी होते. त्यांचा मुलगा रथीन्द्रनाथ आणि त्याची पत्नी जहागिरीच्या शेतीवाडीत अनेक नवनवे प्रयोग करण्यासाठी गावोगावी फिरत होते. रवीन्द्रनाथांच्या नगेन्द्रनाथांशी असलेल्या सौम्य व्यवहारामुळे माधुरीलता नाराज होती अन् म्हणून तिने येणेच सोडून दिले होते! दुसरी मुलगी मीरा, आपल्या संसाराची गुंतवळ कशा तऱ्हेनं का होईना उकलावी म्हणून कलकत्यातल्या आपल्या सासरी राहत होती आणि त्यांचा जावई लंडनमध्येच स्थायिक झाला होता.

मृणालिनी, रेणुका, शमीन्द्र हे सगळे आधीच कायमचे या जगातून निघून गेलेले असल्याने शांतिनिकेतनच्या रोजच्या दैनंदिनीतून जराशी मोकळीक मिळताच रवीन्द्रनाथांना घराच्या चारी भिंती खायला उठायच्या. वाचन-लेखनात एकाकीपणाचे प्रहर निघून जायचे, पण कधी कधी चित्त व्याकूळ व्हायचे. माता शारदादेवी, भाभीराणी कादंबरी, देवेन्द्रनाथ, पत्नी मृणालिनी, रेणुका अन् शमीन्द्र ही मुलं, हे सारेजण त्या चार भिंतींत एखाददुसरा क्षण जिवंत व्हायचे, क्वचित त्यात बालेन्द्रनाथ आणि हेमेन्द्रनाथही मिसळून जायचे. कधीतरी नलिनी अन् ल्यूसीही स्मरणपटावर तरळत राहायच्या.

एकाकीपणाच्या या अस्वस्थ क्षणात अचानक एक विजेची लहर चमकली.

फिनिक्स आश्रमातील शिष्यगणातील जी काही लहान मुलं इथे पाहुणी म्हणून आली होती, त्यांत एक बारा-तेरा वर्षांची मुलगी होती. या मुलीचं नाव, गाव किंवा दुसरी काहीच माहिती नव्हती; पण तिचा बांधा, चेहरा, तिच्या उठण्या-बसण्याची लकब अन् विशेष म्हणजे तिचे हसणे हे सारे पाहून रवीन्द्रनाथ एक-दोन क्षण स्तब्ध झाले. अजाण वयात या सगळ्यांचा त्यांना जो परिचय झाला होता, तो जणू काही अनेक वर्षांनी पुन्हा नव्यानं जीवित होतोय, असे काहीसे त्यांना वाटले.

दहा वर्षांच्या रवीन्द्राच्या जीवनात तेव्हा बारा-तेरा वर्षांची भाभीराणी कादंबरी आली, तेव्हा ती अगदी अशीच दिसत होती. दहा वर्षांच्या त्या कोवळ्या वयात आपण भाभीराणीकडे कशा मुग्धतेनं पाहत राहायचो अन् मग हसून भाभीराणी त्यांच्या लाडक्या ठाकुरपोच्या डोक्यावर कशी टपली मारायच्या, ते सारे आत्ता त्या 'विश्वकवी' रवीन्द्रनाथांना आठवले. त्यांना वाटले, ही मुलगी अजून काही दिवस आश्रमात राहिली, तर एखाद वेळेस त्यांचे एकाकीपण काही अंशी तरी हलके होईल.

गांधीजींनी अहमदाबादेत सत्याग्रह आश्रमाची स्थापना करून या सर्व शिष्यांना तिथे नव्याने वस्ती करण्यासाठी बोलावले, तेव्हा रवीन्द्रनाथांनी त्यांना विनंती केली, "तुमची काही हरकत नसेल तर ही कन्या अन् तिचे आई-वडील अजून थोडे दिवस इथे थांबू देत. त्यांच्या इथे राहण्याने शांतिनिकेतन आश्रमात काही दिवस शांतता नांदेल."

"भले, सौंदर्य आणि पवित्रता यांच्याबरोबर शांतीही वास करतेय, तर त्यापेक्षा अधिक काय हवे?" ओठांवर एक अगम्य हास्य खेळवत गांधीजींनी म्हटले.

"तुम्ही फक्त महामानव नाही, तर महात्मा आहात!" रवीन्द्रनाथांनी पहिल्यांदाच गांधीजींसाठी 'महात्मा' या बिरुदाचा वापर केला. "मी फक्त कवी आहे अन् कवितेच्या सौंदर्याव्यतिरिक्त मला फारसं काहीच कळत नाही."

यानंतर काही दिवसांनीच ब्रिटनच्या शाही सरकारने रवीन्द्रनाथांना 'सर' हा मानद किताब देऊन त्यांचा खास बहुमान केला. हिंदी नोबेल पारितोषिक विजेते एकमात्र म्हणून ब्रिटिश साम्राज्याने त्यांचा उचित गौरव केला पाहिजे, अशी त्या वेळच्या गर्व्हनरने खास शिफारस केली होती. या शिफारशीमुळे त्यांना या नाईटहूड किताबाने सन्मानित करण्यात आले.

आधी नोबेल पुरस्कार आणि मग हा नाईटहूड, त्यामुळे पाश्चिमात्य देशांतही लेखक म्हणून त्यांच्या प्रतिभेला उच्च दर्जाचे स्थान मिळाले. 'गीतांजली'नंतर त्यांची अनेक पुस्तके इंग्रजीत आणि इंग्रजीद्वारा युरोपमधील अनेक भाषांत जाऊन पोहोचली. देश, राष्ट्र यांच्या सरहद्दी पार करत ती अमेरिका आणि जपानपर्यंत गेली. त्यांत 'साधना', 'शिशुकाव्ये', 'राजा', 'कबीराच्या शंभर कविता', 'पोस्ट ऑफिस',

'क्षुधित पाषाण', 'जीवनस्मृति' आणि इतर अनेक पुस्तके होती.

कविवर्यांना या सर्व देशांतून व्याख्यानांसाठी बोलावण्यात येऊ लागले. या व्याख्यानांतून जर द्रव्य मिळणे शक्य असेल आणि साहित्य, शिक्षण, संस्कृती, इतिहास आणि राजनीती यांविषयी आपल्याला जे काही सांगावयाचे आहे, ते मुक्त मनाने प्रकट करता येणे शक्य असेल तर, असा प्रवास करायला त्यांचे मन उत्सुक होते.

'मिस्टर पॉन्ड' या अमेरिकास्थित ट्रॅव्हलिंग एजंटने त्यांच्या या सर्व कार्यक्रमाच्या आयोजनाची जबाबदारी स्वत:वर घेतली. या कार्यक्रमानुसार ब्रिटन, अमेरिका, जपान वगैरे अनेक देशांत लांबवर चालणाऱ्या प्रवासाचे कार्यक्रम आखण्यात आले.

या दरम्यानच पहिले महायुद्ध सुरू झाले. सगळ्याच देशांत राष्ट्रवादाचा उग्र प्रवाह वाहायला सुरुवात झाली होती. चहूकडे हिंसा-प्रतिकार आणि द्वेषाच्या भडक भावनांचा महापूर ओसंडून वाहायला लागला. या जागतिक युद्धाविषयीचा आपला आक्रोश रवीन्द्रनाथांनी एका कवितेत प्रकट केला, "उन्मत्त, बेफाम बनलेल्या समुद्राच्या लाटांसारखे आपापले किनारे उद्ध्वस्त करत, समग्र विश्वातील विषाद, पाप आणि अपराध होऊन थैमान घालीत आहेत. हे बंधो, आपले माथे झुकव. हे तुमचे आणि माझे, सर्वांचेच पाप आहे!"

जपानने सुरुवातीला कविवर्यांचे अतिशय उत्साहाने स्वागत केले. बुद्ध मंदिरातील एका विराट सभेत तत्कालीन जपानमधील बहुसंख्य सत्ताधारी राजपुरुष हजर होते. त्या वेळेस जपान आपला पौरस्त्य चेहरा बदलून पश्चिमी मुखवटा धारण करत होता. जपानी राष्ट्रवादानं अधिकाधिक उग्र होत, आक्रमक स्वरूप धारण केले होते.

रवीन्द्रनाथांनी या सभेत म्हटले, "मी अंत:करणपूर्वक अशी इच्छा करतो, की तुमच्या पश्चिमेकडल्या धावेनं तुमचा अस्सल पौर्वात्य चेहरा पुसला न जावो. नवा जपान पश्चिमेचे अनुकरण असेल, त्यामुळे आपल्या अस्सलपणाचा नाश होईल. ज्याला तुम्ही राष्ट्रीय गौरव म्हणताहात, त्याचा अर्थ असा आहे की, अवास्तव काम करण्यासाठी धावणे आणि एक डोळा उघडा ठेवून दुसरा बंद करणे."

समृद्धी, सत्ता आणि शिक्षण यांच्या शिखरपदावर पोहोचलेल्या जपान्यांना कविवर्यांचे हे निरीक्षण खचितच रुचणारे नव्हते. जपानी राजकीय राजपुरुषांना आणि जपानी वर्तमानपत्रांना रवीन्द्रनाथांचा हा संदेश नीटसा उमगला नाही. विजयाचा कैफ त्यांच्या अणुरेणूंत व्यापून राहिला होता.

वर्तमानपत्रांनी मोठमोठ्या मथळ्यांतून लिहिले, 'दाढीवाल्या म्हाताऱ्या, माघारी जा. तुम्ही पराभूत राष्ट्राचे प्रतिनिधी आहात. आम्हाला राष्ट्रवाद शिकवू नका. तुमचा हा संदेश म्हणजे एका पराजित राष्ट्राच्या भूतकाळाचे जणू अवशेषरूप आहे.'

सॅन फ्रान्सिकोमध्ये तर एक अजबच प्रसंग घडला. तिथे राहणाऱ्या हिंदू प्रजेने

देशात चालणाऱ्या स्वातंत्र्यसंग्रामाचे समर्थन करण्यासाठी 'गदर पार्टी' नावाच्या एका राजकीय पक्षाची स्थापना केली. या गदर पार्टीचे सदस्य उग्र राष्ट्रवादी होते अन् हे सगळे जण ब्रिटिशांच्या साम्राज्यवादाला आंतरराष्ट्रीय पातळीवर प्रखर विरोध करत होते. हिंदुस्थानात हिंसक क्रांती करावी, हेच त्यांचे स्वप्न.

जपानमध्ये कविवर्यांनी रासबिहारी घोषांची भेट घेतली होती. हे रासबिहारी घोषही जपानमध्ये राहून हिंदी राष्ट्रवादाचे जहाल प्रवर्तक झाले होते. या दरम्यानच रवीन्द्रनाथांनी सॅन फ्रॅन्सिकोमध्ये व्याख्यान दिले, "हे विश्व आता एका कुटुंबासारखेच होण्यास सुरुवात झाली आहे. कुठल्याही प्रकारच्या संकुचित राष्ट्रवादाने आता आपला निभाव लागणार नाही. येणारा काळ राष्ट्राराष्ट्रांतील संघर्षाचा असणार नाही अन् या नव्या आंतरराष्ट्रीयवादाचा बोलपुरातल्या शांतिनिकेतनात आपण सर्व जण प्रयोग करू या."

गदर पार्टीच्या सदस्यांना कवीचे हे राष्ट्रवादाविषयीचे मवाळ धोरण अजिबात पसंत पडले नाही.

नोबेल पारितोषिक अन् सर हा किताब मिळाल्यानं रवीन्द्रनाथ आता ब्रिटिश साम्राज्यवादाचे हस्तक झाले आहेत आणि हिंदुस्थानात वाढत असलेली राष्ट्रवादाची चेतना व्यर्थ ठरवण्यासाठीच ते राष्ट्रवादाविरुद्ध प्रचार करताहेत, अशीच त्यांची भावना झाली. या सर्व सदस्यांनी हा असला प्रचार थांबवण्यासाठी एक षड्यंत्र रचले. रवीन्द्रनाथांची विदेशी भूमीवरच जर हत्या केली, तर सापही मरेल अन् काठीही शाबूत राहील!

पण त्यांची ही योजना तशी फोलच ठरली. सॅन फ्रान्सिकोच्या राजकीय सत्तेला याचा सुगावा लागला.

रवीन्द्रनाथांना हे कळले, तेव्हा आपली मतधारणा स्पष्ट करणारे एक जाहीर निवेदन त्यांनी दिले, 'माझ्या दृष्टीने देश आणि राष्ट्र हे फार उच्चासनावर आहे. देशाची सेवा करायला मी संपूर्णपणे तयार आहे; पण देशापेक्षाही एका उच्चासनावर स्थान आहे ते सत्याचे आणि मी त्या सत्यालाच वंदन करतो.'

या सर्वांत दैवाची वक्रशक्ती अशी, की हे गदर पार्टीचे सदस्य रवीन्द्रनाथांना ब्रिटिश साम्राज्यवादाचे हस्तक मानत होते, तर इकडे ब्रिटिश गुप्तचर खाते रवीन्द्रनाथांना या हिंसावादी क्रांतिकारकांचे पाठीराखे समजत होते. जपानमध्ये कवी रासबिहारी घोषांना रवीन्द्रनाथ भेटले होते आणि ब्रिटिश गुप्तचर खात्याची रासबिहारी घोषांवर जळती नजर होती. उभयतांच्या या भेटीच्या हकिगतीने तर ब्रिटिश सरकारने रवीन्द्रनाथांच्या पाठीमागे हेरांचा ससेमिरा लावला.

रवीन्द्रनाथ आणि शांतिनिकेतन या दोघांच्याही दुर्भाग्याने अजून दोन घटना घडल्या. पैसे जमा करण्याच्या रवीन्द्रनाथांच्या योजनेला त्यामुळे मोठाच फटका

बसला. त्यांच्या प्रवासाचे आयोजन करणाऱ्या मिस्टर पॉन्ड या ट्रॅव्हलिंग एजंटकडे वेगवेगळ्या ठिकाणाहून त्यांना मिळालेले पैसे जमा केले जायचे. वेगवेगळ्या संस्था, विद्यापीठे यांनी रवीन्द्रनाथांना व्याख्यानांसाठी दिलेल्या मानधनाची रक्कम कवीच्या वतीने या मि. पॉन्ड यांच्याकडे सुपूर्द केली जायची. या मिस्टर पॉन्डना दुसऱ्या एका धंद्यात जबरदस्त खोट आली आणि शेवटी त्यांनी आपले दिवाळे वाजल्याचे जाहीर केले. विदेशी चलनात गोळा केलेला धनसंचय अंतिमत: पूर्णपणे एकरकमी धुतला गेला.

त्या व्यतिरिक्त युरोपातल्या वेगवेगळ्या देशांत रवीन्द्रनाथांच्या ग्रंथांच्या अनुवादातून मिळणारी रॉयल्टीची रक्कम वेगवेगळ्या बँकांत जमा होत होती. आपला प्रवास पूर्ण झाला, की ही सगळी रक्कम एकत्र करायची अन् ती घेऊन मायदेशी परतायचे, असा रवीन्द्रनाथांचा इरादा होता; पण त्यांचा हा इरादा सफल होण्याआधीच सगळ्या विश्वाला भरडून काढणाऱ्या विश्वयुद्धाने त्याचा चेहरा-मोहराच उलटा-पालटा केला.

युरोपातले बहुसंख्य देश कुठल्या ना कुठल्या स्वरूपात या विश्वयुद्धाशी जोडले गेले होते. या सर्वांची आर्थिक परिस्थिती अगदी डबघाईला आलेली असल्याने, आपली आर्थिक बाजू सावरून धरण्यासाठी हे सगळे देश जीवाच्या आकांताने प्रयत्न करत होते, त्यासाठी आपापल्या चलनाचे अवमूल्यन करणे त्यांनी सुरू केले; परिणामत: कालपर्यंत जे विदेशी चलन लाखभर रुपयांचे होते, ते या अवमूल्यनाने बारा हजारांचे झाले.

महिनाभर चाललेला हा विदेशप्रवास आणि या प्रवासात गोळा झालेली रॉयल्टीची रक्कम हे सगळे रातोरात फोल ठरले. ही क्षती खरोखर कल्पनेपलीकडची होती.

रवीन्द्रनाथ प्रवासाहून परत निघाले, तेव्हा फार हताश मनोवस्थेत होते. विदेशात आपले विचार त्यांनी अगदी मुक्तपणाने व्यक्त केले; पण शांतिनिकेतनासाठी जी एक नवी कल्पना त्यांच्या मनात आकार घेत होती, तिला जोरदार फटका बसला.

शांतिनिकेतनात परत आल्यावर आपल्या मनोगताला वाचा देणारे एक पत्र त्यांनी आपल्या मुलाला रथीन्द्रला लिहिले, 'मला वाटतंय की, मी काहीच मिळवू शकलो नाही. आता आणिक काही मिळवू शकेन, असेही वाटत नाहीये. मला असं झालंय, की माझी शाळा, जमीनदारी, कुटुंब आणि देश– या सगळ्यांसाठी जे करायला पाहिजे, ते मी नाही करू शकलो. खरंच मला वाटतंय की, मृत्यूच आता माझ्यासाठी योग्य!'

१६

नगेन्द्रनाथाच्या, म्हणजे मीरेच्या नवऱ्याच्या संदर्भात रवीन्द्रनाथांवर नाराज असलेली माधुरीलता तिच्या पतिसमवेत मुजफ्फरनगरात राहत होती. मीरेच्या विस्कटलेल्या वैवाहिक जीवनासंदर्भात रवीन्द्रनाथांनी जी भूमिका घेतली, ती माधुरीलतेला बिलकूल पसंत नव्हती. आपला रोष तिने वडलांसमोर नि:संकोचपणे प्रकटही केला होता अन् माधुरीलतेच्या या रोषाकडे रवीन्द्रनाथांनी दुर्लक्ष केल्याने वडलांविषयी तिचे मन जणू काही कटू झाले होते. गेल्या पाच वर्षांपासून तिने त्यांच्याशी अबोलाच धरला होता. एखाद्या घरगुती प्रसंगी त्यांची भेट झाली तर आपल्या या लाडक्या मुलीला ते काही सांगू पाहायचे, समजूत घालू पाहायचे: पण त्याचा काही फारसा उपयोग व्हायचा नाही. माधुरीलतेनं शांतिनिकेतनात आपल्या वडलांकडे जाणे-येणे टाकलेच होते.

मुजफ्फरनगरात माधुरीलतेची प्रकृती फारशी बरी नाहीये, अशी बातमी त्यांनी जोडासांकात उडत-उडत ऐकली. तिची प्रकृती आता झपाट्याने खालावतेय आणि तिला मुजफ्फरनगरातून तिच्या नवऱ्याच्या, कलकत्त्याच्या घरात हलवण्यात आले आहे, हेही त्यांना कोलकत्याहून समजले. रवीन्द्रनाथ लगोलग मुलीच्या प्रकृतीकडे पाहण्यासाठी कलकत्त्याला गेले.

रवीन्द्रनाथ जेव्हा माधुरीलतेच्या घरी गेले, तेव्हा ती अत्यंत नाजूक अवस्थेत होती. क्षयरोगाने तिच्या देहाचा ताबा घेतला होता आणि ती जवळजवळ अंथरुणालाच खिळली होती. तिचा कृश देह अंथरुणावर दिसेनासा झाल्यासारखा नुसता हाडांचा सापळा मात्र राहिला होता. आपल्या दारात उभ्या असलेल्या वडलांना पाहून तिचे खोल गेलेले डोळे एक क्षणभर लकाकले. काहीही न बोलता तिच्या अंथरुणापाशी बसत पित्यानं तिच्या मस्तकावरून हलकेच हात फिरवला. माधुरीलतेनं डोळे मिटले, पण तिच्या बंद केलेल्या डोळ्यांतील ओलावा गालावरून हलकेच खाली पाझरत गेला.

मुलीच्या प्रकृतीकडे नीट लक्ष देता यावे म्हणून रवीन्द्रनाथांनी शांतिनिकेतनात जायचे थोडे दिवस लांबणीवर टाकले; पण कुठल्यातरी चमत्काराशिवाय माधुरीलता

पूर्ववत बरी होणं शक्य नव्हतं. अंत समोर दिसत होता; काळ किती उरलाय तेच तेवढं ठरायचं होतं अन् ती वेळही फारशी लांब नव्हती. रवीन्द्रनाथ रोज मुलीकडे यायचे. तासन्तास तिच्यापाशी बसून राहायचे. बाप-लेकीत संवाद फार क्वचितच व्हायचा, कारण मुलीची अवस्था इतकी क्षीण झाली होती, की एखाद-दुसरा शब्दही कष्टानेच तिच्या तोंडातून बाहेर पडायचा. थरथरणाऱ्या तिच्या ओठांतून अशक्त क्षीण घरघर आवाज तेवढा यायचा अन् ती काही बोलतेय, तेवढ्यात खोकल्याची ढास लागायची. खोकल्याच्या शेवटी घशातून रक्त पडायचे अन् त्यानंतर तिला जोरजोरानं धाप लागत, श्वास वर-खाली व्हायचा.

शेवटी ती वेळ आलीच.

त्या दिवशी रवीन्द्रनाथ मुलीच्या उशाशी बसले होते. मुलगी आपला निरोप घेत्येय, हे वडलांना कळून चुकले. त्यांच्या सांसारिक जीवनातले हे पहिले अपत्य त्यांचे अतिशय लाडके. काळाच्या भोवऱ्याने यात जे काही बदल घडवले होते, त्या बदलाचा विषाद रवीन्द्रनाथांच्या डोळ्यांत साकळला होता. लहानपणी ही मुलगी वडलांच्या जवळ रोज गोष्टी सांगण्याचा हट्ट धरायची.

"बाबा..." माधुरीलतेचे ओठ हलले.

रवीन्द्रनाथांनी आपले कान मुलीच्या तोंडाजवळ वाकवले. तिचा हात आपल्या हातात घेतला.

"बाबा, एक गोष्ट सांगा नं!" माधुरीलतेनं वडलांच्या चेहऱ्यावर आपली नजर खिळवत म्हटले. वर्षानुवर्षांचे अंतर या दोन शब्दांनी पार वाहून गेले.

रवीन्द्रनाथांना आठवले, या मुलीला लहानपणी रोज-रोज गोष्टी सांगाव्या लागायच्या अन् त्याच प्रयत्नातून त्यांनी कितीतरी गोष्टी लिहून काढल्या. त्यांना आठवलं, त्यांची अत्यंत प्रसिद्ध कथा 'काबुलीवाला'ची निर्मिती करतानाही माधुरीलताच मिनी बनली होती. मुलीला परत एकदा गोष्ट सांगताना त्यांचा आवाज वेदनेनं भरून गेला.

"एक होता काबुलीवाला... आणि एक होती मिनी..." रवीन्द्रनाथांनी गोष्टीला सुरुवात केली आणि विचारले, "बेला, ऐकू येतंय ना तुला?"

पण बेला आता उत्तर देण्याच्या स्थितीत नव्हती. वडलांकडून गोष्ट ऐकण्याची तिची अंतिम इच्छा पूर्ण झाली होती. तिनं शेवटचा श्वास सोडला.

रवीन्द्रनाथ एक क्षणभर पाषाणवत् होऊन बसून राहिले. मुलीचे जाणे ते पाहत, सोसत राहिले. पाच वर्षांचा अबोला आज कुठं सुटला होता, पण पुन्हा कायमचा अबोला झाला.

मुलीच्या जाण्याचे सर्व विधी पूर्ण झाल्यावर रवीन्द्रनाथ परत एकदा जोडासांकात आले. त्याच दिवशी संध्याकाळी टाऊन हॉलमध्ये संगीताचा एक विशेष कार्यक्रम

आयोजित करण्यात आला होता अन् त्यात रवीन्द्रनाथ मुख्य अतिथी म्हणून उपस्थित राहणार होते. जोडासांकात पोहोचल्यावर स्वत:ला आपल्या खोलीत बंद करून घेत ते एकटेच बसून राहिले अन् मग संध्याकाळच्या संगीताच्या कार्यक्रमासाठी म्हणून बाहेर निघाले.

गेल्या काही वर्षांपासून शांतिनिकेतनाचा विस्तार अधिक मोठ्या प्रमाणात करण्याचे रवीन्द्रनाथ ठरवत होते. हिंदुस्थानाखेरीज विश्वपातळीवरच्या कला अन् संस्कृतीचा अभ्यास करता येईल, असा एक दर्जा त्यांना शांतिनिकेतनला प्राप्त करून द्यावयाचा होता. जगाच्या नकाशावर अनेक वेगवेगळ्या देशांचे अस्तित्व होते. या देशांच्या भिन्नतेबरोबरच त्यांना त्यात मानवी ऐक्याचे दर्शनही घडत होते. शांतिनिकेतनात या मानवी ऐक्याचे दर्शन घडावे, असे त्यांचे एक महान स्वप्न होते. प्राचीन ज्ञानपरंपरा आणि अर्वाचीन विचारधारा या दोहोंचे ते पवित्र संगम तीर्थस्थळ व्हावे, हीच त्यांची मनोमन इच्छा होती.

आश्रमातल्या आम्रकुंजात एक खास समारंभ ठरवण्यात आला होता अन् त्यात कितीतरी विदेशी पाहुणे, आश्रमातले अध्यापक आणि विद्यार्थी या सर्वांची खूप मोठी उपस्थिती होती. समारंभात रवीन्द्रनाथांनी आपल्या या विचारांना मूर्तरूप देण्याची योजना जाहीर केली. ज्या विश्वसंस्थेचा प्रारंभ इथे होणार होता, त्याला कविवर्यांनी एक सूत्र दिले. ते म्हणजे, 'यत्रैव विश्वं भवत्येक नीडम्-' संपूर्ण विश्व इथं एका घरट्यात सामावलंय. या विश्वसंस्थेचे कवीने 'विश्वभारती' असे नामाभिधान केले. विश्वभारतीत विद्याभवन, कलाभवन, संगीतभवन, शिष्यभवन अशा वेगवेगळ्या भवनांची रचना करण्यात आली. राष्ट्रवादाच्या सीमेपार जात कला आणि संस्कृतीचे एक भवन व्हावे, ही कविवर्यांची मोठी इच्छा होती.

विश्वभारतीच्या स्थापनेनंतर दुसऱ्याच वर्षी अशी एक घटना घडली की, ज्याने संपूर्ण देशात खळबळ माजली. देश उसळून उठला.

आतापर्यंत या विलायती सरकारला वेळोवेळी आवेदनपत्रे देऊन आपल्या मागण्या पुढे ठेवणाऱ्या काँग्रेसच्या नीतीत गांधीजींच्या आगमनानंतर फार मोठे परिवर्तन झाले. आफ्रिकेत अजमावलेले सत्याग्रहाचे शस्त्र गांधीजींनी आता हिंदुस्थानातही वापरायला सुरुवात केली. पहिल्या महायुद्धात ब्रिटिश प्रजेच्या नात्याने गांधीजींनी इंग्रज सरकारला मदत केली होती, पण त्या बदल्यात इंग्रज सरकारने इथल्या प्रजेला काय भेट दिली; तर ती म्हणजे, इतिहासात ज्याला काळा कायदा म्हणून ओळखले जाते, तो 'रौलॅट ॲक्ट!'

गांधीजींच्या नेतृत्वाखाली संपूर्ण देशानं याविरुद्ध प्रचंड उठाव केला. ठिकठिकाणी त्याला प्रखर विरोध सुरू झाला.

या विरोधासंदर्भातच तेवीस एप्रिल, एकोणीसशे एकोणीसला पंजाबातल्या

अमृतसर इथे एक सभा भरली. ‘जालियाँवाला बाग’ नावाने ओळखल्या जाणाऱ्या या बागेत हजारो नि:शस्त्र माणसे आपला विरोध मूकपणाने व्यक्त करण्यासाठी एकत्रित झाली होती. या नि:शब्द, नि:शस्त्र विरोधाचा प्रतिकार करण्यासाठी ब्रिटिश सरकारने हिंसेचे बेफाम शस्त्र उगारले. जालियाँवाला बागेत अमानुष गोळीबार झाला, बागेच्या दरवाजातून सत्याग्रह्यांनी पळून जाऊ नये म्हणून तो दरवाजा बंद करण्यात आला अन् ब्रिटिश पोलीसदलाने शांत आणि अहिंसक लोकांवर गोळ्यांचा वर्षाव केला. या नृशंस हत्याकांडात शेकडो माणसे मृत्यू पावली, हजारो गंभीर जखमी झाली.

या अमानुष संहाराची बातमी देशात आणि बाहेरच्या जगातही पसरू नये, म्हणून तत्काल विविध प्रकारचे कडक निर्बंध लादण्यात आले. देशापासून पंजाबचा संपर्क तोडला गेला. पंजाबमधून ये-जा करण्यावर कठोर प्रतिबंध जारी करण्यात आले.

पण तरीही सांगोवांगी ही बातमी आगीसारखी पसरत गेली आणि ती देशभर झाली. संपूर्ण देश भयचकित, अवाक् झाला. या मूकपणाची कळ असह्य होत, त्यातून क्रोधाच्या भडक्याची प्रचंड लाट गर्जना करत, झंझावातासारखी उसळली.

जालियाँवाला बागेची ही बातमी शांतिनिकेतनात रवीन्द्रनाथांनी जेव्हा ऐकली, तेव्हा ते अत्यंत अस्वस्थ झाले. कोणत्याही परिस्थितीत ब्रिटिश सरकारच्या या राक्षसी करणीसंबंधी गप्प राहणे शक्यच नव्हते.

ब्रिटिश सरकारच्या या जुलमाचा परिणामांची तमा न बाळगता उग्र विरोध केला पाहिजे, असे त्यांना तीव्रतेने वाटले. दुर्दैवाने या दिवसांत रवीन्द्रनाथांची प्रकृती फारशी बरी नव्हती. त्यांना कमालीचा अशक्तपणा आला होता. दिवसभरातला त्यांचा बराचसा वेळ आरामखुर्चीत बसून जायचा. सर्वांत प्रथम म्हणजे या नरसंहाराला अत्यंत घृणास्पद ठरवून त्याचे वाभाडे काढणारे जहाल भाषेतले एक निवेदन त्यांनी प्रसिद्ध करायचे ठरवले, पण हे निवेदनपत्र कोणत्याही वर्तमानपत्रात प्रकाशित होण्यासारखे नव्हते. कारण वर्तमानपत्रांवर जाचक अशी सेन्सॉरशिप लादण्यात आलेली होती.

स्वत:चे आजारपण झटकून टाकत, अंथरूण गुंडाळत रवीन्द्रनाथांनी स्वत:ला जरा कणखर बनवले आणि ते कलकत्त्याला येऊन पोहोचले. कलकत्त्याच्या नागरिकांनी एक मोठी जाहीर सभा योजावी अन् त्यात या अमानुष कृत्य करणाऱ्या गुन्हेगारांची निर्भर्त्सना करावी, असा विचार त्यांच्या मनात आला. या सभेचे आयोजन बंगालमधल्या प्रांतिक काँग्रेस समितीने करावे, हे औचित्यपूर्ण आहे, हे त्यांच्या ध्यानात आले. चित्तरंजनदास हे त्या वेळेस काँग्रेस समितीचे नेते होते.

रवीन्द्रनाथांच्या साहित्यावर बोचरी टीका करणारे ‘नारायण’ हे त्यांचे मासिक

तसे सर्वांच्या माहितीतले. चित्तरंजन दासांशी बोलणे करावे आणि अशा सभेच्या कार्यक्रमाचा आपला विचार त्यांना सांगावा, असे रवीन्द्रनाथांच्या मनात आले आणि कुणालाही न सांगता ते लगोलग एकटेच चुपचाप चित्तरंजन दासांच्या घरी जाऊन पोहोचले.

''या क्षणी, आता आपण तोंडात मूग गिळून बसणं योग्य नव्हे. आपल्या या मौनाचा अर्थ, आपली या सर्वाला संमती आहे, असाच लावला जाईल. आपण तारस्वरात ओरडून, गळा फोडून मोठ्या आवाजात याचा विराध केला पाहिजे.'' रवीन्द्रनाथांनी आपल्या मनातला उद्रेक व्यक्त केला.

''लष्करी कायदा सगळीकडे लागू केलाय, तर तुम्ही तुमचा विरोध कसा प्रकट कराल?'' चित्तरंजन दासांनी शंका काढली.

''कलकत्त्याच्या नागरिकांची एक जाहीर सभा तुम्ही ठरवा. त्या सभेच्या प्रमुख स्थानावरून विरोधाचे पहिले रणशिंग मी फुंकेन.'' कविवर्यांनी आपला मनोदय सांगितला.

''या सभेच्या प्रमुखपदावर बसायला तुम्ही तयार आहात, तर ही सभा तुम्ही स्वत:च का बोलावत नाही?'' चित्तरंजन दासांनी प्रतिप्रश्न विचारला.

''कारण विरोधाचा हा आवाज एका व्यक्तीचा असण्यापेक्षा सगळ्यांची प्रतिनिधी असलेल्या काँग्रेसपक्षाचा असेल, तर तो अधिक बुलंद होईल.''

पण रवीन्द्रनाथांचा हा विचार चित्तरंजन दासांना पटला नाही. ते म्हणाले, ''आत्ताच्या या परिस्थितीत सभा भरवून कलकत्त्याच्या नागरिकांसाठी असा धोका पत्करायला मी तयार नाही.''

हताश झालेले रवीन्द्रनाथ जोडासांकात परत आले. प्रहरचे प्रहर ते आपल्या कक्षात बसून विचार करत राहिले. जालियाँवाला बागेचा प्रसंग तोंड घट्ट मिटून सहन करायचा असेल, तर जगणंच अशक्य होईल. पुढचं पाऊल टाकण्यासाठी त्यांनी गांधीजींची मदत घ्यायचे नक्की केले. त्यांनी लगेच दीनबंधू ॲन्ड्र्यूज यांना आपल्याकडे बोलवले.

ते म्हणाले, ''दीनबंधू, सेन्सॉरशिपच्या या काळात तार किंवा फोन करून गांधीजींशी बोलणे शक्य होणार नाही. तुम्ही स्वत: गांधीजींना जाऊन भेटा आणि माझा संदेश द्या. मी आणि गांधीजी दोघे मिळून पंजाबमधल्या प्रवेशबंदीचा नियम तोडू. अमृतसरमधल्या जखमी देशबांधवांना स्वत: भेटू आणि सहवेदनेची आपली भावना कळवू. हे करताना सरकारने जरी धरपकड केली तरी आता परिणामांचा विचार करून चालणार नाही, तर आपला निषेधाचा आक्रोश सर्वदूर पोहोचला पाहिजे.''

हा संदेश घेऊन दीनबंधू गांधीजींकडे गेले, पण गांधीजींनी या निरोपादाखल जी

प्रतिक्रिया व्यक्त केली, त्याने तर रवीन्द्रनाथांना एकदम घोर निराशेचा अनुभव आला. गांधीजी म्हणत होते, की आत्ता सगळ्या देशातली, खास करून पंजाबातील परिस्थिती गुंतागुंतीची आहे. तुम्ही म्हणता आहात असे कोणतेही पाऊल उचलले, तर सरकार अडचणीत येईल आणि आत्ताच्या घडामोडीत सरकारला अधिकाधिक कठीण अवस्थेत लोटावे, असे आपल्याला वाटत नाही.

चित्तरंजन दासांच्या नकारापेक्षा गांधीजींचे हे उत्तर रवीन्द्रनाथांना अधिक अनपेक्षित होते. त्यांना वाटले, की आपले तोंड घट्ट दाबले गेलेय अन् हातपाय बांधले गेलेयत; पण तरीही विरोध त्यांच्या नसानसांत भरला होता. वेळकाळ पाहून सोईने गप्प राहावे, हे त्यांच्या प्रकृतीत नव्हते. रात्रभर जागून ते विचार करत राहिले, त्यांना प्रतीत झाले की आपला विरोध ब्रिटिश सरकारच्या कानावर घालायचा असेल तर आपल्याला एकट्यालाच आता कोणत्यातरी दिशेने मार्गक्रमण करावे लागेल.

चार वर्षांपूर्वी ब्रिटिश सरकारने त्यांना 'सर' ही पदवी देऊन नावाजले होते. ब्रिटिश सत्तेचे एक पायाभूत अंशरूप होणे असा या सन्मानाचा अर्थ होता. त्यांनी स्वत: या सन्मानाचा स्वीकार केला होता, हे खरे; परंतु आता या बदललेल्या परिस्थितीत किताबांचे हे अस्तित्व म्हणजे ब्रिटिश सरकारचे समर्थन असल्यासारखे होते. जे सरकार आपल्याच नि:शस्त्र आणि शांत रयतेची थंड आणि दगडी हृदयानं कत्तल करू शकते, त्या सरकारचे तात्त्विक पातळीवरून का होईना, अंशरूप आपण कसे काय असू शकतो? चित्तरंजन दास अथवा गांधीजी दोघेही सहकार्य करत नसतील, तरी या नाईटहूडचा त्याग तर आपण आपल्या हातानं करू शकतो ना?

त्या दिवशी भल्या पहाटे उठून त्यांनी तत्कालीन व्हाईसरॉय चेम्सफर्डला आपला हा निर्णय कळवणारे पत्र लिहिले, 'सरकारने पंजाबात जे अत्याचार केले आहेत, त्याने ब्रिटिश प्रजा म्हणून हिंदुस्थानात आम्ही अत्यंत असहाय आणि शरमजनक परिस्थितीत आहोत. राक्षसी ताकदीने सुसज्ज अशा कुठल्याही सरकारसाठी आपल्याच प्रजेचा हा असा विनाश कोणत्याही मानवी मूल्याने समर्थनीय ठरणारा नाही. आमच्या हृदयात जी व्यथा आणि घृणा निर्माण झालीय ती प्रकट केल्याशिवाय राहवत नाही... या परिस्थितीत शाही सरकारने दिलेले मानाचे किताब, इनाम धारण करणे म्हणजे त्या अत्याचारांचे समर्थन करण्यासमान आहे अन् माझ्या बाजूने असे कोणतेही समर्थन मी करू शकत नाही. या घटना-प्रसंगात माझ्या देशबांधवांच्या अपमानाचे प्रतिसाद मी आपणासमोर मांडत आहे अन् शाही सरकारने मला बहाल केलेला 'सर' हा सन्मान परत करत आहे.'

परत केलेल्या या 'सर' सन्मानाचा स्वीकार करावा की अस्वीकार करावा याचे कोणतेच अधिकार व्हाईसरॉयच्या हातात नव्हते. व्हाईसरॉयला फक्त शाही सरकार

आणि रवीन्द्रनाथ यांच्यात निरोप्याची भूमिका पार पाडायची होती.

रवीन्द्रनाथांचे पत्र लंडनला पाठवताना त्यांनी अत्यंत चलाखीने तिथल्या संबंधितांना लिहिले, 'या पत्राचा स्वीकार अथवा नकार यासाठी उचललेल्या कोणत्याही पावलाने रवीन्द्रनाथांना अकारण प्रसिद्धी मिळेल. जर आपण याचा स्वीकार केला, तर अप्रत्यक्षपणे का होईना पंजाबमध्ये आपण अत्याचार केला, हे मान्य केल्यासारखे होईल.'

मॉन्टेग्यूनेही व्हाईसरॉय चेम्सफर्डचा हा सल्ला मानून, मौन बाळगणे पसंत केले; म्हणून रवीन्द्रनाथांचे पत्र कोणताही शाही निर्णय न होता तसेच्या तसे धूळ खात पडून राहिले.

रवीन्द्रनाथांनी आपणहून स्वत: 'सर' या किताबाचा त्याग केलेला असला, तरी सरकारी सत्ताधीशांच्या दस्तावेजात त्यांचे हे नाईटहूड तसेच्या तसे राहिले. एवढेच नव्हे, तर त्यानंतर सरकारी पत्रव्यवहारातही नेहमी सर रवीन्द्रनाथ टागोर असेच लिहिलेले असायचे.

याच काळात फ्रान्स, हॉलंड आणि बेल्जियमच्या वेगवेगळ्या संस्थांनी रवीन्द्रनाथांना आपल्या देशात व्याख्यानांसाठी आमंत्रण दिले. सुझान नावाच्या एका फ्रेंच महिलेला भारतीय कलांत विशेष रस होता. हिंदुस्थानात प्रवास करत असताना या महिलेने कोलकता विद्यापीठाला भेट दिली. कोलकता विद्यापीठाचे कलागुरू सिल्वेन लेवी यांची ती विद्यार्थिनी त्यांच्याच शिफारसीने कोलकता विद्यापीठाने तिला 'सरस्वती' ही मानद पदवी दिली. यानंतर काही काळ सुझान रवीन्द्रनाथांच्या जवळ शांतिनिकेतनात राहिली. रवीन्द्रनाथांच्या सध्याच्या या फ्रान्सच्या कार्यक्रमाची जबाबदारी सुझाननेच घेतली होती. रवीन्द्रनाथांच्या कार्यक्रमाचे नियोजनही तिचेच होते.

रवीन्द्रनाथ आपल्या नियोजित कार्यक्रमानुसार पॅरिसला पोहोचले; तेव्हा पॅरिसच्या उपनगरातील एका शांत आणि रमणीय अतिथिगृहात त्यांची उतरण्याची व्यवस्था केली होती. मुलगा रथीन्द्रनाथ आणि प्रतिमा ही दोघंही प्रवासात त्यांच्याबरोबर होती. सुझान शांतिनिकेतनात असताना रथीन्द्रनाथ आणि प्रतिमा यांच्याशी तिची जिवाभावाची मैत्री झाली होती. प्रतिमेच्या वर्तनाने ती इतकी प्रभावित झाली होती, की तिला ती 'श्रेष्ठ भारतीय स्त्री' म्हणून ओळखायची. रवीन्द्रनाथांच्या इथल्या वास्तव्यात सुझानने त्यांच्या अनेक कवितांचे फ्रेंचमध्ये भाषांतर करावयाचे ठरवले. रवीन्द्रनाथांना भेटायला ती अतिथिगृहात आली, तेव्हा तिच्याबरोबर तिची लहान बहीण एन्ड्री होती.

एन्ड्री एक उत्तम चित्रकार होती आणि ती कविवर्यांना पहिल्यांदाच भेटत होती. ती म्हणाली, ''गुरुदेव, सुझान तुमच्या कवितांचे फ्रेंचमध्ये भलेही भाषांतर करो; मला तुमचे एक चित्र काढावयाची अनुमती द्या.''

१७

रवीन्द्रनाथांनी एन्ड्रीकडे पाहिले. गोल, टप्पोरे, भावपूर्ण डोळे... पहिल्याच नजरेत डोळ्यांत भरेल असा रेखीव चेहरा, एकेका तसूतसूतून कलेची जाणीव व्हावी अशी देहकळा आणि या साऱ्यावर एक निर्दोषतेची आभा.

रवीन्द्रनाथांनी सहज हसून म्हटले, ''माझा चेहरा म्हणजे कुठल्याही चित्रकाराच्या कलेची कसोटी लागावी, असा आहे. मूळचा चेहरा शोधला तरी सापडणार नाही, असले हे दाढीचे केस!'' असे म्हणून त्यांनी आपल्या दाढीचे केस कुरवाळले.

''कसोटीची वेळे येते, तेव्हाच कलेमधली अस्सल प्रतिभा प्रकटते, असे मी म्हणायला जावे तर लहान तोंडी मोठा घास असे तुम्हाला वाटेल.'' एन्ड्रीने आपले मोठाले डोळे रोखत म्हटले.

''पण या चित्राचे तू काय करणार? कुठल्याही कलाप्रदर्शनात त्याला ग्राहक मिळणे म्हणजे तसे अवघडच.'' रवीन्द्रनाथांनी आपली थट्टा थोडी अधिक ताणली.

''हे चित्र कुणी खरेदी करावं म्हणून मी काढत नाहीये, माझ्यासाठीच मला ते काढायचं आहे.'' एन्ड्री भावुक होत म्हणाली, ''सुझाननं मला हिंदुस्थानातल्या बुद्धाविषयी सांगितलंय. ते कसे होते ते मला माहीत नाहीये, पण तुम्हाला पाहिलं आणि बुद्ध कुणी असेच असावेत, असं वाटलं. मला तुमचं चित्र रेखाटायची अनुमती द्या, गुरुदेव!''

''अरे! तू तर फार विचार करतेयस बाबा, एन्ड्री!'' रवीन्द्रनाथांनी एक क्षणभर डोळे मिटून घेतले. त्यांच्या मिटलेल्या डोळ्यांसमोर बेलाचा चेहरा तरळला. काही वर्षांपूर्वी बेला अगदी एन्ड्रीसारखीच दिसायची. बेलाच्या चिरविरहाची एक तीव्र कळ त्यांच्या अस्तित्वात सरसरून गेली. खरेतर बेला असे कधीच बोलली नव्हती, पण तरीही एन्ड्रीच्या आवाजातला आत्मीयतेचा नाद अनोळखी नव्हता वाटत. कदाचित नलिनीही या रीतीने बोलत असावी. काही क्षणांतच तुम्हाला आपलेसे करून टाकणाऱ्या या सत्त्वशील वाणीत नलिनीच्या शब्दांचे प्रतिध्वनी हुंकारत होते.

दुसऱ्या दिवसापासून रवीन्द्रनाथ ज्या बंगल्यात उतरले होते, त्याच्या आवारातल्या एका भागात एन्ड्रीचा स्टुडिओ सुरू झाला. थोडासा मोकळा वेळ मिळाला की

रवीन्द्रनाथ या स्टुडिओत येऊन बसायचे आणि एन्ड्रीच्या लांबसडक नाजूक बोटांतला कुंचला सहजतेने फिरू लागायचा. अनेकदा हा कुंचला थांबून राहिलाय, असेच वाटायचे. रवीन्द्रनाथ उत्सुकतेने एन्ड्रीच्या या कामाकडे पाहत राहायचे.

तीन-चार दिवसांनी त्यांनी एन्ड्रीला विचारले, "एन्ड्री, तुझा कुंचला जितक्या वेळा फिरतो ना, त्यापेक्षा जास्त वेळ तर तो उगाच थांबल्यासारखा वाटतो. तुझं चित्र पहायचंय मला."

"नको गुरुदेव, हे अपूर्ण चित्र मी नाही दाखवू शकणार." एन्ड्री एकदम चमकली.

"एक कलाकार म्हणून तुझ्या म्हणण्याचा मी आदर करतो." रवीन्द्रनाथ म्हणाले, "पण तू जे चित्र काढतेयस त्यात मला काही तरी अस्थिरता दिसतेय, काहीतरी धरसोड जाणवतेय अन् मला हे सारखं वाटतंय, म्हणून मी आग्रह करतोय."

एक क्षणभर एन्ड्रीचा चेहरा शरमेनं फिकुटला. नजर खाली झुकवत ती म्हणाली, "तुम्ही कसं काय ओळखलंत, गुरुदेव?"

"कारण, मीही एक कलाकार आहे." रवीन्द्रनाथ उठले आणि हळूहळू पावले टाकत एन्ड्रीच्या चित्राकडे निघाले.

कॅनव्हास पूर्ण कोरा होता. त्यावर एकही रेषा ओढली गेलेली नव्हती!

"हे काय एन्ड्री?" रवीन्द्रनाथ म्हणाले, "यावर अजून एक रेषही उमटली नाहीये!"

दोन्ही हातांनी आपला चेहरा झाकून घेत एन्ड्री रवीन्द्रनाथांच्या पायांपाशी बसली.

"काय करू गुरुदेव! माझा हातच उचलत नाहीये. कुठून तरी वाहणाऱ्या पाण्यावरच्या जादूभरल्या लहरी पाहत्येय, असंच सारखं वाटतंय मला."

तिचे मस्तक गुरुदेवांच्या चरणापाशी लवले. रवीन्द्रनाथ उभे राहिले, आपला उजवा हात त्यांनी एन्ड्रीच्या मस्तकावर ठेवला. बेलाच्या मृत्यूवेळी जी रिक्तता, पोकळी निर्माण झाली होती, त्यावर नव्यानंच कशाचं तरी सिंचन होत राहिलं.

"एन्ड्री!" रवीन्द्रनाथ म्हणाले, "तू फार भावुक आहेस. तू काही काळ शांतिनिकेतनात माझ्याजवळ राहण्यासाठी ये. रथीन्द्र आणि प्रतिमांशी तुझं चांगलं जमेल."

"असं का होतंय, ते कळत नाहीये मला, गुरुदेव! पण तुमच्या उपस्थितीत माझं अस्तित्व काठोकाठ भरून जातं. मला शांतिनिकेतनात घेऊन जा, गुरुदेव! मी अवश्य येईन. तुमच्या उपस्थितीत घालवलेला प्रत्येक क्षण माझ्या जीवनातला अमूल्य स्मरणठेवा आहे."

रवीन्द्रनाथ हसले. त्यांच्या चेहऱ्यावर झरझर एकाच वेळेस अनेक भाव उमटले. दीर्घकाळापासून शांतिनिकेतनात घालवलेले क्षण जणू लुप्त झाले. एन्ड्रीचे दोन्ही खांदे धरून त्यांनी तिला उठवले.

आपला फ्रान्स आणि इतर अनेक देशांचा प्रवास संपवून रवीन्द्रनाथ शांतिनिकेतनात परत आले, तेव्हा एन्ड्री आधीच तिथे जाऊन पोहोचली होती. त्या दिवसांत एमहर्स्ट नावाचा एक अमेरिकन कृषिपदवीधारक तरुण रवीन्द्रनाथांचा खासगी मदतनीस म्हणून काम करायचा. एमहर्स्ट हाही रवीन्द्रनाथांच्या बरोबरच शांतिनिकेतनात आला होता आणि खासगी मदतनीस असल्याने दिवसातला बराच वेळ तो रवीन्द्रनाथांच्या बरोबरच असायचा. शांतिनिकेतनात राहून एन्ड्री पौर्वात्य संस्कृती आणि पौर्वात्य चित्रकलेविषयी अभ्यास करत होती. शक्य तितका वेळ गुरुदेवांच्या सहवासात राहण्यासाठी तिचे चित्त व्याकूळ असायचे. एन्ड्रीच्या तिथल्या अस्तित्वाने रवीन्द्रनाथांना एक अननुभूत विश्रांती वाटायची; पण आश्रम, स्वत:ची कलासाधना आणि अन्य व्यवधाने यांमध्ये ते इतके बुडून जायचे, की त्यांना फार थोडा वेळ तिच्यासाठी देता यायचा.

''एमहर्स्ट, मला तुझा फार हेवा वाटतो.'' एक दिवस एन्ड्रीनं त्याला हसत-हसत म्हटले.

आत्तापर्यंत एन्ड्री शांतिनिकेतनात सगळ्यांच्यात मिसळून गेली होती. एमहर्स्टशीही तिची अगदी जवळची मैत्री झाली.

''स्त्रिया मूलत: मत्सरी असतात, असे मी वाचले होते.'' एमहर्स्टने गंभीरपणे म्हटले, ''पण तुला मत्सर वाटावा, असे काय आहे माझ्याकडे ?''

''तू सर्वांत जास्त वेळ गुरुदेवांच्या बरोबर असतोस ना, म्हणूनच मला मत्सर वाटतो.'' एन्ड्रीनं अगदी सरळपणाने सांगितले.

एमहर्स्ट खळखळून हसला.

पण काही दिवसांनी, अवसर मिळताच एमहर्स्टने एन्ड्रीच्या मनातली ही गोष्ट रवीन्द्रनाथांच्या कानावर घातली. रवीन्द्रनाथ हे ऐकून जरा गंभीर झाले.

''एमहर्स्ट, तुला एन्ड्री आवडते?''अचानक त्यांनी विचारले.

एमहर्स्टला हा प्रश्न एकदम अनपेक्षित होता.

''असं का विचारताय, गुरुदेव ?''

''उद्देश एकदम स्वच्छ, स्पष्ट आहे. तू अजून अविवाहित आहेस अन् एन्ड्रीशी लग्न करून तू शांतिनिकेतनात कायमसाठी राहिलास तर?''

अशा तऱ्हेच्या प्रस्तावासाठी एमहर्स्ट मानसिकरीत्या तयार नव्हता. त्याची स्वत:ची काही स्वप्नं होती.

आधी ठरलेल्या कार्यक्रमाप्रमाणे शांतिनिकेतनात काही काळ राहून एन्ड्री

फ्रान्सला परत गेली. निरोप घेताना ती रवीन्द्रनाथांना म्हणाली, ''गुरुदेव, हा सगळा काळ मी जणू काही हिमालयाच्या हिमाच्छादित शिखरापाशी घालवला असावा, असं वाटतंय. यानंतरच्या दिवसांत तुमचे नसणे मनात सतत सलत राहील. तुम्ही मला सतत लिहीत राहा.''

''एन्ड्री!'' रवीन्द्रनाथ थोडेसे हळवे होत म्हणाले, ''तू मला काय दिलंस, हे मी तुझ्यासारखं शब्दांत नाही सांगू शकणार; पण तुला माझी आस आहे, हेच मला पुरेसं आहे. तुझ्या अपेक्षेप्रमाणे, मी तुला भविष्यात काही लिहू शकेन, असं मला वाटत नाही. तू नेहमी हे लक्षात ठेवलं पाहिजेस, की मी साठीचा झालो आहे अन् तुला पुरती तीसही झालेली नाहीत!''

रवीन्द्रनाथ जेव्हा परदेश प्रवास करत होते, ''त्या वेळेस हिंदुस्थानातल्या राजकारणात एक अजब घटना घडली. एकोणिसशे चौदा ते अठराच्या युद्धाच्या आधी गांधीजींनी ब्रिटिश शाही सरकारला पाठिंबा दिला आणि त्या बदल्यात राजकीय सुधारणांऐवजी ब्रिटिश सरकारने रौलॅक्ट बिल दिले. अशा तऱ्हेच्या मोबदल्याने गांधीजी प्रक्षुब्ध झाले होते. त्यात अजून एकोणीसशे एकोणीसला ब्रिटिश सरकारने ज्या राजकीय सुधारणा जाहीर केल्या, त्यांनी तर गांधीजींचा धीर पुरताच सुटला. त्यांनी असहकाराचे आंदोलन जाहीर केले.

देशभरातल्या सरकारी नोकरांनी त्यांची नोकरी सोडून द्यावी, विद्यार्थ्यांनी शाळा-कॉलेजांचा त्याग करावा, परदेशी कपड्यांची होळी करावी आणि स्वदेशी वस्तूंचाच आग्रह धरावा, या तऱ्हेचे रणशिंग त्यांनी फुंकले. हे आंदोलन सुरू झाले, तेव्हा रवीन्द्रनाथ परदेशात होते; पण हा सगळा कार्यक्रम कळला तेव्हा ते अस्वस्थ झाले. खरं तर गांधीजींच्या चरखा उपक्रमाबद्दल ते फारसे उत्साही नव्हते. अशा कुठल्या तरी एखाद्या उपक्रमाने स्वातंत्र्य मिळेल यावर त्यांचा विश्वास नव्हता. इतकेच नव्हे, तर विश्वभारतीच्या स्थापनेनंतर राष्ट्रवाद ही एक संकुचित भावना आहे, हा विचार त्यांच्या मनात प्रबळ होऊ लागला होता. विश्वातील सर्व राष्ट्रांनी परस्परांना शक्य होईल तितक्या सहकाराने राजकीय आणि सांस्कृतिक बिंदूवर एक व्हावे, ही त्यांची महदेच्छा होती.

असहकाराच्या आंदोलनाने मानवी प्रश्न अधिक जटिल होतील, असेच त्यांना वाटायला लागले होते. या आंदोलनावर टीका करणारे एक निवेदन त्यांनी तयार केले आणि परदेशप्रवासाहून परत आल्यावर लगेचच वर्तमानपत्रातून प्रसिद्ध केले.

'संस्कृतींचे मिलन' अशा शीर्षकाद्वारे कवीने असहकारासंबंधी आपल्या प्रतिक्रिया व्यक्त केल्या.

'असहकाराच्या संकुचित वातावरणात राहून जागतिक संस्कृतीच्या प्रवाहापासून विलग होणे, हे एक पापच आहे. असे करून वस्तुतः आपण पश्चिमेकडच्या

आंधळ्या राष्ट्रवादाचीच पूजा करतोय. चरख्याने आपली बुद्धी जड होतेय. विदेशी कपड्यांची होळी करून आपण आपले कपडे जाळत नाही, तर खरे तर ज्यावर आपला काही अधिकार नाही, अशा गरिबांचे कपडे जाळतोय. भारतातल्या लोकांनी फक्त वर्तमानावर नजर ठेवून जगण्यापेक्षा भविष्यकाळाची सूक्ष्म रेखा आपल्या कल्पनाचक्षूंसमोर तरळत ठेवली पाहिजे.'

रवीन्द्रनाथांच्या या निवेदनावर प्रचंड वादळी प्रतिक्रिया निर्माण झाल्या. खुद्द गांधीजींनी आपल्या 'यंग इंडिया' या मासिकात या विधानांचा निषेध करणारे निवेदन प्रकाशित केले. या निवेदनात गांधीजींनी म्हटले की, 'या राष्ट्रीय लढ्यात आत्तापर्यंत आपण आवेदन, निवेदन, सहकार आणि विनंती यांनी कार्य साधण्याचा प्रयत्न केला. त्या वेळेस याला भिक्षुकवृत्ती म्हणून कवीने निंद्य मानले आणि आज जेव्हा सक्रिय विरोधाचे शंखनाद केले, तेव्हा कवी याचा विरोध करताहेत. आजतागायत आपण शासनाच्या होला हो करत जणू काही, नाही म्हणण्याची आपली शक्तीच हरवून बसलो होतो. नकार देणे म्हणजे एकनिष्ठ नसणे, असे नाही. कधी कधी आपल्याला नाहीही म्हणता आले पाहिजे. कवी स्वातंत्र्याचे सच्चे उद्‌गाते आहेत. त्यांच्या राष्ट्रप्रेमाविषयी मला काहीच शंका नाहीये. माझी तर अशी इच्छा आहे, की त्यांनी स्वत: रोज अर्धा तास चरख्यावर सूतकताई करावी, त्याने त्यांची कविता अधिक सुंदर आणि गरीबजनांची होईल.'

या दोन विराट व्यक्तिमत्त्वांतील परस्परविरोधी निवेदनांनी देशभरातल्या बौद्धिक वर्तुळात मोठीच खळबळ उडाली. कवी आणि गांधीजी यांनी एकमेकांना भेटून या मुद्द्यावर खुलेपणाने मनमोकळी चर्चा करावी, असे दीनबंधू अॅन्ड्र्यूज यांनी सुचवले. दीनबंधू अॅन्ड्र्यूज हे रवीन्द्रनाथ आणि गांधीजी या दोघांचेही उजवे हात होते. त्यांच्या या सूचनेचा विचार करून गांधीजी तत्काळ शांतिनिकेतनमध्ये आले आणि दीनबंधू अॅन्ड्र्यूज यांच्या समक्षच दोघांत निखळ चर्चा झाली.

आपले मत अधिक स्पष्ट करताना रवीन्द्रनाथ म्हणाले, ''महात्माजी, आज सर्व जग स्वार्थी आणि संकुचित दृष्टीच्या राष्ट्रवादानं पछाडलं गेलंय, पण यानंतरच्या युगात या सर्व राष्ट्रांना परस्परसहकार्य केल्याशिवाय चालणार नाही.''

''तुमच्या या बोलण्याशी मी असहमत नाहीये.'' गांधीजींनी म्हटले, ''पण राष्ट्रवाद तुम्हाला वाटतो तसा काही रोग नाहीये. स्वदेशीची सर्वांत पहिली चळवळच मुळी तुम्ही एकोणीसशे पाचमध्ये बंगभंगसमयी केलेली होती. मी आज ती पुढे चालवतोय अन् त्यात तुमचे सहकार्य मला हवे आहे.''

''पण तुम्ही दुरिततत्त्वांचा प्रतिकार सात्त्विक तत्त्वांनी करू पाहताहात आणि हा असा लढा सामान्य माणसे लढू शकणार नाहीत. कारण एका पक्षाकडून जर का निम्न पातळीवरील भाव प्रकट झाले, तर त्यामुळे दुसऱ्या पक्षातील माणसेही

ते सरसकट स्वीकारतील आणि त्याचा परिणाम असा होईल की, हा लढा उदात्त भावानं लढण्याऐवजी दोन्ही पक्षांतील हलक्या विचारांत हा संघर्ष होईल.'' रवीन्द्रनाथांनी प्रत्युत्तरादाखल आपले मुद्दे तार्किकतेनं मांडले.

''असे होऊ नये म्हणूनच मला तुमच्यासारख्या माणसांच्या सहकार्याची विशेष आवश्यकता आहे.'' गांधीजींनी आग्रह केला, ''तुम्ही दुसरे काहीही न करता फक्त चरख्याचा स्वीकार करून मला प्रतीकात्मक सहकार्य करावे, अशी मी इच्छा करतो.''

''कविता रचावी, हा माझा स्वधर्म आहे. चरख्यावर सूत कातणे हे स्वधर्मापासून भ्रष्ट होण्यासारखे आहे. असे पाहा, मी चरख्यावर सूत कातायला लागलो तर चांगले सूत निघणार नाही आणि पेळू मात्र वाया जातील.''

''आत्ताच्या या घटकेला या विलायती सरकारविरुद्ध सगळ्या देशानं एकमुखानं आपला आवाज उठवण्याची गरज आहे. त्यासाठी मी मुस्लिमांशीही हातमिळवणी केली आहे. खिलाफतीच्या प्रश्नावरून हिंदु-मुस्लिमांत ऐक्य निर्माण झाले आहे आणि आता या यज्ञात तुम्हीही सहभागी व्हावं, अशी माझी इच्छा आहे.'' गांधीजींनी परत पुढे म्हटले.

''महात्माजी, तुम्ही खरंच असं मानता, की हिंदु-मुस्लिमांत खरोखरीचं ऐक्य झालंय? काँग्रेस किंवा दुसऱ्या कोणत्याही राजकीय प्रणालीने असे वरवरचे ऐक्य प्राप्त होणे शक्य नाही. त्यासाठी पायाभूत अशा परस्परसामंजस्याची आवश्यकता आहे आणि आपण सर्व जण त्यापासून फार दूर आलो आहोत.'' रवीन्द्रनाथांनी आपले मत सांगितले.

''ज्याप्रमाणं जनरल डायर हा काही ब्रिटिश प्रजेला जोखण्याचा मापदंड होऊ शकत नाही, त्याप्रमाणे मालेगाव किंवा केरळसारख्या तुरळक घटना याही कोणते मोजमाप नाही बनू शकत. असहकार हे एक विधायक पाऊल आहे, हे तरुण पिढीनं शाळा-कॉलेज सोडून सिद्ध करून दाखवलं आहे. आता पुढे काय करावं, त्यासाठी तुमच्या मार्गदर्शनाची आवश्यकता आहे.'' गांधीजींनी म्हटलं.

''मला भीती वाटतेय, महात्माजी, कदाचित असहकार कधीच विधायक ठरू शकणार नाही. ते एक नकारात्मक वळण आहे आणि शाळा-कॉलेजं सोडायचे म्हणजे अशिक्षित राहायचे, असेच!'' रवीन्द्रनाथांनी आपला पक्ष अजून थोडासा स्पष्ट करत म्हटले, ''असहकाराचा लढा माझ्या दृष्टीने व्यर्थ आहे. कारण त्यात हताशपणा आणि नकार यांशिवाय दुसरं काहीच नाही.''

तत्कालीन दोन श्रेष्ठ व्यक्तिमत्त्वांतील ही मुलाखत दीर्घकाळ चालली. दोन्ही पक्षांनी आपापल्या संकल्पना अतिशय निखळपणानं आणि सरळपणानं समोर ठेवल्या, पण त्याचा काही फारसा परिणाम झाला नाही. दोघेही आपापल्या स्थानी अचल राहिले.

रवीन्द्रनाथ आणि गांधीजी या दोघांतील वाटाघाटी निष्फळ ठरल्यावर काही दिवसांनी रवीन्द्रनाथांचा साठावा वाढदिवस शांतिनिकेतनात साजरा करण्यात आला. या दिवसासाठी नाटक, नृत्य, संगीत अशा विविध कार्यक्रमांची तयारी गेल्या कित्येक महिन्यांपासून आश्रमात सुरू होती. कविवर्यांच्या वेगवेगळ्या रचना मंचावर सादर करण्यासाठी विद्यार्थी आणि शिक्षक जिवापाड मेहनत करत होते. या प्रसंगी उपस्थित राहण्यासाठी देशातल्या कितीतरी अग्रगण्य व्यक्तींना आमंत्रण देण्यात आले होते.

हा कार्यक्रम ज्या दिवशी होणार होता, त्याच्या दोन दिवस आधी देशात एक अनपेक्षित घटना घडली. असहकाराचे आंदोलन देशभर पसरले होते, त्यामुळे ब्रिटिश सरकारने गांधीजींची धरपकड केली. या धरपकडीने पूर्ण देश सुन्न झाला अन् मग चारी दिशांनी विरोधाचा प्रचंड सूर उठला.

धरपकडीची ही बातमी शांतिनिकेतनात येऊन पोहोचली, तेव्हा रवीन्द्रनाथ स्वत: एका कार्यक्रमाच्या पूर्वतयारीचे निरीक्षण करत होते. धरपकडीची ही बातमी ऐकून त्यांनी क्षणभर डोळे मिटले.

थोडा वेळ ते विचारात गढून गेले आणि मग घनगंभीर आवाजात ते म्हणाले, ‘‘गांधीजींची धरपकड हा राष्ट्राचा अपमान आहे. अपमानाचा हा घोट गिळून आपण हा उत्सव साजरा करू शकणार नाही. आता हा कार्यक्रम करणे शक्य नाही. तो रद्द केल्याचे जाहीर करा.’’

*

सर तारकानाथ पालीत बंगाल काँग्रेसचे अग्रणी होते. ते रवीन्द्रनाथांचे मित्र लोकेन पालीतचे वडील. शांतिनिकेतन आणि विश्वभारती सतत आर्थिक ओढगस्तीत असत त्या काळात रवीन्द्रनाथांनी सर तारकानाथांकडून संस्थेसाठी काही पैसे कर्ज म्हणून घेतले. हे पैसे दान अथवा खैरात म्हणून न घेता संस्थेवरील ऋण म्हणून त्यांनी मिळवले, पण हे ऋण परत फेडण्याआधीच सर तारकानाथांचे देहावसान झाले.

सर तारकानाथांनी आपल्या मृत्युपत्रान्वये आपली तमाम मिळकत कोलकता विद्यापीठाला देऊ केली, पण या मृत्युपत्रात रवीन्द्रनाथांच्या विश्वभारतीसाठी दिलेल्या पैशाचा कोणताही उल्लेख करण्यात आलेला नव्हता. याचा कायदेशीर अर्थ असा होत होता, की हे कर्ज आता परत फेडायची गरज नाही आणि दान म्हणून ते संस्थेच्या खतावणीत जमा करता येणे शक्य होते.

रवीन्द्रनाथांनी मात्र या कायदेशीररीत्या मान्य अशा गोष्टी स्वीकारल्या नाहीत. ‘सर तारकानाथांनी भलेही आपल्या मृत्युपत्रात या कर्जाचा कसलाही उल्लेख

केलेला नसला, तरी ही रक्कम त्यांची मिळकतच समजली पाहिजे. त्यांनी आपली सगळी मिळकत कोलकता विद्यापीठाला देऊ केली असेल, तर त्यात या रकमेचाही समावेश करावा लागेल. म्हणून आपण हे कर्ज परत केले पाहिजे,' हे त्यांचे म्हणणे. खरे म्हणजे संस्थेची आर्थिक परिस्थिती फारशी बरी नव्हती, तरी पण रवीन्द्रनाथांनी प्रचंड धडपड केली आणि कोलकता विद्यापीठाला ती रक्कम परत पाठवून दिली.

१८

दक्षिण अमेरिकेतला पेरू हा देश एकोणीसशे चोवीसमध्ये आपल्या स्वातंत्र्याची शताब्दी साजरी करत होता. अठराशे चोवीसपर्यंत पेरू हे स्पॅनिश साम्राज्यवादाचे अंकित संस्थान होते, त्यानंतर ते स्वतंत्र झाले. एकोणीसशे चोवीसमध्ये आपल्या स्वातंत्र्याची शताब्दी अगदी धामधुमीत अन् जोशात साजरी करण्याचा निर्णय पेरू सरकारने घेतला. आंतरराष्ट्रीय पातळीवरच्या अनेक व्यक्तींना राजधानी लीमा इथे उपस्थित राहण्याचे आमंत्रण देऊन या उत्सवाला एक विशिष्ट दर्जा देण्याचे सरकारने ठरवले. देश-विदेशातील ज्या खास व्यक्तींना आमंत्रण दिले, त्यांत भारतीय कवी म्हणून रवीन्द्रनाथ टागोरांचाही समावेश होता. परदेशप्रवासाला निघण्याचे हे एक महत्त्वाचे निमित्त होते. त्यांनी या निमंत्रणाचा स्वीकार केला आणि प्रवासाची सर्व पूर्वतयारी पूर्ण केली.

चोवीस सप्टेंबर एकोणीसशे चोवीसला आपला मुलगा रथीन्द्र आणि त्याची पत्नी प्रतिमा यांना बरोबर घेऊन रवीन्द्रनाथांनी आगबोटीने प्रवासाला आरंभ केला. अर्जेन्टिनाची राजधानी ब्युनॉस आयर्सपर्यंत या आगबोटीतून प्रवास केल्यावर पेरूची राजधानी लीमापर्यंतचा प्रवास रेल्वेने करावयाचा होता. या सर्व प्रवासात त्यांचा खासगी मदतनीस म्हणून एमहर्स्ट त्यांच्या सोबत असेल, अशी व्यवस्था करण्यात आली. रवीन्द्रनाथांच्या अमेरिकेतल्या एका प्रवासातच या एमहर्स्टशी त्यांचा परिचय झाला होता. विश्वभारतीच्या स्थापनेनंतर कृषिक्षेत्रात जे नवनवे प्रयोग केले जायचे, त्यांत पश्चिमेकडचा कुणीतरी कृषितज्ज्ञही असावा, अशी रवीन्द्रनाथांची इच्छा होती. एमहर्स्ट तेव्हा अमेरिकेतल्या नामांकित अशा कृषिविद्यापीठात पदवीच्या शेवटच्या वर्षाला होता. अमेरिकेतल्या ज्या हॉटेलात कवी उतरले होते, त्या हॉटेलात कुणीतरी त्यांचे लक्ष एमहर्स्टच्या विशेषज्ञतेकडे वेधले, त्याचा कृषिक्षेत्रातला स्वत:चा अभ्यास सखोल होता; इतकेच नव्हे, तर हिंदुस्थानातल्या कृषिशास्त्राविषयी त्याला आस्था होती. एमहर्स्टविषयी इतकी माहिती मिळाल्यावर त्याचा पत्ता शोधून रवीन्द्रनाथांनी आपल्याला भेटण्यासाठी त्याला निरोप पाठवला होता.

या निरोपानुसार एमहर्स्ट उत्साहाने रवीन्द्रनाथांना भेटायला आला.

"कृषिक्षेत्रात आम्ही जे प्रयोग करतो आहोत, त्यात तुमचे सहकार्य मिळावे म्हणून तुम्ही भारतात याल का?" रवीन्द्रनाथांनी त्याला विचारले.

"अवश्य. हिंदुस्थानात येऊन माझ्या या आवडत्या क्षेत्रात काम करायला मला फार आवडेल." एमहर्स्टने म्हटले.

"तर मग पुढच्या आठवड्यात मी हिंदुस्थानात परत जातोय तेव्हा माझ्या बरोबर चला."

हिंदुस्थानात जाऊन कृषिक्षेत्रात काम करण्याची आपली इच्छा अशी एकदम अकस्मात पुरी होईल, असे एमहर्स्टच्या ध्यानी-मनीही नव्हते. त्याच्या विद्यापीठाच्या अभ्यासाचे अजून एक वर्ष बाकी होते. त्याने तशी आपली अडचण सांगितली.

"मला विद्यापीठाचा हा अभ्यासक्रम पूर्ण करायला एका वर्षाचा अवधी द्या. परीक्षेनंतर मी तुमच्याबरोबर असेन."

दुसऱ्या वर्षी परीक्षा झाल्यावर एमहर्स्टने जेव्हा रवीन्द्रनाथांकडे शांतिनिकेतनात येण्याची परवानगी मागितली, तेव्हा संस्था आर्थिकदृष्ट्या अगदी डबघाईला आली होती. एमहर्स्टसाठी आगबोटीचे भाडे पाठवावे किंवा कमीत कमी पगार तरी द्यावा, इतकीही संस्थेची परिस्थिती नव्हती.

नाइलाजाने रवीन्द्रनाथांनी लिहिले, "आत्ता येऊ नका, संस्थेकडे देण्याइतकी काही ठेव नाही."

याचे उत्तर म्हणून एमहर्स्टने लगेच तार पाठवली, की 'माझ्याजवळ पैसे आहेत, मला फक्त तिथं येण्याची परवानगी द्या.'

अशा तऱ्हेने एमहर्स्ट विश्वभारती परिवाराचा एक सदस्य बनला. शेतीविषयक प्रयोग करता-करता अगदी थोड्याच अवधीत तो रवीन्द्रनाथांचा खासगी मदतनीस बनला. मदतनीस म्हणून त्याच्या कामाने रवीन्द्रनाथ इतके प्रभावित झाले की, कालांतराने तो जणू त्यांचा उजवा हात झाला.

पेरूला जाण्यासाठी रवीन्द्रनाथ कोलंबोहून अर्जेन्टिनाला निघाले, तेव्हा एमहर्स्ट पॅरिसला होता. आधीच ठरल्याप्रमाणे या प्रवासात रवीन्द्रनाथांना एमहर्स्ट भेटला व तिथून तो त्यांच्याबरोबर निघाला.

वारंवार घडणाऱ्या परदेशप्रवासात समुद्रमार्गाने जाण्याची रवीन्द्रनाथांना तशी सवय होती, पण या वेळेस का कोण जाणे, मार्सेक्स बंदराहून रवीन्द्रनाथांना ताप, अशक्तपणा आणि छातीतले दुखणे यांचा त्रास सुरू झाला. जहाजावरच्या डॉक्टरांनी त्यांच्यावर उपचार केले खरे, पण त्यांच्या प्रकृतीत कसलाच फरक पडला नाही. तीन आठवड्यांनंतर जहाज जेव्हा ब्युनॉस आयर्सपर्यंत पोहोचले, तोपावेतो तर रवीन्द्रनाथांची प्रकृती एकदम खालावली. त्यांचा ताप इन्फ्लुएन्झाचा असावा आणि छातीतले दुखणे हृदयरोगाचे चिन्ह असावे, अशी शक्यता डॉक्टरांनी बोलून दाखवली.

नियत कार्यक्रमाप्रमाणे ब्युनॉस आयर्समध्ये दोन-एक दिवस थांबून लगेच रेल्वेने पेरूची राजधानी लीमा इथे जायचे ठरले होते. अनेक विदेशप्रवास त्यांनी केले खरे, पण दक्षिण अमेरिकेतला हा त्यांचा पहिलाच प्रवास. अर्जेंटिना किंवा पेरू, दोन्हींपैकी कुठेही ते याआधी गेले नव्हते. अर्जेन्टिनात त्यांचे कुणी मित्र नव्हते अगर कुणी ओळखीचेही नव्हते, पण तरी 'विश्वकवी' म्हणून अर्जेन्टिनात त्यांना भरपूर प्रसिद्धी मिळाली होती. त्यांचे कितीतरी ग्रंथ यापूर्वी इंग्रजीव्यतिरिक्त फ्रेंच, स्पॅनिश भाषेत प्रकाशितही झाले होते. या तिन्ही भाषा अर्जेन्टिनात लोकभाषा म्हणून प्रचलित होत्या. रवीन्द्रनाथ येण्याचा दिवस निश्चित असल्याने अर्जेन्टिनातील वर्तमानपत्रांनी 'विश्वकवी', त्यांच्या कलाकृति विशेषत: 'गीतांजली' विषयी लिहिले होते. आजारपणाने अंथरुणावर असलेल्या रवीन्द्रनाथांचा मुक्काम आधीच ठरल्याप्रमाणे हॉटेल प्लाझात होता. हे हॉटेल शहराच्या अगदी मध्यभागी असल्याने अन् वर्तमानपत्रांनी त्यांच्या आगमनाला प्रसिद्धी दिल्याने अनेक लेखक, कवीमंडळींची त्यांना भेटण्यासाठी रीघ लागली.

या मुलाखतीत व्हिक्टोरिया ओकम्पो नावाची एक तरुणी होती. या व्हिक्टोरियाने बरोबर दहा वर्षांपूर्वी पहिल्यांदाच 'गीतांजली' वाचली तेव्हा ते अगदी नवेच पुस्तक होते अन् व्हिक्टोरिया त्या वेळेस एका गुंतागुंतीच्या संकट प्रसंगातून जात होती. अतिशय बुद्धिमान, तशाच भावुक आणि ऋजू हृदयाच्या या मुलीत साहित्याचे संस्कार रोमारोमातून प्रकटायचे. फ्रेंच या मातृभाषेव्यतिरिक्त इंग्रजी आणि स्पॅनिश या दोन्हींत ती निपुण होती. मोनाको एस्टार्डा नावाच्या तरुणाशी तिचा विवाह झाला, पण तरी त्यांचे वैवाहिक जीवन काही सुखी नव्हते. व्हिक्टोरियासारख्या देखण्या अन् तरतरीत, चुणचुणीत मुलीचा नवरा झाल्यावर आता आणखी दुसरे काही करायची गरज नाहीये, असेच त्याला वाटत राहायचे. व्हिक्टोरिया ही आपली पत्नी असण्यापेक्षा जणू काही ती आपली विजयभूमी असावी आणि आपण कुणी विजेता आहोत, अशा विचित्र भावनेने पीडित असल्याने पत्नीवर शासन गाजवावे, तसे त्याचे वर्तन असे. आपली ही देखणी पत्नी तिच्या फुलपाखरी, चंचल वृत्तीने दुसऱ्या कुणाच्यातरी प्रेमात पडू नये किंवा तिला कुणी भुलवू नये म्हणून तो सतत सतर्क असायचा आणि पत्नीवर कावळ्यासारखी नजर ठेवायचा. पतीचे हे अविश्वासाचे वागणे व्हिक्टोरियाला असह्य व्हायचे. ती मनातल्या मनात झुरणीला लागली. एकाकीपणाने गुदमरलेल्या या मानसिक अवस्थेच्या काळात तिला दोन आश्रयस्थाने सापडली.

कवी रवीन्द्रनाथ टागोरांचे 'गीतांजली' तिने याच दरम्यान वाचले. या पुस्तकातल्या काव्याभिव्यक्तीने ती इतकी भारून गेली, की तिच्या मनाचे शांतवन झाले. परमेश्वराबद्दल तिच्या मनात श्रद्धा नव्हती, पण तरीही 'गीतांजली'त ईश्वराला

संबोधून ज्या प्रार्थना लिहिल्या आहेत, त्या वाचून तिचे मन हलके, तरल झाले. आत्तापर्यंत उपस्थित नसलेला ईश्वर, या कवितांतून प्रकट होऊन तिला सांगत होता की, 'प्रिय व्हिक्टोरिया, तू माझ्यात सामावून जा. माझ्याखेरीज तुझे अस्तित्व नाही.'

'गीतांजली'खेरीज जूलियन हा तरुणही तिच्यासाठी एक मोठाच दिलासा होता. हा जूलियन तसा नात्याने मोनाकोचा चुलत भाऊ. मोनाकोच्या वर्तनाने ती ज्या एका एकलेपणाच्या, घुसमटीच्या अनुभवातून जात होती; त्यात जूलियनशी असलेले नाते हा एक आधार होता, पण आपला नवरा मोनाको आणि प्रियकर जूलियन या दोघांमध्ये ती एका विचित्र कात्रीत मात्र सापडली.

अर्जेन्टिनातील अनेक वर्तमानपत्रांतून व्हिक्टोरियाने साहित्यिक लेख लिहिले. कवी डांटे, विचारवंत रस्किन आणि गांधीजींविषयी तिने लिहिलेले लेख प्रसिद्ध झाले होते. 'गीतांजली' आणि रवीन्द्रनाथांचे इतर साहित्य वाचून ती कलावंत म्हणून त्यांच्याकडे ओढली गेली अन् त्या ओढीने ती रवीन्द्रनाथांच्यावर एक नवा लेख तयार करत होती. ब्युनॉस आयर्समध्ये रवीन्द्रनाथ येऊन हॉटेल प्लाझात उतरले आहेत, हे तिला वर्तमानपत्रातून कळल्यावर रवीन्द्रनाथांना भेटण्याची तळमळ तिला लागून राहिली.

ती जेव्हा हॉटेल प्लाझात जाऊन पोहोचली, तेव्हा अनेक जण रवीन्द्रनाथांना भेटायची वाट पाहत होते. एमहर्स्ट, रथीन्द्र आणि प्रतिमा हे तिघेही भेटायला येणाऱ्यांची सरबराई करण्यात गुंतले होते, पण प्रकृतिअस्वास्थ्यामुळे रवीन्द्रनाथांना कुणाला भेटण्याची मनाई असल्याने या सर्वांना थांबून ठेवायचे कामही त्यांना करावे लागत होते. डॉक्टरांनी रवीन्द्रनाथांना पूर्णपणे नीट तपासले आणि त्यांची बिघडलेली तब्येत पाहता त्यांच्या मुलाखती, व्याख्याने आणि प्रवास यांवर निर्बंध घातले. या निर्बंधांची रवीन्द्रनाथांना कल्पना होती, पण लांबून-लांबून अगदी खास मुलाखतीला आलेल्या पाहुण्यांना तसेच परत पाठवून द्यावे यात काही सौजन्य नव्हे, या विचारानं ते म्हणाले, ''मी त्यांना भेटलं पाहिजे, ते माझं कर्तव्य आहे.'' एमहर्स्टजवळ त्यांनी निग्रहानं सांगितलं.

''अन् माझं कर्तव्य आहे की मी त्यांना थांबवलं पाहिजे!'' असे एमहर्स्ट प्रत्युत्तरादाखल म्हणाला.

पण एमहर्स्टचा कोणताही युक्तिवाद ऐकायला व्हिक्टोरिया तयार नव्हती. कसेही करून रवीन्द्रनाथांना भेटावे अन् भेटायला नाही मिळाले तर निदान एक शब्दही न बोलता त्यांना पाहायला तरी मिळावे, अशी परवानगी तिने मागितली. रवीन्द्रनाथांना भेटण्याऐवजी फक्त पाहण्याची ही तिची जगावेगळी मागणी ऐकून एमहर्स्टला आश्चर्य वाटले.

''हे पाहा, अशा रीतीनं मी प्रत्येक भेटायला येणाऱ्यांना त्यांच्या खोलीत

जायची परवानगी दिली ना, तर त्यांना बाहेरचा जंतुसंसर्ग होण्याची भीती आहे. या हॉटेलची जागा फारशी चांगली नाहीये आणि तुम्ही पाहताय की गच्च वस्तीत असल्यानं इथलं हवामानही फारसं शुद्ध नाहीये,'' एमहर्स्टने सांगितले.

“मी त्यांना अधिक स्वच्छ आणि मोकळ्या हवेच्या ठिकाणी घेऊन गेले, तर तुम्ही संमती द्याल?'' व्हिक्टोरियाने एक क्षणाचाही विलंब न लावता म्हटले.

“म्हणजे?'' एमहर्स्टला आश्चर्य वाटले.

“प्लेट नदीकाठी थोडेसं लांब म्हणजे साधारणत: वीस मैलांवर शहराच्या या मध्यवस्तीपासून दूर सान इसीड्रो हे उपनगर आहे. तिथं माझ्या वडलांचा बंगला आहे. तुम्ही सगळे जण सामावू शकाल इतका मोठा आणि आरामशीर असा आहे तो. नोकरचाकर भरपूर आहेत. कवींची प्रकृती तिथं सुधारेल.'' व्हिक्टोरियाने क्षणार्धात सगळे काही ठरवले.

एमहर्स्टला हे सगळे अनपेक्षित होते. प्लाझा हॉटेलचे हे ठिकाण फारसे सोईचे नव्हते. खुल्या हवेत, निसर्गसान्निध्यात राहण्याची सवय असलेल्या रवीन्द्रनाथांसाठी प्लाझा हॉटेलची ही बंदिस्त, कोंदट जागा तशी प्रतिकूल होती. ब्युनॉस आयर्समध्ये नवी जागा मिळवायची म्हटलं तर कुणाची ओळख नव्हती. व्हिक्टोरियाच्या या प्रस्तावात फक्त विवेकच होता असे नाही, तर प्रेम आणि निष्ठा दोन्ही होती. गुरुदेवांना भेटायच्या व्हिक्टोरियाच्या इच्छेचा जय झाला. एमहर्स्टने तत्काळ रुकार दिला.

व्हिक्टोरियाने गुरुदेवांच्या खोलीत प्रवेश केला, तेव्हा कवी पलंगावर एका कुशीवर आडवे झाले होते. अंगात ताप भरलेला होता अन् चेहऱ्यावर थकवा पसरला होता. या नव्या आगंतुक पाहुण्याकडे त्यांनी नजर टाकली. त्यांच्या डोळ्यांत हलकेच एक चमक पसरली अन् ती चमक ओळखल्याप्रमाणे ती उंबऱ्यातच उभी राहिली. कुणी काहीच बोलले नाही. मौनाचे पारदर्शक आवरण आपोआप झुलत राहिले. जोडासांकात कितीतरी वर्षांपूर्वी आपण असेच आपल्या शयनकक्षात झोपलो होतो, अन् तेव्हा दबकत पावलं टाकून कादंबरीनं हलकेच तिथं येत त्यांना जागवलं होतं. यात खरं म्हणजे असाधारण काहीच नव्हतं, स्मरणात ठेवावं, राहावं, असंही काही नव्हतं. खरं म्हणजे, ते सारं ते विसरलेच होते. आज का कोण जाणे, दबक्या पावलानं खोलीत येत असलेल्या व्हिक्टोरियाला पाहून हा प्रसंग एकाएकी का आठवला? या अनोळखी पण आकर्षक मुलीत भाभीराणी कादंबरीची पडछाया कशी काय दिसली?

व्हिक्टोरियाने पाय उचलले. रवीन्द्रनाथांशी कसलेही संभाषण करायचे नाही, अशी स्पष्ट सूचना एमहर्स्टने दिली होती. गुरुदेवांच्या पलंगाजवळ येऊन ती पायापाशी उभी राहिली. तिचे डोळे कविवर्यांच्या पांढऱ्याशुभ्र भुरभुरत्या दाढीवर

खिळले होते. रवीन्द्रनाथांनी आपला उजवा हात सहजपणाने पुढे केला. रथीन्द्र आणि प्रतिमा दोघेही तिथे होते.

"बाबा!" प्रतिमा म्हणाली, "त्यांचं नाव व्हिक्टोरिया ओकम्पो आहे. तुम्हाला भेटायला आल्या आहेत."

रवीन्द्रनाथांनी पुढे केलेल्या हातात व्हिक्टोरियाने आपला हात दिला. पुन्हा एकदा अविच्छिन्न मौनाने भवताल व्यापून गेला.

"व्हिक्टोरिया!" रवीन्द्रनाथांचे ओठ क्षीणपणानं थरथरले, "तुला भेटून आनंद झाला, पण तुझ्याशी अधिक बोलू शकणार नाही. मला माफ कर."

व्हिक्टोरिया काहीच बोलली नाही. त्यांना थोपवल्यासारखे करत तिने आपला दुसरा हात त्यांच्या ओठावर ठेवला. दाढीच्या मऊशार केसांवरून क्षणभर बोटं फिरवली अन् नंतर पाठ फिरवून ती घाईघाईने बाहेर निघाली.

रवीन्द्रनाथांच्या पहिल्याच भेटीतले हे काही क्षण व्हिक्टोरिया ओकम्पोसाठी अननुभूत प्रतीती झाले. तिला असं वाटलं की, एमहर्स्टनं मला बोलण्याची मनाई केली नसती तरी मी कविवर्यांशी कदाचित काहीच बोलू शकले नसते. त्या काही क्षणांपुरते तिचे शब्द हरवले होते. तिचे अस्तित्व त्यांच्या समीप सहवासात विरघळून गेले. 'गीतांजली' तिने अनेक वेळा वाचली होती. त्यातला शब्दन्‌शब्द जणू काही मूर्त होत, तिच्यासमोर साक्षात साकार झाला होता. आपल्या हाताला झालेला कविवर्यांच्या हाताचा अन् त्यांच्या चेहऱ्याचा स्पर्श एक अद्‌भुत अनुभव होता. व्हिक्टोरिया कुठलीही गूढ किंवा अगम्य विद्या मानत नव्हती. परमेश्वर किंवा देवदूत यांच्यावर तिची श्रद्धा नव्हती, तरीपण हे थोडके शब्द आणि हलकासा स्पर्श यांनी तिच्या अस्तित्वात नवेचैतन्य भरले.

सान इसीड्रोत व्हिक्टोरियाच्या वडलांच्या मालकीचा एक बंगला पूर्णपणे रिकामा पडला होता. हॉटेल प्लाझामधून ती तत्काळ वडलांकडे गेली. गुरुदेवांना उतरवण्यासाठी हा बंगला आपल्याला थोड्या दिवसांकरता द्यावा, अशी तिने त्यांना विनंती केली. व्हिक्टोरियाची ही विनंती वडलांना काही रुचली नाही. या बंगल्यात थोडेफार फेरफार करायचे, असे तिने ठरवले होते; पण मग या बंगल्यापासून दूर असा एक बंगला तिथे नदीच्या काठीच होता आणि तो भाड्याने मिळण्यासारखा होता. ती लगेच तिथे जाऊन पोहोचली अन् तिने आपला प्रस्ताव त्यांच्यासमोर मांडला.

"बंगला तुम्हाला भाड्यानं मिळू शकेल." घरमालकानं सांगितलं, "पण त्यासाठी सर्वच्या सर्व भाडं तुम्हाला मला आगाऊच द्यावं लागेल." भाड्याची रक्कम तत्काळ देण्याची तिला काही अडचण नव्हती, पण मालकाने जी रक्कम सांगितली, ती इतकी भरभक्कम होती की, व्हिक्टोरियाजवळ त्याची काही जास्त

तरतूद नव्हती; पण इथेही तिने भाड्याच्या रकमेसाठी कसलीही घासाघीस न करता, क्षणाचाही विलंब न लावता म्हटले, ‘‘मला तुमचे म्हणणे मंजूर आहे. ही घ्या, ही एवढी रक्कम मी तुम्हाला आत्ताच देते आणि बाकीची एक-दोन तासांतच तुम्हाला मिळेल. माझे पाहुणे उद्यापासूनच या बंगल्यात राहू शकतील, एवढी साफसफाई आणि बाकीची व्यवस्था तेवढी तुम्ही करून ठेवा.’’ आपल्याजवळ होते तेवढे पैसे देत तिने सांगितले.

यानंतरचे एक-दोन तास तसे अगदी निकडीचे गेले. व्हिक्टोरियाने न बिचकता, सहजपणाने अतिशय उत्साहाने बाकीची रक्कमही उभी केली. तिच्या गळ्यात एक सोन्याची माळ होती अन् माळ फार मौल्यवान, किमती होती. शहरात जाऊन तिने ताबडतोब ही माळ विकली आणि आवश्यक तेवढे पैसे जमा केले. रवीन्द्रनाथ उद्यापासून आपले पाहुणे होणार आहेत, या कल्पनेनेच ती आनंदविभोर झाली होती. आपल्या स्वत:च्या घरी स्वयंपाकपाण्यासाठी व वरकामासाठी जे काही नोकरचाकर ठेवले होते, त्या सर्वांना तिने लगेच या भाड्याने घेतलेल्या नव्या बंगल्यात तैनात केले.

११

रवीन्द्रनाथांचे सान इसीड्रोतले तात्पुरते असे हे निवासस्थान अत्यंत नयनरम्य, शांत आणि आल्हाददायक अशा वातावरणात होते. बंगला एका उंच अशा टेकडीवर होता आणि टेकडीच्या बरोबर समोरून प्लेट नदी वाहत होती. नदीच्या समोरच्या काठावर छोट्या-मोठ्या टेकड्या सर्वदूर पसरल्या होत्या अन् त्यावरची हिरवाई डोळ्यांना थंडावत होती. बंगल्याच्या पहिल्या मजल्यावरच्या गवाक्षातून हे मनोहर दृश्य मनसोक्तपणे पाहता येत होते.

दुसऱ्याच दिवशी रवीन्द्रनाथांचा सगळा काफिला या नव्या बंगल्यात राहायला आला. रवीन्द्रनाथांना जेव्हा हे कळले की, ही सगळी व्यवस्था व्हिक्टोरियाने केलीय, तेव्हा त्यांच्या मनात आगळेच भाव भरून आले.

अर्जेंन्टिनातला आपला मुक्काम आता अधिक वाढवणे आवश्यक आहे, असा सल्ला जेव्हा डॉक्टरांनी दिला, तेव्हा त्यांना थोडी काळजी वाटली, कारण इथे या भागात ते पहिल्यांदाच येत होते आणि त्यांच्या ओळखी-पाळखीचे इथे कुणीच नव्हते. व्हिक्टोरिया नक्कीच आपली पूर्वजन्मीची देणेकरी असावी अन् त्या देण्याची भरपाई ती आता इथे या नव्या रूपात करतेय, असा काहीसा भाव त्यांच्या मनात उमटला. देण्या-घेण्याच्या सिद्धान्तावर त्यांच्या मनात एक नवाच विश्वास निर्माण झाला.

कविवर्यांनी या नव्या निवासस्थानातल्या त्यांच्यासाठी वेगळ्या ठेवलेल्या कक्षात जेव्हा प्रवेश केला, तेव्हा तिथल्या फुलदाणीत ठेवलेल्या घमघमत्या वासाच्या एका फुलाकडे त्यांची नजर वळली. पलंगावर झोपताना, आरामखुर्चीवर बसताना किंवा मेजावर बसून लिहिताना अशी कुठूनही, ही फुलदाणी नजरेसमोर येत होती. या विदेशी फुलाचे नाव त्यांना माहीत नव्हते; पण त्याचे रूप, गंध मन मोहून घेईल असे होते.

"आवडलं तुम्हाला हे फूल, रवीन्द्रनाथ?" व्हिक्टोरियाने कविवर्यांच्या डोळ्यांतले भाव पाहत विचारले.

"रवीन्द्रनाथ!"

गेल्या कित्येक वर्षापासून या संबोधनाला कवी पारखे झाले होते. आता सगळ्यांसाठी ते गुरुदेव होते, मिस्टर टागोर होते आणि फक्त 'कवी'ही होते. रवीन्द्रनाथ हे संबोधन जवळजवळ भूतकाळात जमा होऊन गेले होते. या अपरिचित विदेशी कन्येने सहज, पण अनोळखी न वाटेल अशा रीतीने हक्काने या नावाने हाक मारली, त्याने रवीन्द्रनाथांना एका सुखद भावाचा प्रत्यय आला. स्नेही, स्वजन, मित्र आणि परिचित असे सगळेच जण त्यांना एका अदबीने मान देत होते, पण या सन्मानात आदर होता अन् एक अंतरही होते. या अंतराने कवीच्या सभोवताली एकाकीपणाचे एक अदृश्य कवच निर्माण झाले होते अन् हे कवच त्यांच्या अस्तित्वाचे एक अभिन्न अंगच झाले होते. आज अचानक व्हिक्टोरियाने या कवचाला एक लहानशी भेग पाडली. 'रवीन्द्रनाथ' या संबोधनाने हे कवच जणू वितळत गेले. आपल्या मुलीच्या वयाच्या या कन्येचे जवळिकीचे हे वागणे त्यांना भारी सुखद वाटले.

"फुलदाणीत हे एकच फूल तू खोचलं आहेस ना, ते मला भारी आवडलं." रवीन्द्रनाथ म्हणाले, "फुलदाणीत फुलापानांचा गुच्छ आपण सुंदर आकारात रचतो ना, तेव्हा एकाकडेही पूर्णपणे आपण नीट पाहू शकत नाही. तू हे एकच फूल लावलं आहेस ना, त्यानं त्याच्याकडे नीट पाहता येतं."

व्हिक्टोरियाच्या डोळ्यांवर, ओठांवर आणि चेहऱ्यावर प्रसन्नता पसरली.

त्या संध्याकाळी रवीन्द्रनाथांचा ताप उतरला आणि त्यांना थोडे बरे वाटले. आपल्या मनातले उत्कट भाव त्यांनी 'विदेशी फूल' या नावाने कागदावर उतरवले.

व्हिक्टोरियाने ही कविता टेबलावर पडलेली पाहिली, तेव्हा तिला बंगाली भाषा येत नव्हती, म्हणून मग तिने आग्रहाने म्हटले, "माझी एक प्रार्थना आहे, की तुमची ही सगळ्यात नवी कविता मला ऐकायचीय." तिनं ऋजूपणाने कवितेचा तो कागद कविवर्यांसमोर धरत म्हटले.

"बरंय." कवी म्हणाले, "पण ही कविता आहे बंगालीत. तुला कशी काय कळेल ती?"

"भाषा हे कवितेचे स्थूल माध्यम आहे. तुम्ही प्रयोग तरी करून पाहा. समजेल मला ती."

रवीन्द्रनाथांनी आपल्या घनगंभीर आवाजात 'विदेशी फूल' सुरेलपणाने म्हटली. व्हिक्टोरिया मंत्रगमुग्ध होऊन ते शब्द आणि सूर अनुभवत राहिली.

"ही कविता मला भावली, पण मला याचे शब्द समजावून सांगा. कृपा करून तुम्ही मला हे इंग्रजीत का नाही समजावून सांगत?" व्हिक्टोरिया म्हणाली.

रवीन्द्रनाथांनी हळूहळू या कवितेचा इंग्रजी अनुवाद समजावून सांगायला सुरुवात केली. कवितेत एके ठिकाणी भारतीय भूमीच्या बंगाली प्रदेशातले ग्रामीण

संवेदन व्यक्त होत होते. संस्कृती संस्कारातील फरकामुळे व्हिक्टोरियाला हे कळणार नाही, असे वाटल्याने रवीन्द्रनाथांनी ते शब्द काढले.

''तुम्ही इथं काही फेरफार केलेत रवीन्द्रनाथ?'' कविवर्यांना मध्येच थांबवत, व्हिक्टोरियाने हात वर करत म्हटले.

रवीन्द्रनाथ आश्चर्यचकित झाले. आपण जे फेरफार केले, ते व्हिक्टोरियाच्या कसे काय लक्षात आले, हे त्यांना कळले नाही.

''हो.'' त्यांनी खुलासा केला. ''मूळ बंगाली कवितेत जे भाव आहेत, ते जानपद जीवनानुभवातले आहेत, त्यामुळे तू ते कदाचित नाही समजू शकणार असं वाटल्यानं मी थोडाफार फरक केलाय.''

''तुमच्या लक्षात येत नाहीये की, मला तुमची भाषा जरी समजत नसली तरी मला कविता नीट कळते.''

दोन-एक दिवसांनंतर रवीन्द्रनाथांनी दुसरी एक कविता लिहिली. कवितेचे नाव होते 'अतिथी.' रवीन्द्रनाथ स्वत:च व्हिक्टोरियाचे अतिथी होते, पण त्यांच्या मनात आले की, खुद्द व्हिक्टोरियादेखील स्वत:च्या मार्गात एक पाहुणीच आहे. हे 'अतिथी' काव्यही त्यांनी तिला वाचून दाखवले.

''तुमच्या बंगाली भाषेतलं मला काही शिकवणार नाही का, रवीन्द्रनाथ? मला तुमचं समग्र साहित्य बंगालीतून वाचायचंय.'' व्हिक्टोरियाने आग्रहाने म्हटले.

रवीन्द्रनाथ डोळे किलकिले करून पाहत राहिले. काळाचा एक मोठ्ठा पट्टा त्यांच्या या अर्धमिटल्या नजरेसमोरून अदृश्य झाला. अनेक वर्षांपूर्वी लंडनमध्ये डॉ. स्कॉटच्या मुलीने, ल्यूसीने आपली कविता ऐकून असेच म्हटले होते, 'मला बंगाली शिकवा.' तेव्हा बंगाली भाषेतले पहिले धडे त्यांनी ल्यूसीला शिकवले होते.

'आज ल्यूसी कुठं असेल?'

कदाचित ल्यूसीच व्हिक्टोरियाच्या नव्या रूपात त्यांच्या डोळ्यांसमोर उभी होत म्हणत होती, ''मला बंगाली शिकवा.''

''विश्वातल्या सर्व भाषांचं सार असावं, असा एक शब्द बंगाली भाषेत आहे.'' रवीन्द्रनाथांनी अतिशय गंभीर होत म्हटले, ''हा शब्द तुला शिकता आला, तर तुला सगळी बंगाली भाषा येईल.''

''खरंच?'' रवीन्द्रनाथांच्या चेहऱ्याकडे एकटक नजरेनं पाहत व्हिक्टोरियानं मुग्धपणाने म्हटलं, ''मला तो शब्द नक्की शिकवा.''

''हा शब्द शिकणं काहीच अवघड नाहीये, व्हिक्टोरिया, हा शब्द आहे 'भालो बासा.' ''

''भालो बासा!'' कविवर्यांच्या शब्दांना प्रतिसाद देत असावे असे तिचे ओठ फडफडले.

"हो, बरोबर म्हटलंस तू - भालो बासा." रवीन्द्रनाथांनी एकेक अक्षर सुटे सुटे करत परत एकदा म्हटले.

"पण त्याचा अर्थ काय? मला अर्थ तरी समजावून सांगा!"

"त्याचा अर्थ मनुष्यजात जेव्हापासून निर्माण झाली, तेव्हापासून सगळे जण जाणतात आणि तरीही सगळे जण त्याच्या शोधात आहेत. त्याचा अर्थ आहे– मला तू आवडतेस."

"भालो बासा!" व्हिक्टोरियाचे ओठ परत एकदा फडफडले अन् नंतर ती खळखळून हसली.

"रवीन्द्रनाथ!" एके दिवशी मावळतीच्या सांध्यप्रहरी व्हिक्टोरिया कविवर्यांना म्हणाली, "माझे नाव व्हिक्टोरिया आहे अन् या शब्दाचा तुमच्या भाषेत काय अर्थ होतो, ते सांगाल?"

व्हिक्टोरियाचा हा प्रश्न अगदी अचानक होता. या शब्दाचा वाच्यार्थ कदाचित शब्दकोशातून सहज कळेल, पण जी व्हिक्टोरिया हा प्रश्न विचारत होती, तिला असे काही वाच्यार्थाने समजवता येणार नव्हते. त्याचा लक्ष्यार्थ जाणून घेतल्याशिवाय तिला चैन पडले नसते. कोणतेही विघ्न किंवा पराजय यांना पुरून उरणे, हा तिचा जणू जन्मजात स्वभावधर्म होता. आपला उद्देश किंवा हेतू प्राप्त करण्यासाठी सर्वस्व अर्पण करून तो साध्य झाल्याखेरीज ती मागे हटणारी नव्हती. विजयीवृत्तीचं हे लक्षण तिच्या स्वभावाचा अंगभूत भाग होते.

त्याच क्षणी त्यांच्या मनात काहीतरी लख्खपणे चमकून गेलं. अनेक वर्षांपूर्वी अनूही म्हणाली होती, "माझं नवं नामकरण कराल, तरच तुम्ही खरे कवी."

अन् तरुण रवीन्द्रनाथांनी एका क्षणाचाही विलंब न लावता अनूचे नवे नाव ठेवले होते नलिनी. ही अनूच आत्ता या क्षणी व्हिक्टोरिया होऊन समोर उभी होती की काय! रवीन्द्रनाथांनी आपल्या भरभरत्या दाढीच्या पांढऱ्याशुभ्र केसांवरून हात फिरवला.

"व्हिक्टोरिया शब्दाचा अर्थ काहीही असेल, पण तुझं नवं नाव ठेवायचं असेल तर मी तुला विजया म्हणेन." कविवर्यांनी व्हिक्टोरियाला नवे नाव दिले.

"विजया?" व्हिक्टोरियानं निरागसतेनं विचारलं, "विजया म्हणजे काय?"

"जी विजयाखेरीज दुसरं काही घेतल्याखेरीज राहत नाही, तिचं नाव विजया." रवीन्द्रनाथांनी विजया शब्दाचा अर्थ स्पष्ट केला.

असं पाहता दिवसातला बराचसा भाग विजया बाहेरच असायची. दुपारच्या चहाच्या वेळेला मात्र ती अचूक हजर व्हायची. सगळ्या बंगल्यात सामसूम झालेली असायची; तेव्हा ती आत यायची, अन् मग रवीन्द्रनाथांना दरवाज्यावर तिनं केलेली टकटक ऐकू यायची.

“कोण, विजया?” असा आवाज येत जणू काही प्रतिध्वनी ऐकू यावा असा आतून आवाज यायचा, “आज तू उशिरा आलीस? फार कामात असतेस का?”

रवीन्द्रनाथांच्या सोबत वेळ घालवण्यापेक्षा दुसरे कोणतेही काम विजयासाठी महत्त्वाचे नव्हते, पण तरी दिवसातला बराचसा भाग तिला बाहेर घालवावा लागायचा. अशा वेळेस आपल्यापेक्षा आपल्या नोकरमाणसांचे भाग्य अधिक थोर आहे, असे तिला वाटायचे, कारण ते सगळा दिवस रवीन्द्रनाथांच्या सान्निध्यात असायचे. आपले घर आणि व्यवसाय सांभाळण्यात तिचा फार वेळ जायचा.

विजयाने ज्या नोकरांना रवीन्द्रनाथांची देखभाल करायसाठी ठेवले होते, त्यांत प्रौढ वयाची एक स्त्री फेनी होती.

विजयाने एके दिवशी या फेनीला विचारले, “फेनी, रात्री रवीन्द्रनाथ नीट झोपतात ना? झोपेत त्यांना काही त्रास होत नाही ना?”

“बाकी सगळं ठीकंय, बाईसाहेब!” फेनी म्हणाली, “पण साहेबांचा रात्री झोपताना घालायचा पोशाख काही बरोबर नाही. वाढणारी थंडी, त्यांचं वय आणि त्यांची नाजूक तब्येत लक्षात घेता त्यांचे कपडे सुतीऐवजी लोकरी असले पाहिजेत.”

विजया एक क्षणभर विचारात पडली. दुसऱ्याच क्षणी तिने मनातल्या मनात काही ठरवले आणि फेनीला सांगितले, “फेनी, साहेबांचा एक रात्रीचा पोशाख घेऊन मला आणून दे. त्या मापाचा दुसरा पोशाख मी उद्या घेऊन येईन.”

दुसऱ्याच दिवशी विजयाने रवीन्द्रनाथांच्या रात्रीच्या कपड्यांचे माप शहरातल्या एका प्रसिद्ध दुकानात दिले आणि त्या मापानुसार लोकरी पोशाख आणला.

दिवस असे निघून जात होते; पण डॉक्टरांना हवी होती तितकी रवीन्द्रनाथांची प्रकृती साथ देत नव्हती. इन्फ्ल्युएन्झामुळे थकवा आणि अशक्तपणा वाटत होता. या सगळ्याचा हृदयावर परिणाम होत असल्याने पूर्णपणे विश्रांती मिळाली नाही, तर हृदयरोगाचीही शक्यता आहे, असे डॉक्टरांचे निदान होते. पेरूचा स्वातंत्र्य शताब्दी महोत्सव अगदी जवळ आला होता. या कार्यक्रमाला जायचे असेल तर आता ब्युनॉस आयर्समध्ये थांबून चालणार नव्हते. ब्युनॉस आयर्स ते लीमापर्यंतचा प्रवास रेल्वेने करायचा होता, पण प्रकृतीत अजून म्हणावी तितकी सुधारणा झाली नव्हती. त्यात सगळ्यात मोठा अडथळा हा होता, की अर्जेन्टिना आणि पेरू यांचे राजकीय संबंध तणावग्रस्त होते. खरे पाहता, रवीन्द्रनाथ पेरूच्या आमंत्रणाने प्रवासाला निघाले म्हणून ते पेरूचे पाहुणे होते, पण अर्जेन्टिनाने त्यांना अकारण थांबवून घेतलेय, असा अपप्रचार पेरूच्या वर्तमानपत्रांतून सुरू झाला. रवीन्द्रनाथांनी जेव्हा ही वर्तमानपत्री प्रचाराची बातमी ऐकली, तेव्हा आपल्याला पेरू देशात जाण्याची परवानगी द्यावी, अशी त्यांनी डॉक्टरांना विनंती केली.

पण डॉक्टरांचा थांबण्याचा सल्ला रवीन्द्रनाथांची प्रकृती लक्षात घेऊन दिलेला

होता; अर्जेन्टिना आणि पेरूचे राजकीय संबंध पाहून नव्हे. त्यामुळेच आत्ताच्या परिस्थितीत कसल्याही प्रकारचा प्रवास करण्यास डॉक्टरांनी मनाई केली. रवीन्द्रनाथांजवळ दुसरा पर्यायच नव्हता. ही परिस्थिती स्पष्ट करणारे एक पत्र त्यांनी पेरू सरकारला लिहिले आणि त्याच्या एका प्रतीसोबत वर्तमानपत्रात एक जाहीर निवेदन प्रसिद्धीला दिले.

या सर्व काळात रवीन्द्रनाथांची काव्यनिर्मितीची ऊर्जा अविरत तशीच राहिली. सान इसीड्राच्या या बंगल्यातल्या सज्जात ते कधी-मधी आरामखुर्ची टाकून बसायचे अन् समोर पसरलेल्या हिरव्यागार टेकड्या पाहत आपल्या स्फूर्तीला कोऱ्या कागदावर वाट करून द्यायचे. अनेक वेळा कागदाच्या उद्यानात ही शब्दांची फुले चहूकडे विखुरली जायची. काही वेळा त्यांत मग खाडाखोड व्हायची. जुने शब्द बदलले जायचे. नवे शब्द आकार घ्यायचे. कविता पूर्ण व्हायची तेव्हा त्या खाडाखोडींची एक रेखांकित आकृती उमटायची. या रेषा परस्परांना जोडत त्यातून शब्दांच्या बरोबरच रेषाकार निर्माण करायचा आनंदही त्यातून प्रतीत व्हायचा.

असाच एक कगद पाहून विजयाने म्हटले, ''कवीबरोबरच तुम्ही चित्रकारही आहात! या कागदावर काव्य आणि चित्र दोन्ही एकदमच उतरलंय!''

कविवर्यांना चित्रकलेचा हा वारसा कुटुंबातूनच मिळाला होता. जोडासांकातल्या त्यांच्या घरात चित्रकला ही त्यांच्यासाठी काही नवी गोष्ट नव्हती. ज्योतिरिन्द्रनाथांना चित्रकलेची आवड होती आणि अवनीन्द्रनाथ हे तर कलागुरू म्हणून ख्यातकीर्त होते. खरं म्हणजे रवीन्द्रनाथांनी चित्रकलेत काही कधी फारसे काम केले नव्हते, पण कवितेचे कागद पाहून विजयाने केलेल्या निरीक्षणानं रवीन्द्रनाथ चकित झाले. त्यांनी या कागदांकडे सूक्ष्म नजरेने पाहिले. विजयाचे म्हणणे खरे होते. कागदावर एक चित्राकृती निर्माण झाली होती.

पेरूचा स्वातंत्र्यशताब्दी कार्यक्रम ठरल्याप्रमाणे पार पडला. रवीन्द्रनाथ काही तिथे उपस्थित राहू शकले नाहीत. त्यांची प्रकृती आता सुधारत आली होती, पण आठ दिवसांचा त्यांचा मुक्काम आता जवळजवळ पावणेदोन महिन्यानंतर पुरा होत आला. आता पेरूला जाण्यात काहीच अर्थ नव्हता, म्हणून मग ब्युनॉस आयर्समधून पहिल्यांदा फ्रान्सला जायचे, तिथून इटलीत प्रवास करून हिंदुस्थानात परत फिरायचे, असा कार्यक्रम ठरला.

निरोप घेण्याच्या आदल्या दिवशी ते विजयाला म्हणाले, ''विजया, मी तुला हिंदुस्थानात येण्याचे आमंत्रण देतोय. तू माझा पाहुणचार घ्यायला ये.''

''रवीन्द्रनाथ!'' विजयानं भावुक स्वरात, ओलावल्या आवाजात म्हटलं, ''माझ्या मनात हिंदुस्थान म्हणजे तुम्हीच आहात!''

''मी म्हणजे मौल्यवान धातूची खाण मिळालेल्या भू-प्रदेशासारखा झालोय!''

रवीन्द्रनाथ गंभीरतेने म्हणाले, "माझ्या आजूबाजूला माणसंच माणसं पसरलेली असतात अन् या गर्दीने मी नेहमी घेरलेला असतो; पण सगळ्यांची काहीना काही अपेक्षा असतेच. तू एकटीच मला अशी निरपेक्ष भावानं भेटलीस, त्यामुळं माझ्या विश्वभारतीच्या आकाशाखाली तुला घेऊन जावं म्हणतोय."

"विश्वभारतीचं जे आकाश तुम्ही विसरू शकत नाही, ते आकाश माझ्या मनात तुम्हीच आहात!" कविवर्यांच्या पायाशी हळवी अन् लीन होत विजया म्हणाली.

कवींनी तिच्या मस्तकावरून हात फिरवला. अशब्द समाधीच्या अवस्थेत कितीतरी क्षण निघून गेले. विजयाने अचानक मान वर केली, रवीन्द्रनाथांच्या नजरेत आपली नजर गुंतवत ती म्हणाली, "तुम्ही तरुण असताना खूप स्त्रिया तुमच्या प्रेमात पडल्या असतील. हो ना?"

"हो." रवीन्द्रनाथांनी हसत हसत म्हटले, "पण आपल्या दोघांतल्या वयाचा फरक तू नेहमी लक्षात ठेवला पाहिजेस."

ब्युनॉस आयर्समधून ज्या बोटीने त्यांचा इटलीतला प्रवास ठरला होता, ती आगबोट दोन दिवस आधीच ब्युनॉस आयर्स बंदराला लागली. रवीन्द्रनाथांसाठी नक्की केलेल्या केबिनमध्ये आदल्याच दिवशी सगळे सामान चढवण्यात आले.

सान इसीड्रोच्या मुक्कामात रवीन्द्रनाथ आपला बहुतांशी वेळ सज्जात बसून घालवायचे. रवीन्द्रनाथांच्या आरामासाठी विजयाने तिथे एक खास अशी आरामखुर्ची ठेवली होती. ती आरामखुर्ची रवीन्द्रनाथांना फार आवडतेय, हे विजयाच्या लक्षात आले होते. त्या मोठ्या झरोक्यात बसण्यासाठी दुसऱ्या अनेक बैठकी होत्या, पण रवीन्द्रनाथ या आरामखुर्चीवरच बसायचे. ही गोष्ट विजयाच्या सूक्ष्म नजरेतून सुटली नव्हती. ही खुर्ची विजयाने आपल्या स्वत:च्या घरातून रवीन्द्रनाथांच्या त्या बंगल्यात आणली होती. रवीन्द्रनाथांचे सामान बंगल्यातून जेव्हा आगबोटीवर नेण्यात आले, तेव्हा साहजिकच ही खुर्ची बंगल्याच्या त्या सज्ज्यात तशीच राहू देण्यात आली. शेवटी परत एकदा सामानाचं निरीक्षण करताना, ही खुर्ची विजयाच्या नजरेस पडली.

रिकाम्या पडलेल्या खुर्चीवर रवीन्द्रनाथ किती शांतपणाने आणि आनंदात मोकळे होत बसायचे, हा विचार मनात येता क्षणीच तिच्या मनात झपकन एक कल्पना चमकून गेली. आगबोटीच्या प्रवासात ही खुर्ची नसल्याने रवीन्द्रनाथांना त्रास होईल, या विचाराने अस्वस्थ होत, तिच्या मनात आले– मग ही खुर्ची आपणच रवीद्रनाथांच्या सामानाबरोबर आगबोटीत का नेऊ नये? बाकीचे सगळे सामान तर केव्हाच आगबोटीत गेले होते. विजया ही खुर्ची घेऊन लगेच एका वाहनाने बंदराकडे धावत निघाली. आगबोटीत प्रवासी चढत होते आणि बोटीचे कर्मचारी जहाज सुरू करण्याच्या पूर्वतयारीला लागले होते.

खुर्ची घेऊन जाण्यासाठी कुणाच्या मदतीची वाट न पाहता विजयाने ती खुर्ची उचलून घेऊन रवीन्द्रनाथांच्या केबिनकडे धाव घेतली. दुर्दैवानं केबिनचा दरवाजा खुर्चीच्या लांबी-रुंदीच्या प्रमाणात लहान असल्याने खुर्ची आत जाण्यासारखी नव्हती.

''राहू दे, विजया, या खुर्चीची काही जरूर नाही.'' रविंद्रनाथांनी आणि इतर बाकीच्यांनीही समजावले.

पण कुणाचेही बोलणे मनावर न घेता, विजया आगबोटीच्या कप्तानाकडे गेली. रवीन्द्रनाथ केवढे मोठे कवी आहेत, 'विश्वकवी' आहेत, आजकाल त्यांची प्रकृती कशी नाजूक आहे आणि या आरामखुर्चीशिवाय प्रवासात त्यांना त्रास होईल, हे सगळं तिने कप्तानाला एका दमात समजावून सांगितले. या तेजस्वी तरुणीचे वाक्चातुर्य आणि तर्कसंगतता याने तो प्रभावित झाला. जहाजावरच्या सुतारांची मदत घेऊन त्याने रवीन्द्रनाथांच्या केबिनचा दरवाजा काढला आणि विजयाने अतिशय समाधानाने ती खुर्ची उचलून रवीन्द्रनाथांच्या सामानाबरोबर केबिनमध्ये ठेवली.

हे सगळे होत असताना रवीन्द्रनाथ अत्यंत तटस्थ भावाने कागदावर कविता लिहित होते. बोट निघण्याच्या क्षणीच, तिला संबोधून लिहिलेली कविता त्यांनी तिच्या हातात दिली. 'पंथ' नावाच्या त्या कवितेत लिहिले होते,

'मी एक मार्ग आहे. कुठंही वस्ती नाही करू शकणार. मला पुढंच गेलं पाहिजे.'

२०

याआधी रवीन्द्रनाथांनी अनेक देशांत प्रवास केला होता, पण यावेळी इटलीच्या भूमीवर त्यांनी पहिल्यांदाच पाऊल टाकले. त्या वेळेस इटलीत मुसोलिनी भर माध्यान्हाच्या सूर्यासारखे तळपत होते. त्यांच्या हुकूमशाही राजनीतीचा इटलीवर पूर्ण अंकुश होता. उग्र राष्ट्रवाद आणि जहाल लष्करी सत्ता यांमुळे इटलीने युरोपातील महासत्ता म्हणून घट्ट पाय रोवले होते. सर्वेसर्वा मुसोलिनीनेच इटलीचे पाहुणे म्हणून विश्वकवी रवीन्द्रनाथांना आमंत्रण पाठवले.

बोट जिनिव्हा बंदराजवळ पोहोचली, तेव्हा आधीच ठरल्यानुसार शाही इतमामी सरबराईप्रमाणे रवीन्द्रनाथ व इतर सर्व मंडळींना नेपल्सला घेऊन जाण्यासाठी खास वाहनांचा बंदोबस्त करण्यात आला होता.

रवीन्द्रनाथ जेव्हा नेपल्स इथल्या हॉटेलात पोहोचले, तेव्हा एक मध्यम वयाची इटालियन स्त्री त्यांची वाट पाहत थांबली होती. तिचे नाव होते प्रा. फार्मिकी, अन्ती रोम विद्यापीठात संस्कृतची प्राध्यापिका म्हणून काम करी. या फार्मिकीला रवीन्द्रनाथांची दुभाषी म्हणून खास कामगिरी देण्यात आली होती. रवीन्द्रनाथांना इटालियन भाषा येत नसल्याने, त्यांच्या इटलीच्या पूर्ण वास्तव्यात तिने सतत त्यांच्याबरोबर राहावे, असे आदेश तिला देण्यात आले.

लोकशाही देशात मुसोलिनीची हुकूमशाही टीकाविषय होती, पण तरीही मुसोलिनी एक शक्तिशाली आणि समर्थ राजपुरुष होता, याविषयी दुमत नव्हते. राजकारणातल्या या विविध प्रवाहांसंबंधी रवीन्द्रनाथ काही तज्ज्ञ नव्हते, पण मुसोलिनी सामर्थ्यवान आहे, याविषयी त्यांच्या मनात शंका नव्हती.

नेपल्सच्या वर्तमानपत्रांनी रवीन्द्रनाथांच्या आगमनाविषयी भरभरून लिहिले. इतिहासाला वळण देणाऱ्या या युगवर्तमानात मुसोलिनी हे महत्त्वपूर्ण भूमिका बजावणारे सामर्थ्यवान शासक आहेत, अशा शब्दांत रवीन्द्रनाथांनी मुसोलिनीची ओळख करून दिली. त्यामुळे वर्तमानपत्रांनी त्यांची ही विधाने मोठमोठ्या मथळ्यांनी प्रसिद्ध केली. खास दिवाणखान्याप्रमाणे सजवलेल्या दोन डब्यांच्या विशेष आगगाडीने त्यांना नेपल्सहून रोमला आणण्यात आले.

रोममध्ये आखलेल्या वेगवेगळ्या कार्यक्रमांत रवीन्द्रनाथांनी शिक्षण, साहित्य, संस्कृती आणि इतिहास यांवर व्याख्याने दिली. त्यांच्या सन्मानार्थ आयोजित केलेल्या एका विशेष कार्यक्रमात रवीन्द्रनाथ व्याख्याते होते आणि मुसोलिनी श्रोत्यांत बसलेले! व्याख्यान पूर्ण झाल्यावर ते रवीन्द्रनाथांना म्हणाले, ''मी तुमचा इटालियन चाहता आहे.''

इटलीचा प्रवास पूर्ण करून रवीन्द्रनाथ जेव्हा पॅरिसला येऊन पोहोचले, तेव्हा विश्वविख्यात चिंतनशील पुरुष आणि थोर विचारवंत रोमारोला यांच्याबरोबर त्यांची भेट ठरली होती. यापूर्वी इटलीच्या प्रवासात रवीन्द्रनाथांनी आपल्या विश्वभारतीचा परिचय करून देताना म्हटले होते, ''विश्वभारती वैश्विक नागरिक निर्माण करण्याचे स्वप्न पाहते. या संस्थेत एका इंग्रजाला सच्चा इंग्रज होण्याचे, एका चिनीला सच्चा चिनी होण्याचे आणि एका भारतीयाला सच्चा भारतीय होण्याचे शिक्षण दिले जाते.''

युरोपमधल्या अनेक विचारवंतांनी या प्रकारच्या विचारसरणीचा विरोध करताना लिहिले, 'ही एक वर्णसंकर प्रकारातील राष्ट्रीयता आहे, गैरलागू मिश्रण आहे आणि सत्याचा अपलाप आहे.'

रोमारोलानं हाच मुद्दा केंद्रस्थानी ठेवत कविवर्यांना सांगितलं, ''जातवर्गाच्या पूर्वग्रहाविना आपण सत्याचीच साधना केली पाहिजे. हे करताना आपण मानवी हितापासून दूर जात नाहीये ना, याविषयी सतर्क राहिले पाहिजे. मानव एक अन् अखंड आहे आणि आपण या वैश्विक मानवाचा स्वीकार केला पाहिजे; राष्ट्राचा नाही.''

अशा तऱ्हेने पूर्व आणि पश्चिमेकडल्या दोन उच्च व्यक्तित्वांत वैश्विक नागरिकत्वाबद्दल एकमत प्रकट झाले.

पण रोमारोलाने आणखी जे काही सांगितले, त्याने रवीन्द्रनाथांचे मन चरकले.

इटलीत रवीन्द्रनाथांच्या बरोबर दुभाषी म्हणून ज्या स्त्रीची नेमणूक करण्यात आली होती, ती खरोखर मुसोलिनींच्या अत्यंत विश्वासू हेरांपैकी एक होती.

रवीन्द्रनाथ ब्रिटिश प्रजाजन होते आणि ब्रिटिशांशी त्यांचे घनिष्ठ संबंधही होते, ही माहिती मुसोलिनीने आधीच मिळवलेली होती. इटलीत रवीन्द्रनाथ हुकूमशाहीविरोधी तत्त्वांना भेटू नयेत, या दृष्टीने या महिला हेराला दुभाषीचे काम सोपवले गेले. ही स्त्री रवीन्द्रनाथांच्या सर्व कार्यक्रमांवर बारकाईने नजर ठेवायची आणि क्षणाक्षणाची तपशीलवार माहिती मुसोलिनीला पोहोचवायची. या अशा इतक्या मोठ्या संशयाचे जाळे टाकलेल्या वातावरणातून आपण पार पडलो आणि आपल्याला त्याचा कसला गंधही आला नाही, या जाणिवेने रवीन्द्रनाथांना धक्का बसला.

पण रोमारोलाने जी दुसरी बातमी सांगितली, त्याने तर रवीन्द्रनाथांवर दुप्पट

आघात झाला. ते अतिशय संतापले. इटलीच्या वास्तव्यात आपली व्याख्याने तिथल्या स्थानिक वृत्तपत्रांत रोजच्या रोज प्रसिद्ध होत होती, हे रवीन्द्रनाथांना माहीत होते. मात्र या वृत्तपत्रांत काय छापले जातेय, हे भाषा कळत नसल्याने त्यांना समजायला मार्ग नव्हता. व्याख्यानाच्या संदर्भातल्या त्या लेखनाबरोबर त्यांचे फोटो असल्याने हा वृत्तांत ओळखता यायचा.

रोमारोलाने या इटालियन वर्तमानपत्री वृत्तांताचा अनुवाद करून त्यांना ऐकवला. त्यांत रवीन्द्रनाथ जे काही बोलले, त्यांतले क्वचितच काही होते. या सर्व वृत्तांतात हुकूमशाही राजवटीची प्रशंसा केली होती अन् खरोखर रवीन्द्रनाथ त्याबद्दल काहीच बोलले नव्हते.

मुसोलिनीने रवीन्द्रनाथांचा त्याच्या प्रसारासाठी तद्दन खोटा फायदा घेतला होता, हे समजल्यावर कविवर्यांना अत्यंत संताप आला. हे सर्व इटालियन वृत्तांत खोटे आहेत आणि आपण असे काहीही, कोठेही म्हटलेले नाही, हे स्पष्ट करणारे एक वर्तमानपत्री निवेदन त्यांनी तयार केले. या निवेदनाद्वारे आपण हुकूमशाहीचा निषेध करतो, हेही त्यांनी नमूद केले.

आपले हे निवेदन इटलीतल्या वर्तमानपत्रात प्रसिद्ध होणे शक्य नाही, याची खात्री असल्याने त्यांनी ते लंडनच्या 'मॅन्चेस्टर गार्डियन' या पत्रात प्रसिद्ध करण्यासाठी पाठवले.

ज्या दिवशी 'मॅन्चेस्टर गार्डियन'मध्ये हे निवेदन छापून आले, त्याच्या दुसऱ्याच दिवशी बहुतेक सर्व इटालियन वर्तमानपत्रांत रवीन्द्रनाथांची निंदानालस्ती करणारे लेखन छापून आले.

'कविवर्य पौंड-स्टर्लिंगचे हुजरे आहेत!' असे छापण्यात आले. इतकेच नव्हे, तर त्यांना धिक्कारणारे, आव्हान देणारे जे लेखन प्रसिद्ध झाले; त्यात अत्यंत हीनपणानं तुच्छतादर्शक शब्दात लिहिण्यात आले, 'म्हातारड्या! तुझी दाढी भादरून टाक...'

रवीन्द्रनाथ या परदेशप्रवासाहून हिंदुस्थानात परत आले. त्यानंतर थोड्याच दिवसांत एक वाईट गोष्ट घडली. भाभीराणी कादंबरीचे पती म्हणजे रवीन्द्रनाथांचे मोठे भाऊ ज्योतिरिन्द्रनाथ कलकत्त्यात राहायचे. काही कामानिमित्त ते रांचीला गेले आणि रांचीतच त्यांचे अचानक देहावसान झाले. ही बातमी शांतिनिकेतनात आली, तेव्हा इतर अध्यापकांबरोबर काहीतरी कामात रवीन्द्रनाथ गुंतले होते.

ज्योतिरिन्द्रनाथांच्या मृत्यूने कादंबरीशी असलेल्या संबंधाचा शेवटचा तंतू तुटून गेला, अशी एक असहायता त्यांच्या मनात गडदपणाने दाटून आली. आज ते जे काही होते, त्यात भाभीराणी अन् ज्योतिरिन्द्रनाथांचा फार मोठा हात होता. जोडासांकातले वातावरण सतत कला आणि साहित्याने दरवळलेले असायचे आणि या सर्वांत

ज्योतिरिन्द्रनाथांचाच पुढाकार असायचा. रवीन्द्रनाथ निःशब्द झाले. जणू एक कालचक्र पूर्ण झाले.

ज्योतिरिन्द्रनाथांच्या मृत्यूची कळ अजून पुरती मनात जिरली नव्हती, तेवढ्यात खुद्द शांतिनिकेतनातच दुसरा एक दुःखद प्रसंग घडला. महर्षी देवेन्द्रनाथांच्या पंधरा मुलांपैकी सर्वांत मोठे म्हणजे द्विजेन्द्रनाथ. शांतिनिकेतन सुरू झाले, तेव्हापासून ते इथेच राहायचे. गेल्या काही वर्षांत शांतिनिकेतन परिसरात त्यांच्यासाठी एक वेगळे घरही बांधण्यात आले होते.

सणसमारंभाच्या निमित्ताने रवीन्द्रनाथ या बडोदादांना चरणस्पर्श करायला जायचे, तेव्हा द्विजेन्द्रनाथ म्हणायचे, ''रवी, तू आता फार मोठा माणूस झाला आहेस अन् तू मला असा नमस्कार करतोस, ते कसं वाटतं बरं?''

''फार बरं वाटतं, बडोदादा!'' रवीन्द्रनाथ हसून म्हणायचे, ''ज्यांच्या चरणाची धूळ कपाळाला लावावी, असे तुम्हीच तर राहिला आहात.''

द्विजेन्द्रनाथ आपल्या या लहान भावाच्या साधेपणाकडे समाधानाने पाहत राहायचे. ज्योतिरिन्द्रनाथांच्या मृत्यूनंतर एकंदर नऊ भावांपैकी रवीन्द्रनाथांना हा एकच भाऊ राहिला होता.

या बडोदादांचे शांतिनिकेतनातच, त्यांच्या निवासस्थानी देहावसान झाले.

परत एकदा रवीन्द्रनाथ जणू खोल-खोल जाणाऱ्या शून्यात फेकले गेले, पण मृत्यू ही आता त्यांच्यासाठी असह्य प्रक्रिया राहिली नव्हती. आई, वडील, बहीण, भाऊ, पत्नी, मुलं ही सगळी जणं धरून, आपल्या अस्तित्वाचेच अंगरूप असलेल्या सोळा कुटुंबीयांचे मृत्यू त्यांनी या प्रदीर्घ काळात पाहिले होते, त्यांच्या वेदनांचे भोगवटे साहिले होते. सुरुवातीच्या वर्षांत मृत्यूनं जी भकासतेची भावना निर्माण व्हायची, ती रिक्तता आता येत नव्हती. कविवर्य स्वतःच जणू काही अशा प्रत्येक प्रसंगात मृत्यूसमोर बसून संवाद करायचे.

त्या रात्री कवींनी लिहिले,

'मृत्यूला भिऊन, मला मरायचं नाहीय.'

या दरम्यान सान इसीड्रोच्या मुक्कामात ज्या कविता लिहिल्या होत्या, त्या 'पूर्वी' या नावाच्या संग्रहरूपात प्रसिद्ध झाल्या होत्या. या प्रत्येक कवितेच्या सृजनक्षणी विजयाची छाया कुठे ना कुठे तरळत राहिली. रवीन्द्रनाथांनी हे पुस्तक विजयाला अर्पण केले आणि अर्पण करताना लिहिले की, 'यांतील एकही कविता तू वाचू शकणार नाहीस, समजू शकणार नाहीस; पण या कवितांचा कवी तुझ्याजवळ राहिला, त्यापेक्षा या कविता अधिक काळ तुझ्यापाशी राहतील.'

संग्रहाच्या पहिल्याच पानावर छापलेल्या 'विदेशी फूल' या कवितेत त्यांनी लिहिले होते, 'हे विदेशी फुला, तुला मी हृदयाशी धरतोय आणि विचारतोय की,

तुझे घर कुठे आहे? तू माथे हलवून म्हणतोयस की, मला माहीत नाही. तेव्हा मला असं वाटतंय, की ते घर तू ज्या हृदयात राहतोस, ते हृदयच आहे!''

'शेष वसंत' नावाच्या दुसऱ्या एका कवितेत त्यांनी लिहिले, 'तू आनंद पुष्पासारखी आहेस आणि माझ्याजवळ विषादाखेरीज दुसरे काहीच नाही. आपण अदलाबदल केली, तर तुझं मात्र नुकसान होईल. माझ्या भोळेपणावर हसत असावीस, अशा तऱ्हेनं तू म्हणालीस, चला– आपण अदलाबदल करू, तुमच्या विषादाचे मी आनंदात परिवर्तन करेन.'

*

याच काळात ज्योतिरिन्द्रनाथ आणि द्विजेन्द्रनाथ यांच्या मृत्यूसारखाच अजून एक आघात त्यांच्यावर झाला. शांतिनिकेतनात देशातले अग्रणी व्यक्तित्व आणि काँग्रेसचे नेते स्वामी श्रद्धानंद नेहमी यायचे. रवीन्द्रनाथ आणि दीनबंधू ॲन्ड्र्यूजशी त्यांचे घनिष्ठ मैत्रभाव होते. धर्मांतराच्या प्रश्नाबाबत मुस्लिम मुल्ला-मौलवींनी जी आक्रमक भूमिका घेतली, त्याला स्वामी श्रद्धानंद विरोध करत होते. अज्ञान, लोभ आणि बळजबरीने ज्या हिंदूचे धर्मपरिवर्तन करण्यात आले; त्या हिंदूंना समजावून सांगत, त्यांना पुन्हा मूळ धर्मात आणण्याची जोरदार मोहीम त्यांनी सुरू केली होती. मुस्लिम मूलतत्त्ववाद्यांना स्वामी श्रद्धानंदाची ही मोहीम सहन होणे शक्यच नव्हते. त्यांना स्वामी श्रद्धानंदाविरुद्ध आक्रमक प्रचार सुरू केला अन् शेवटी एक दिवस त्यांची हत्या केली.

या हत्येचे वृत्त शांतिनिकेतनात येऊन पोहोचले, तेव्हा रवीन्द्रनाथ प्रक्षुब्ध झाले.

या प्रसंगाबद्दल आपली प्रतिक्रिया तत्काळ जाहीर करताना त्यांनी म्हटले, ''कोणत्याही धार्मिक मूलतत्त्ववादाचा कडक शब्दांत निषेध करत असतानाही मला एक गोष्ट सांगितलीच पाहिजे, की या प्रकारची मुस्लिम आक्रमकता हिंदू जर नरमाईनं सहन करत राहतील, तर अशा आक्रमक तत्त्वांना आपण उत्तेजन देतो, असा त्याचा अर्थ होईल.''

शांतिनिकेतनच्या उपक्रमात स्वामी श्रद्धानंद सक्रियतेने सहभागी व्हायचे. इतकेच नव्हे तर, रवीन्द्रनाथांसाठी ते एक आदर्श व्यक्तिमत्त्व अन् त्यांचे अगदी जवळचे सल्लागार होते. त्यांच्या या एकाएकी जाण्याने रवीन्द्रनाथांच्या जगण्याला एक मोठाच फटका बसला.

*

आठव्या वर्षी रवीन्द्रनाथांनी पहिली कविता लिहिली. कविता, कथा, नाटक, निबंध अशा साहित्याच्या विविध प्रकारांतून त्यांनी आपल्या अभिव्यक्तीला वाचा

दिली. याखेरीज संगीत आणि नृत्य यांसारख्या कलामाध्यमांतही ते लीलया आविष्कार करत. आता ते जवळजवळ अडुसष्ट वर्षांचे व्हायला आले होते. गेल्या साठ वर्षांपासून अभिव्यक्तीच्या या विविध माध्यमांद्वारे त्यांना जे काही सांगायचे होते, ते प्रकट होत होते; पण त्यांच्या सर्जनशील मनाला आता नव्या माध्यमाच्या शोधाची आस लागली होती.

त्याचे कारण होते सान इसीड्रोतील विजयाच्या आतिथ्यकाळातील काव्यलेखनसमयी शब्दबदल करताना त्यातून रेखल्या गेलेल्या विविध आकृत्या. या आकृत्यांतून कसल्यातरी अमूर्त भावांची अभिव्यक्ती होत आहे, असे त्यांना वाटले. निव्वळ मोकळेपणीच्या क्षणी काट मारलेले शब्द जोडले असता, जे आकार निर्माण होत होते, त्या आकारांतही काही एक अभिव्यक्ती आहे, हे त्यांना जाणवायला लागले. हे कागद पाहून तर विजयाने त्यांचे याकडे लक्ष वेधले होते.

विजयाचे हे बोलणे तेव्हा त्यांनी फार गंभीरतेने घेतले नव्हते; पण आता विजया नसताना मात्र तिच्या बोलण्यात अर्थ आहे, असे त्यांना जाणवले. चित्रांतून स्वत:ला व्यक्त करण्याच्या एका नव्या शोधयात्रेला त्यांनी प्रारंभ केला.

थोड्याच दिवसांत त्यांना जाणवायला लागले, की चित्रकलेचे माध्यमही साहित्य आणि संगीतासारखेच त्यांचे स्वत:चे होते. फार थोड्याच दिवसांत त्यांच्या कुंचल्याने असंख्य चित्रे काढली. रंग आणि रेषांतून निर्माण झालेल्या अमूर्त चित्रांइतकीच वास्तवशैलीतील चित्रेही त्यांनी रेखाटली.

एकदा दुपारी आपल्या या चित्रांकडे निरखून पाहताना रवीन्द्रनाथांच्या मनात काहीतरी लकाकलं. रंग आणि रेषांतून जे चेहरे रेखाटले, उमटले त्यांत एक अनोखे साम्य होते. जागृत मनाच्या पातळीवरून या साम्याविषयी काही कळले नसते. जवळजवळ सगळ्याच चेहऱ्यांत कुठे ना कुठे कादंबरी आणि विजया, कोणत्या ना कोणत्या रेषांतून, अवकाशात समोर येत होत्या. नेणिवेतून जाणीव पातळीवर प्रकट झालेल्या या अनवट सृष्टीकडे कविवर्य तटस्थपणाने पाहत राहिले आणि पुन्हा हातात कुंचला घेऊन चित्रांच्या सर्जनात हरवून गेले.

*

यानंतर काही दिवसांतच एक समारंभ साजरा करण्यात शांतिनिकेतन गढून गेले. ही पर्वणी होती, विश्वकवी रवीन्द्रनाथ टागोरांच्या अडुसष्टाव्या वाढदिवसाची. शांतिनिकेतनातील अध्यापक आणि कर्मचारी हे सगळेच जण हा कार्यक्रम कसा साजरा करावा, याविषयी विचार करत होते.

"गुरुदेव कवी आहेत आणि कवी म्हणजे राजाच." एका शिक्षकाने सूचना केली, "राजाचा जन्मदिवस राजेशाही पद्धतीनं साजरा व्हावा."

"राजे आता मांडलिक झालेत!" दुसऱ्या अध्यापकाने त्यात सुधारणा सुचवली, "हिंदुस्थानातील सगळेच राजे इंग्रज सरकारचे ताबेदार आहेत. कविवर्य कुणाचे ताबेदार नाहीत."

"राजांचा जन्मदिवस पूर्वी सुवर्णतुलेनं साजरा केला जायचा." तिसऱ्या कुणी पुढे म्हटले, "गुरुदेव अंकित राजे नाहीत, म्हणून त्यांची तुला सोन्यापेक्षा अधिक मूल्यवान वस्तूने केली पाहिजे."

अध्यापकमंडळी सुवर्णापेक्षा अधिक मूल्यवान अशा गोष्टींचा विचार करत होती. बरीच चर्चा झाल्यावर प्रत्यक्ष गुरुदेवांचेच मार्गदर्शन घ्यावे, असे ठरले.

रवीन्द्रनाथांकडे जाऊन आपल्या मनातला मूळ हेतू फारसा स्पष्ट न करताच मंडळींनी याविषयी मोघम चर्चा केली. आपले हे निकटचे शिष्य हा तपास कशासाठी करताहेत, हे काही त्यांच्या पटकन लक्षात आले नाही.

मनातल्या मनात थोडासा विचार केल्यावर त्यांनी स्वतःचे मत सांगितले, "मला वाटते, की पुस्तक ही सर्वांत मूल्यवान अशी गोष्ट आहे. सुवर्णच काय, पण हिरा, माणिक किंवा रत्नंसुद्धा उत्तम पुस्तकाच्या मौलिकतेशी बरोबरी करू शकत नाहीत."

गुरुदेवांच्या या अभिप्रायाचे सर्व अध्यापकांनी टाळ्यांचा कडकडाट करून स्वागत केले. या सगळ्यांनी या प्रश्नामागचे मूळ कारण सांगितले, तेव्हा ते गोडसे लाजत संकोचले.

शेवटी वाढदिवसाच्या दिवशी रवीन्द्रनाथांची पुस्तकतुला करण्यात आली. तराजूच्या पारड्यात रवीन्द्रनाथांचीच सगळी पुस्तके ठेवली आणि तुलेच्या शेवटी ही पुस्तके बंगालमधल्या वेगवेगळ्या ग्रंथालयांना भेट म्हणून पाठवून दिली.

२१

एलिझाबेथ एक हंगेरियन कलाकार तरुणी. चित्रकलेचा वारसा तिला तिच्या आईकडून मिळाला होता अन् तिच्या आईने तत्कालीन हंगेरियन चित्रकारांमध्ये स्वत:चे एक स्थान निर्माण केले होते, पण तरीही परिस्थितीवशात हंगेरीची सीमा ओलांडून तिला चित्रकलेचा काही विशेष अभ्यास करता आला नाही. आपले हे अपूर्ण इप्सित मुलीने पूर्ण करावे, असा एक ध्यास तिला होता. लहानपणापासूनच आईची ही इच्छा कळल्याप्रमाणे एलिझाबेथने चित्रकलेत उच्चकोटीतली सिद्धी मिळवली.

हंगेरीव्यतिरिक्त जगातल्या वेगवेगळ्या देशांतल्या चित्रकलेचे दर्शन घ्यावे, त्याचा अभ्यास करावा, यासाठी ती आणि तिची वयस्क आई जगप्रवासाला निघाल्या.

या प्रवासात एलिझाबेथ हिंदुस्थानात आली आणि हिंदुस्थानातल्या वेगवेगळ्या ठिकाणच्या संस्थांतून अभ्यास केल्यावर ती शांतिनिकेतनात येऊन पोहोचली. विश्वभारतीतल्या कलाभवनात अवनीन्द्रनाथांच्या मार्गदर्शनाखाली तिने भारतीय चित्रकलेचा सखोल अभ्यास सुरू केला. या अभ्यासाच्या काळातच तिचा रवीन्द्रनाथांशी परिचय झाला, ओळख झाली.

याच सुमारास रवीन्द्रनाथांनी आपल्या अभिव्यक्तीसाठी चित्रकला हे माध्यम आवडीने आपलेसे केले होते. शांतिनिकेतनच्या आवारात श्यामली बंगल्यात चित्रकला सर्जनासाठी आपला असा एक खास स्टुडिओ उभा केला. हा स्टुडिओ उभा करण्यासाठी, त्यात काम करण्यासाठी अवनीन्द्रनाथांनी एलिझाबेथला रवीन्द्रनाथांची सहायक म्हणून मदत करण्यास सांगितले.

एलिझाबेथसाठी तर हे काम आवडीचे होते. रवीन्द्रनाथांच्या प्रतिभेतील विश्वात्मकता तिला दिपवून टाकत होती. शांतिनिकेतनच्या मुक्कामात रवीन्द्रनाथांना तिने जवळून पाहिले, ऐकले होते. या साऱ्याने तिच्या मनात रवीन्द्रनाथांची एक विशेष प्रतिमा निर्माण झाली होती आणि अशात अवनीन्द्रनाथांनी तिला रवीन्द्रनाथांच्या समीप सहवासाची संधी दिल्याने तिचे मन आनंदले.

रवीन्द्रनाथ ज्या पद्धतीने चित्रकलासाधनेत काठोकाठ भरलेल्या जलाशयासारखे होऊन जायचे, त्याकडे न्याहाळत राहण्यात एलिझाबेथला परम आनंद व्हायचा. काम करतानाच्या त्यांच्या खास सवयी, त्यांच्या लकबी, त्यांच्या गरजा हे सगळे तिने थोड्याच अवधीत जाणून घेतले. कित्येकदा एलिझाबेथच्या या तत्परतेचे रवीन्द्रनाथांना आश्चर्य वाटायचे.

"लीझ्, तू स्वत: एक उत्तम चित्रकार आहेस, ही माझ्या दृष्टीने फार समाधानाची बाब आहे." रवीन्द्रनाथांनी एकदा समाधानाने म्हटले.

"ते कसं गुरुदेव?"

"कोणत्याही कलाकारासाठी तो ज्या माध्यमात काम करतो, त्या माध्यम अभिव्यक्तीच्या समस्या काय आहेत, याची समज असणे, ही अगदी प्राथमिक गरजेची गोष्ट आहे." गुरुदेवांनी लहान मुलाला समजवावे अशा सरलतेने म्हटले, "ही गरज तुला अगदी बरोबर कळते आणि तुझ्या या समजशक्तीची मला फार मदत होतेय."

एलिझाबेथच्या मनात जणू काही चांदणे झरले. गुरुदेवांच्या या निरीक्षणाने तिचे मन खुलून गेले.

"एक विचारू, गुरुदेव?" एक दिवस तिने अतिशय नम्रपणाने, रवीन्द्रनाथांकडे पापणीही न लववता एकाग्रपणाने पाहत म्हटले, "तुम्ही इतक्या वर्षांपासून अक्षरांची आराधना केलीत अन् आता या वयात आराधनेचे माध्यम कसे काय बदललेत?"

"मी माध्यम नाही बदललं, लीझ्!" रवीन्द्रनाथांनी हसत-हसत म्हटले, "माझ्या जुन्या माध्यमाच्या बरोबरच, त्यालगतच हे नवे माध्यम अंकुरत वर आले."

इतके म्हणून रवीन्द्रनाथांनी एलिझाबेथच्या समोर आपला हात पुढे करत म्हटले, "पण मी तुला एक प्रश्न विचारू?"

"तुम्ही मला गोंधळात टाकलंत, गुरुदेव!" एलिझाबेथ म्हणाली, "मी विचारल्यावर तुम्हाला विचारावं लागतंय, असा कोणता प्रश्न असू शकेल?"

"प्रश्न काहीसा असाच आहे! अभिव्यक्तीचे माध्यम म्हणून तू चित्रकला का निवडलीस?"

"कदाचित माझ्या आईकडून आलेले संस्कार त्याला कारणीभूत असतील!" एलिझाबेथने जसे सुचले तसे उत्तर दिले.

"कलेचे संस्कार वारसागत असतील तर माझी मुलं कवी, लेखक, चित्रकार आणि संगीतकार झाली असती! पण ज्या रीतीनं व्यावसायिकांची मुलं ज्या-त्या व्यवसायात शिरकाव करतात, तसं कलेच्या क्षेत्रात नाही होत." रवीन्द्रनाथांनी

गंभीरपणाने म्हटले, ''खरं तर असं आहे, की प्रत्येक कलाकाराजवळ स्वत:ची अशी एक भावशक्ती असते. सामान्य माणसं आपले भाव, वाणी किंवा वर्तन अथवा अन्य कशातून तरी व्यक्त करतात; पण कलाकार स्वत:च्या भावोर्मी साहित्य, शिल्प, संगीत, चित्रकला यांसारख्या माध्यमांद्वारे प्रकट करतो. यातले कोणते माध्यम आपल्या भाववाहित्वासाठी अनन्य आहे, हे शब्दांतून नाही समजावता येणार. कदाचित प्रत्येक माध्यमाची भाषा तो स्वत:च जन्मापासून जाणत असावा. तुझी आई चित्रकार नसती तरी तू चित्रकारच झाली असतीस!''

एलिझाबेथ अतिशय मुग्धतेने रवीन्द्रनाथांची वाणी ऐकत राहिली. आत्तापर्यंत अनेक परिसंवादांत, चर्चासत्रांत तिने भाग घेतला होता, कलाविषयक नवनवीन सूक्ष्म, तरल विचारधारणा तिने ऐकल्या होत्या; पण हे दर्शन तिच्यासाठी नवे होते.

''साहित्य किंवा संगीताचं माध्यम मला अभिव्यक्तीसाठी अपुरं वाटतंय, म्हणून मी चित्रकलेचं माध्यम स्वीकारलं, असं नाही.'' रवीन्द्रनाथांनी आपल्या सांगण्याचा धागा पुढे नेत म्हटले, ''साहित्य आणि संगीताच्या माध्यमातून मी जे सांगितलं, तेच या नव्या माध्यमातूनही सांगू पाहतोय. ज्याप्रमाणे संगीतातील विविध सूर संगीतकाराच्या एकाच भावानुभवाला वाचा देत असतात, तसंच या माध्यमाचं आहे.''

''तर मग गुरुदेव, माझी चित्रं तुमच्या चित्रांहून कोणत्या तऱ्हेनं वेगळी आहेत?'' एलिझाबेथला वाटले की, एखाद्या पिसाप्रमाणे हलकी-हलकी होत ती रवीन्द्रनाथांच्या प्रवाहात अलगद तरंगत राहिलीय.

''स्थळकाळाच्या संदर्भात कितीतरी परिवर्तन शक्य आहे, पण शाश्वताच्या संदर्भात मात्र कला सर्वत्र अविचल आहे. हे ऐक्यच सर्व मानवी अभिव्यक्तीला माध्यमरूप देते.''

एलिझाबेथ मुग्धता अन् भक्ती यांच्या प्रवाहात सचैल भिजत राहिली.

*

काही दिवसांनी एलिझाबेथचा अभ्यासक्रम पूर्ण झाला. तिच्या आईलाही आता मायदेशी परतण्याची ओढ लागली होती. निघायच्या आदल्या दिवशी संध्याकाळी लिझ्ने रवीन्द्रनाथांची भेट घेतली.

''गुरुदेव, इथून मला निघावंसं वाटत नाहीये... पण गेल्याशिवाय सुटका नाही. मला आशीर्वाद द्या.'' भारतीय पद्धतीनं रवीन्द्रनाथांना पदस्पर्श करत, ती त्यांच्या पायाजवळ बसली.

''जाणं अनिवार्य आहे, लीझ्!'' रवीन्द्रनाथ तिच्या मस्तकावर हात ठेवत म्हणाले, ''जीवनात आपण सगळे जण पुढे-पुढे जातच असतो. कुणीही व्यक्ती,

कधीही सतत स्थिर राहू शकत नाही. आपले स्थान आणि स्वजन हे सगळेच सतत बदलत असते. या गतिचक्राला सहजस्वभाव मानून जे स्वीकारतात, तेच जगू शकतात.''

एलिझाबेथला निरोपाचा हा संदेश कल्पनातीत होता. रवीन्द्रनाथांबद्दलचा हा भक्तिभाव तिला स्वत:ला काही कळायच्या आधीच एका विचित्र प्रेमभावात गुरफटून गेला. रवीन्द्रनाथ जे म्हणाले, ते जणू काही या भावनेला छेद देत, भेदू पाहत होते.

''मी तुम्हाला नाही विसरू शकणार, गुरुदेव!'' तिने रवीन्द्रनाथांच्या हातावर आपले मस्तक टेकवले.

''आपण सगळ्यांनी परस्परांना सतत स्मरणात ठेवावं, यातच जगण्याची सार्थकता आहे, लीझ्! जा, तुला माझा आशीर्वाद आहे.''

पण एलिझाबेथला स्वत:लाही वाटले नव्हते, असे काहीतरी झाले. मुग्धता, भक्तिभाव अन् मग कुठलासा अबोध तरल असा स्नेह यांच्या वाहत्या झऱ्यासारख्या भावावस्थेतून रवीन्द्रनाथांची प्रतिमा तिच्या मनात व्यापून राहिली.

शांतिनिकेतन सोडल्यावर अचानक जणू ती एका शून्यात फेकली गेली. रवीन्द्रनाथांशिवाय आपण असहाय झालो आहोत, असा विचित्र शून्यमनस्क भाव तिला घेरून आला.

तिने रवीन्द्रनाथांना एक पत्र लिहिले-

'गुरुदेव,

तुम्हाला पाहण्यासाठी माझी तळमळ होतेय. पंख कापलेल्या घायाळ पक्ष्यासारखी माझी अवस्था झालीय. खरंच! असं वाटतंय, की भले काही क्षणांसाठी का होईना, उडत-उडत मी तुमच्याकडे यावे.'

रवीन्द्रनाथांनी हे पत्र वाचले आणि क्षणभर ते खोल विचारात बुडून गेले. जगण्यातल्या शेवट-शेवटच्या वर्षांत रुसलेली माधुरीलता त्यांना आठवली. ही माधुरीलता, लहानशी बेला– किती लाडकी अन् खेळकर! या बेलानेच मागच्या वर्षी वडलांपासून तोंड फिरवले होते. बेला स्वर्गातून लिहू शकली असती तर?

एलिझाबेथच्या या पत्राला त्यांनी काहीच उत्तर पाठवले नाही.

थोड्याच दिवसांनी एलिझाबेथचे दुसरे पत्र आले,

'माझे प्रिय प्रिय प्रिय कविवर्य,

मी तुम्हाला पाहायला तळमळतेय. तुमचे शब्द ऐकायला माझे कान उत्सुक आहेत. असे वाटतेय, की माझे डोळे आणि माझे कान तृप्त झाले नाहीत, तर माझे हृदय फाटून त्याचा चक्काचूर होईल.'

हे दुसरे पत्र मिळाले तेव्हा रवीन्द्रनाथ थोडेसे चिंतामग्न झाले. एलिझाबेथबद्दल

त्यांच्या मनात अपार स्नेह आणि ममत्व होते. एलिझाबेथचा सहवास श्यामलीच्या भिंतींनाही चैतन्यपूर्ण करून गेला, हे त्यांनीही अनुभवले होते.

मीरा कलकत्त्यात होती, रथीन्द्र आणि प्रतिमा जहागिरीची जबाबदारी संभाळत होते.

स्टुडिओच्या ज्या-ज्या सरंजामावरून एलिझाबेथचा हात फिरला होता, त्या सरंजामावरून रवीन्द्रनाथांनी आपला हात फिरवला.

तेवढ्यात एलिझाबेथचे तिसरे पत्र आले-

'सौंदर्याचे सरताज अशा माझ्या प्रिय कवी,

तुम्हाला कदाचित असे वाटत असेल की मी जरा जास्तच भावनाशील आहे. पण काय करू मी? मला तुमच्याबद्दल प्रेम असेल आणि तुमच्याविना राहवत नसेल, तर मी काय करावे?'

या वेळेस रवीन्द्रनाथांनी तिला लगेच उत्तर लिहिले-

'बेटी,

तुझी पत्रं मिळाली. माझ्याच्यानं उत्तर देणं होणार नाही. तुला कळलं पाहिजे की, मी आता जुने संबंध विसरावेत आणि नवे निर्माण करू नये, हे हितकारक आहे. आपल्या दोघांतील वयाचे अंतर तू लक्षात ठेवले पाहिजेस.'

आणि मग खाली लिहिले,

'लिझास गुरुदेवांचा स्नेहमयी आशीर्वाद.'

*

कॅनडाच्या व्हँकुव्हर शहरात एक शिक्षणविषयक आंतरराष्ट्रीय परिषद भरणार होती. या परिषदेचे मुख्य पाहुणे म्हणून विशेष व्याख्यान देण्यासाठी आयोजकांनी रवीन्द्रनाथांना आमंत्रण पाठवले. रवीन्द्रनाथांनी अनेक वेळा परदेशवाऱ्या केल्या होत्या, पण या आधी ते कॅनडाला गेले नव्हते. त्यांनी हे आमंत्रण स्वीकारले.

रवीन्द्रनाथ जेव्हा व्हँकुव्हरला पोहोचले, तेव्हा शेजारीच असलेल्या अमेरिकेत जायचे, असे काही त्यांचे ठरले नव्हते; पण व्हँकुव्हरमध्ये त्यांनी जे व्याख्यान दिले, ते अतिशय प्रभावी झाले. दोन हजार श्रोते सामावतील असा तो हॉल खच्चून भरला होता. इतकेच नव्हे, तर जवळजवळ तीन हजार माणसे सभागृहाच्या बाहेर कान देऊन उभी होती.

त्या दिवसांत कॅनडात असलेल्या ब्रिटिशांच्या प्रभावामुळे आशियाई, विशेषत: भारतीय माणसांबद्दल, एक तिरस्काराची भावना भरली होती; पण तरीही इतक्या श्रोत्यांनी रवीन्द्रनाथांचे व्याख्यान लक्षपूर्वक ऐकले; टाळ्यांच्या कडकडाटाने त्यांना अभिवादन केले आणि वर्तमानपत्रांनी उत्साहाने भरभरून त्याविषयी लिहिले.

त्यांचे हे व्याख्यान चांगलेच गाजले; त्यामुळे शेजारच्या राष्ट्रातील, अमेरिकेतील हार्वर्ड, कोलंबिया आणि कॅलिफोर्निया या विद्यापीठांनी त्यांना निमंत्रणे पाठवली. अमेरिकेला जायचा तसा काहीच बेत नव्हता, पण या व्याख्यानांनी पैसे मिळाले तर विश्वभारतीच्या उपक्रमांना त्यामुळे मदत होईल, या विचाराने त्यांनी अमेरिकेला जायचे ठरवले. अमेरिकेच्या प्रवासासाठी जरूर असे संमतिपत्र मिळवण्यासाठी व्हँकुव्हरमधल्या अमेरिकन दूतावासाशी त्यांनी संपर्क साधला, त्या वेळेस त्यांच्या लक्षात आले, की आपल्या प्रवासी कागदपत्रांतून आपला पासपोर्ट कुठेतरी हरवलाय आणि काही केल्या तो सापडत नाहीये. हाताशी वेळ थोडाच उरला होता, म्हणून पासपोर्ट हरवण्याची ही घटना अमेरिकन दूतावासाच्या कचेरीत कळवली आणि अमेरिका प्रवासाचा आपला उद्देश लक्षात घेऊन आवश्यक ती कार्यवाही करण्याची विनंती केली. दुसऱ्या दिवशी सकाळी विशिष्ट वेळेत रवीन्द्रनाथांनी या कचेरीत प्रत्यक्ष मुलाखतीसाठी उपस्थित राहावे, असे त्यांना कळवण्यात आले.

ठरलेल्या वेळी रवीन्द्रनाथ आपल्या खासगी सचिवांसह या दूतावासाच्या कचेरीत जाऊन पोहोचले. रवीन्द्रनाथांनी आपण आल्याचे कळवले तेव्हा त्यांना कळवण्यात आले, की मुलाखत घेणारे ऑफिसर दुसऱ्या कामात गुंतले असल्याने त्यांनी वाट पाहावी.

"पण त्यांनीच मला या वेळेत बोलावले आहे. ही वेळ माझ्यासाठी निश्चित झालेली आहे." रवीन्द्रनाथांनी थोड्याशा नाराजीने म्हटले.

"असेल. पण कचेरीतल्या अधिक महत्त्वाच्या कामात ते गुंतले असल्याने तुम्हाला थांबावे लागेल." त्यांना उत्तर देण्यात आले.

रवीन्द्रनाथांना हा अनुभव नवाच होता. पश्चिमेत वेळेचे बंधन पाळण्याची जी संस्कृती आहे, तिची ते नेहमी प्रशंसा करायचे; पण इथे अगदी त्याविरुद्ध वर्तन दिसत होते. त्यांना धक्का बसला, पण दुसरा काहीच मार्ग नसल्याने मुलाखतीसाठी असलेल्या कक्षात ते बराच वेळ वाट पाहत बसून राहिले. शेवटी मग एकदाचे त्यांना आत बोलावण्यात आले. मुलाखत घेणाऱ्या ऑफिसरने दिलेली वेळ आपण पाळू शकलो नाही व रवीन्द्रनाथांना वाट पाहत थांबावे लागले, याबद्दल औपचारिक का होईना, दिलगिरीचे चार शब्दही उच्चारले नाहीत. कविवर्य त्यामुळे अधिकच नाराज झाले.

"मिस्टर ऑफिसर, तुम्ही मला वेळ दिली होती आणि माझी प्रतिष्ठा तसेच प्रवासाचा उद्देश तुम्ही लक्षात घ्यायला हवा होता." रवीन्द्रनाथांनी आपला रोष प्रकट करत म्हटले.

"माझे कामकाज मला चांगले समजते. मला त्यात कुणाच्या मार्गदर्शनाची गरज नाही." ऑफिसरने अत्यंत तुसडेपणाने त्यांचे बोलणे मधेच तोडत म्हटले,

"तुमचा उद्देश लक्षात घेता आणि पासपोर्ट हरवलाय हे कळता, मला तुम्हाला अनेक प्रश्न विचारायचेत.''

"तुम्ही आनंदानं विचारू शकता.'' रवीन्द्रनाथ म्हणाले.

"तुमच्या या प्रवासाचा खर्च कोण करणार आहे?''

"ही सर्व माहिती मी माझ्या पत्रात लिहिली आहे.'' रवीन्द्रनाथांनी सांगितले. "मी व्हँकुव्हरमध्येही निमंत्रणानेच आलो होतो आणि अमेरिकेतही निमंत्रणानेच जातोय.''

"बरंय. पण तुम्ही अमेरिकेत जाऊन कायमसाठी तिथे राहणार नाहीत, हे कशावरून? तुम्ही राहणार नाहीत याची खात्री देऊ शकाल?'' ऑफिसरने दुसरा प्रश्न विचारला.

रवीन्द्रनाथांना हा प्रश्न अनपेक्षित होता. याआधी असला प्रश्न त्यांना कुणी विचारला नव्हता. आपल्यासंबंधी जरूर ती सगळी कागदपत्रे सादर केलेली असतानाही हा ऑफिसर असले प्रश्न विचारतोय, हे कळल्यावर त्यांना धक्का बसला.

"आणि मला हेपण विचारायचे आहे, की याआधी तुमच्याविरुद्ध काही पोलीस कारवाई झाली आहे काय?'' ऑफिसरने तिसरा प्रश्न विचारला. "आणि अशा काही कारवाईनंतर तुम्हाला तुरुंगवास झाला आहे काय?''

प्रश्नांचा हा मारा रवीन्द्रनाथांना फार अपमानास्पद वाटला.

त्यांनी काहीसे चिडून म्हटले, "मिस्टर ऑफिसर, मी अमेरिकेत तुमचा पाहुणा म्हणून निघालो आहे. असले सगळे प्रश्न तुम्ही मला निमंत्रण पाठवणाऱ्यांना विचारायला हवेत.''

"तुम्हाला माझ्या प्रश्नांची उत्तरे द्यायची नसतील, तर मी काही तुम्हाला जबरदस्तीने बोलायला लावणार नाही; पण तुमच्या दस्तावेजावर नोंद मात्र करीन.'' ऑफिसरनं अचानक मुलाखत आटोपती घेत म्हटले, "पाहा, तुम्हाला सही करता येत असेल, तर या नोंदीवर तुम्ही करू शकाल.''

ऑफिसरचे हे शेवटचे बोलणे रवीन्द्रनाथांना असह्य झाले. संतापानं काळे-निळे होत ते आपल्या जागेवरून उठले आणि म्हणाले, "मि. ऑफिसर, तुमच्या या दस्तावेजावर एकच नोंद करा, की मी अमेरिकेला जाऊ इच्छित नाही.''

इतके म्हणून रवीन्द्रनाथांनी पाठ फिरवली.

२२

चित्रे काढायला सुरुवात केल्यानंतर दोन-अडीच वर्षांच्या काळातल्या चित्रांची संख्या तशी भरपूर झाली होती. या चित्रांत इतके वैविध्य होते, की देशातल्या प्रतिष्ठित अशा कलादालनात त्यांचे प्रदर्शन भरवावे, असा शांतिनिकेतनातल्या सर्वांचा आग्रह चालला होता. विदेशी कलामर्मज्ञ, कलाकार शांतिनिकेतनात भेटीला यायचे, तेव्हा तेही या चित्रांच्या जाहीर प्रदर्शनाचा आग्रह धरायचे.

अशा आग्रहाच्या क्षणी दोन दशकांपूर्वी आपल्याला आलेल्या अनुभवाचा चटका त्यांना जाणवायचा. 'गीतांजली'ला जर नोबेल पुरस्कार मिळाला नसता, तर याच कवितांना बंगालमध्ये मान्यता मिळाली असती का? हा प्रश्न मनात यायचा. पाश्चात्त्य देशांनी या कवितेचा गौरव केल्यानंतर मग हिंदुस्थानात, विशेषत: बंगालमध्ये, तिचे स्थान बदलले; तिला प्रतिष्ठा मिळाली. या घटनेतील कडवटपणा अजून त्यांच्या मनातून गेला नव्हता, त्यामुळे आपल्या चित्रांचे हिंदुस्थानात जाहीर प्रदर्शन भरवावे, अशी त्यांना बिलकुल इच्छा नव्हती. पाश्चात्त्य कलासमीक्षकांकडून या चित्रांना मान्यता मिळाली, की मगच स्वदेशी कलामर्मज्ञ त्यांचा सत्कार करतील, असे त्यांच्या मनात येत होते.

आपल्या मनातील ही खळबळ त्यांनी सर्वांसमोर प्रकट केली नाही. पण जेव्हा त्यांना फारच आग्रह केला, तेव्हा मात्र ते इतकेच म्हणाले, ''माझे साहित्य माझ्या देशासाठी आहे आणि माझी चित्रे विदेशासाठी आहेत.''

भरीस भर म्हणजे त्या दिवसांत फ्रान्समधून कलाकारांचा एक मोठा समूह विश्वभारतीच्या भेटीला आला. या कलावंतांनी ही चित्रे बारकाईने पाहिली. त्यांनी या चित्रांचे पॅरिसमध्ये जर प्रदर्शन भरवले तर त्याला फार मोठा लौकिक मिळेल, असा विश्वास दर्शविला व आग्रह धरला.

पॅरिसमध्ये चित्रांचे प्रदर्शन भरवावे, हा विचार रवीन्द्रनाथांनाही आवडला. त्याच दरम्यान लंडनच्या ऑक्सफर्ड विद्यापीठाने एका व्याख्यानमालेसाठी त्यांना बोलावले होते आणि त्यांनी आधीच त्याला आपला होकारही कळवून टाकला होता. पॅरिसमध्ये प्रदर्शनाचे नियोजन करायला तसा फारच कमी वेळ हाताशी उरला होता

अन् व्याख्यानांची तारीखही जवळ आली होती. या व्याख्यानांच्या निमित्ताने जर पॅरिसमध्ये प्रदर्शन ठरले, तर सगळेच जमून आले असते. खूप विचार केल्यानंतर रवीन्द्रनाथांनी आपल्या जुन्या मित्राला, रोथेन्स्टाइनला यासंबंधी पत्र लिहिले.

त्यांना अपेक्षित होते तसेच उत्तर आले. रोथेन्स्टाइनने लिहिले होते, की रवीन्द्रनाथांनी त्यांच्या ऑक्सफर्ड भेटीच्या वेळेस आपली चित्रे अवश्य घेऊन यावीत. आता या वेळी, पॅरिसमध्ये आपल्याला हवी तशी गॅलरी मिळण्याची शक्यता जवळजवळ नाहीच, तरीपण आपण अगदी कसोशीने प्रयत्न करू. अनेक वर्षांपूर्वी 'गीतांजली'चे हस्तालिखित घेऊन रवीन्द्रनाथ जसे ब्रिटनला गेले होते, त्याप्रमाणेच जवळजवळ चारशे चित्रे काळजीपूर्वक पेट्यांत नीट बांधून त्यांनी या वेळेस बरोबर घेतली.

ऑक्सफर्डची व्याख्याने ठरलेल्या कार्यक्रमाप्रमाणे सुरळीतपणाने पार पडली, पण याच सुमारास पॅरिसमध्ये जाऊन प्रदर्शनाची पूर्वतयारी करणाऱ्या रथीन्द्रनाथ आणि प्रतिमा यांच्या पदरात मात्र फारसे काही पडले नाही. पॅरिसच्या वर्तमानपत्रांत रवीन्द्रनाथांच्या चित्रांसंबंधी चर्चा प्रसिद्ध व्हावी, म्हणून रोथेन्स्टाइनने केलेल्या प्रयत्नांनाही फारसे यश आले नाही. रवीन्द्रनाथांची जुनी स्नेही आणि भक्त म्हणता येईल अशी एन्ड्री कारपेल्स पॅरिसमध्येच होती. रथीन्द्र आणि प्रतिमा तिच्याच मदतीने सगळे काही ठरवू पाहत होते.

रवीन्द्रनाथ पॅरिसमध्ये येताहेत आणि चित्रांचे प्रदर्शन भरवू पाहताहेत, हे कळल्यावर कारपेल्सला उत्साहाचे भरते आले. खूप वर्षांनंतर रवीन्द्रनाथांबरोबर आपल्याला हवा तसा अन् हवा तेवढा वेळ घालवता येईल, या कल्पनेनेच ती हरखली; पण एवढे सगळे करूनही पाहिजे तसे घडत नव्हते.

अशा आणीबाणीच्या क्षणी रवीन्द्रनाथांना विजयाची आठवण आली. विजयाने एखादी कामगिरी हातात घेतली, की तीत विजय मिळवल्याशिवाय ती राहायची नाही, याचा रवीन्द्रनाथांना पूर्ण अनुभव होता. त्यांनी काढलेल्या चित्रांत, सहजतया विजयाच्या रेखाही मिसळल्या होत्या. आत्ता, या कामासाठी विजयाची भेट होऊ शकली, तर पॅरिसमध्ये चित्रप्रदर्शन आयोजित करणे शक्यही झाले असते. लंडनमध्ये व्याख्यानमाला सुरू असतानाच रवीन्द्रनाथांनी विजयाला सविस्तर तार केली होती. त्या तारेला उत्तर म्हणून विजया पॅरिसमध्ये येऊन पोहोचलीसुद्धा!

याच दिवसांत विजयाने 'सूर' नावाचे एक वाङ्मयीन नियतकालिक ब्युनॉस आयर्समधून प्रकाशित करायला सुरुवात केली होती. फ्रेंच आणि स्पॅनिश या दोन भाषांत हे मासिक प्रकाशित व्हायचे अन् त्याची संपादिका खुद्द ती स्वत:च होती. पॅरिसच्या वाङ्मयीन वर्तुळात आता या मासिकाला विशिष्ट दर्जा मिळाला होता अन् त्या निमित्ताने पॅरिसच्या बौद्धिक वर्तुळात, कलातज्ज्ञ लोकांत व लेखकांत

तिची ऊठबस होती. पॅरिसमध्ये आल्या-आल्याच तिने कामाला आरंभ केला.

पॅरिसच्या नियतकालिकांत रवीन्द्रनाथांविषयी वेगवेगळे लेख प्रसिद्ध करायला सुरुवात केली. या लेखांमुळे स्थानिक कलादालन विश्वात त्यांची एक विशिष्ट प्रतिमा निर्माण झाली अन् अगदी थोडक्या अवधीत एका प्रतिष्ठित कलादालनात तिने चित्रप्रदर्शनाचे आयोजनही केले. त्यामुळे रवीन्द्रनाथांना समाधान वाटले, पण त्यांच्यापेक्षा जास्त आनंद झाला तो विजयालाच! आपले पाहुणे म्हणून कवी पावणेदोन-दोन महिने राहिले, मग त्यांनी अर्जेन्टिना सोडले. पण त्यानंतर परत कधी आपण भेटू, हे सगळे कल्पनेपलीकडचे होते. आनंदाने भरून गेलेले आपले मन प्रकट करणारे एक लहानसे पत्र तिने प्रदर्शनाचे उद्घाटन झाल्यावर लगेच रवीन्द्रनाथांच्या हातात दिले.

या पत्रात दोनच वाक्ये लिहिली होती-

'प्रिय, प्रिय, हजारो वेळा प्रिय रवीन्द्रनाथ,

वाणीद्वारा कदाचित व्यक्त नाही करू शकणार, म्हणून या अक्षरांतून माझी प्रसन्नता प्रकट करतेय. माझ्या जीवनातले सर्वांत धन्यतेचे क्षण आहेत हे.'

हे चित्रप्रदर्शन खुले होताच, स्थानिक वृत्तपत्रांतून पॅरिसमधल्या कलासमीक्षकांनी त्यासंबंधी उस्फूर्तपणे स्वागतशील विवेचन केले.

कवी अजून पॅरिसमध्येच होते अन् प्रदर्शनही सुरूच होते, त्या दरम्यान अमेरिकेतल्या विद्यापाठाने त्यांना अगत्यपूर्वक निमंत्रण पाठवले.

गेल्या वर्षी कॅनडाच्या प्रवासादरम्यान या विद्यापीठांनीच त्यांना बोलावले होते, पण त्या वेळेस आपला प्रवास आटोपता घेत कविवर्य हिंदुस्थानात परत फिरले होते. आत्ताही ते परदेश प्रवासातच होते आणि ही विद्यापीठे त्यांना पुन्हा आग्रहाने आमंत्रित करत होती, म्हणून या निमंत्रणांचा त्यांनी स्वीकार केला आणि पॅरिसहून ते सरळ अमेरिकेत गेले.

त्यांची प्रकृतीही आताशा फारशी बरी नसायची. वाढत्या वयामुळे आता जास्त परिश्रम करणेही फारसे बरे नव्हते. लंडन, पॅरिस आणि आता न्यूयॉर्क असे सतत, सलगपणे विविध देशांत फिरत असल्याने त्यांची तब्येत खालावत चालली होती. आपली प्रकृती लक्षात घेता, आता आपण परत विदेशप्रवास करू शकणार नाही, हे कविवर्यांना समजून चुकले आणि विश्वकवींना ऐकण्याची ही शेवटचीच संधी आहे, हे अमेरिकावासी जाणून चुकले होते. जिथे जिथे त्यांचे कार्यक्रम आयोजित केले जायचे, त्या सर्व ठिकाणी प्रचंड संख्येने बुद्धिजीवी विचारवंतांच्या उड्या पडायच्या.

न्यूयॉर्कच्या त्यांच्या संस्मरणीय भाषणात त्यांनी आपले विचारभाव मोकळ्या मनाने प्रकट केले–

"–अपार समृद्धी असूनही पश्चिमेकडले देश सुखी नाहीत. इथे कुठेही सुखाची निशाणी दिसत नाही. अमेरिका आणि युरोप जणू काही हरवलेल्या अवस्थेत आहेत आणि अंधकारमय अवस्थेत पूर्वेच्या आध्यात्मिक संस्कारांचा शोध घेताहेत.''

कॅलिफोर्नियातल्या एका भोजन समारंभप्रसंगी व्याख्यान देताना कवींनी म्हटले, "हे युग पश्चिमेकडल्या विज्ञानाचे आहे, पण ही कुरूपता आहे. सजीव अभिव्यक्तीला इथे कसलेही स्थान नाही. विज्ञानाकडे असणारी ही असुतंलित झेप विनाशकारी सिद्ध होईल आणि ज्यांच्याकडे विज्ञान नाही, त्यांचे तर शोषणच होते आहे. खरोखर हा एक प्रकारचा सांस्कृतिक वर्गवादच आहे.''

वॉशिंग्टनला प्रश्नोत्तरांचा एक कार्यक्रम आयोजित करण्यात आला होता. या कार्यक्रमात त्यांना राजकीय, आध्यात्मिक आणि साहित्यिक विषयांवरचे वेगवेगळे प्रश्न विचारण्यात आले.

"तुम्ही ईश्वराला पाहिले आहे?''

"हो, मी जेव्हा कविता लिहीत असतो, तेव्हा मला त्याचाच साक्षात्कार होतो.''

"ईश्वराच्या अस्तित्वाचे हे काही प्रमाण नव्हे, ईश्वरी अस्तित्वाविषयी काही पुरावा देऊ शकाल?''

"या पृथ्वीवर अशा अनेक गोष्टी आहेत, ज्यांविषयी आपल्याला काहीच ज्ञान नाही; पण या कारणाने त्या नाहीतच, असे आपण म्हणू शकत नाही.''

"आता हिंदुथानात स्वातंत्र्यासाठी जो काही संघर्ष सुरू आहे, त्यासंबंधी तुम्हाला काय म्हणायचे आहे?''

"राजकीय स्वातंत्र्याला दुसरा कोणताही पर्याय नाही, पण राजकीय स्वातंत्र्यापेक्षा महत्त्वाची बाब बौद्धिक स्वातंत्र्याची आहे. स्वतंत्र हिंदुस्थान बौद्धिक गुलामगिरीतच जखडून राहिला, तर राजकीय स्वातंत्र्य व्यर्थ ठरेल. सांस्कृतिक आणि शैक्षणिक जागृती अधिक निकडीची आहे.''

"राजकीय स्वातंत्र्यासाठी आत्ता लंडनमध्ये गोलमेज परिषद भरतेय. त्याविषयी तुमचे काय म्हणणे आहे?''

"लीग ऑफ नेशन्सविषयी तुमचे काय विचार आहेत?''

"लुटारूच पोलीस खात्यात बसले आहेत, असे वाटतेय.''

"राष्ट्रभावनेसंबंधी आपली काय कल्पना?''

"राष्ट्र ही एक अशी यांत्रिक व्यवस्था आहे, ज्यात राजकीय आणि आर्थिक हितसंबंध एकमेकांत गुंतलेले आहेत. त्याचा पायाच मुळी संघर्ष आणि विजय हा आहे. त्यात सामाजिक सहकार्याला कोणतेही स्थान नाही.''

प्रश्नोत्तरांचा हा मजकूर अमेरिकन वृत्तपत्रात ज्या दिवशी छापला, त्या दिवशी

सर डोनाल्ड लीन्ड्स या अमेरिकेतल्या ब्रिटिश राजदूताने रवीन्द्रनाथांशी संपर्क साधून विचारले, "कविवर्य, माझी इच्छा आहे, की तुमची मुलाखत व्हाइट हाऊसमधले प्रमुख हुवर यांच्याबरोबर व्हावी."

"त्याला मी माझं सद्भाग्य समजेन." कविवर्यांनी उत्तर दिले.

यानंतर ब्रिटिश राजदूताने व्हाइट हाऊसशी संपर्क साधला आणि रवीन्द्रनाथांना प्रमुख हुवरांकडून मुलाखतीचे निमंत्रण मिळाले.

अमेरिकन प्रमुखाचे राजकीय पातळीवरील पहिले भारतीय अतिथी म्हणून रवीन्द्रनाथांना मान मिळाला.

*

मीरेचे, म्हणजे त्यांच्या मुलीचे, वैवाहिक जीवन यापूर्वीच जवळजवळ मोडल्यात जमा झाले होते. अशा या ताणतणावांच्या अवस्थेतही या पती-पत्नींनी दहा-एक वर्षे आपले सांसारिक जीवन ओढत-खेचत आणले होते. नगेन्द्रनाथ आता जवळजवळ लंडनमध्येच स्थायिक झाला होता आणि मीरा सासू सासऱ्यांबरोबर कलकत्त्यात राहत होती. दहा वर्षांच्या त्या कालावधीत नगेन्द्रनाथ अधनं-मधनं क्वचित कलकत्त्यात यायचा, त्यातूनच नीतीन्द्रनाथाचा जन्म झाला. मीरा आई झाली होती. त्यानंतर मात्र वरवर, बाह्यत:सुद्धा त्यांचे हे संबंध टिकले नाहीत आणि दोघांचा कायदेशीररीत्या घटस्फोट झाला.

मीरा आपल्या पितृगृही जोडासांकात किंवा शांतिनिकेतनात रवीन्द्रनाथांच्या जवळ राहायची. मीराचा मुलगा मात्र बहुतांशी आजोबांकडे शांतिनिकेतनात राहायचा. शांतिनिकेतनातला अभ्यास पूर्ण झाल्यावर, रवीन्द्रनाथांनी त्याला मुद्रणकलेत निष्णात करण्यासाठी जर्मनीला पाठवले. त्या वेळेस तो अठरा वर्षांचा झाला होता. त्याचा तिथला हा पाच वर्षांचा अभ्यासक्रम तो जर्मनीतल्या स्कॉमबर्ग शहरात पूर्ण करत होता.

नगेन्द्रनाथ लंडनमध्येच असल्याने त्याला नेहमी भेटायचे, त्याची व्यवस्थित देखभालही करायचे.

नीतीन्द्रनाथाची प्रकृती अचानक एकदम बिघडली आहे, अशी बातमी शांतिनिकेतनात आली, तेव्हा रवीन्द्रनाथांनी त्याच्या आईला तत्काळ जर्मनीला पाठवण्याची व्यवस्था केली. नीतीन्द्रनाथाचे वडील त्याच्याजवळच होते. मीरा आणि नगेन्द्रनाथात आता कसलेही सामाजिक नाते उरले नसले तरी, मीरा नीतीन्द्रनाथाची आई होती अन् ती त्याच्याजवळ असायलाच हवी, हे रवीन्द्रनाथांच्या लक्षात आले होते. त्या दिवसांत दीनबंधू ॲन्ड्र्यूज युरोपमध्येच असल्याने त्यांनाही रवीन्द्रनाथांनी निरोप पाठवला आणि नीतीन्द्रनाथाकडे जाण्यास सांगितले. जीवन मरणाच्या उंबरठ्यात येरझारा

चाललेल्या नीतीन्द्रनाथाकडे मीरा आणि दीनबंधू ॲन्ड्र्यूज दोघेही जाऊन पोहचले.

हा नातू रवीन्द्रनाथांचा फार लाडका होता. आपल्या पाच मुलांपैकी तीन तर मृत्युमुखी पडली होती, रथीन्द्र आणि प्रतिमा यांना अपत्य नव्हते आणि वैद्यकीय मतानुसार आता त्यांना मुले होण्याची शक्यताही नव्हती. आपल्या कौटुंबिक जीवनातली ही उणीव भरून काढण्याकरता टागोर परिवारातीलच एका मुलीला त्यांनी दत्तक घेतले होते. मीरेचा हा मुलगाच रवीन्द्रनाथांचा प्रत्यक्ष एकमेव वारसदार होता.

रवीन्द्रनाथांचे मन चिंतेने व्याकूळ झाले. अजून मागच्याच महिन्यात त्याच्या प्रकृतीची चौकशी करत, त्यांनी पुढे लिहिले होते, 'माझी तिथं येण्याची इच्छा आहे, पण सगळी कामं बाजूला ठेवून येण्याचा धीर होत नाही. तू बघ, यानंतर पुढल्या वर्षी काहीही झालं तरी, मी तिथे असेनच.'

या पत्रासोबतच त्यांनी आपले स्वत:चे एक नवे पुस्तकही पाठवले होते, त्यात लिहिले की, 'तू बंगाली विसरू नकोस आणि नेहमी यातले थोडे थोडे का होईना वाचत राहा.'

भाभीराणी कादंबरीच्या चिरविरहानंतर मृत्यूनं त्याची भीषण पडछाया कालांतरानं, रवीन्द्रनाथांच्या जीवनात सतत पसरवली होती. आता आयुष्याच्या या उत्तरावस्थेतही ती पडछाया त्यांची पाठ सोडायला तयार नव्हती. स्कॉमबर्गच्या ज्या सॅनॅटोरियममध्ये नीतीन्द्रनाथांवर उपचार सुरू होते, तिथून दीनबंधू ॲन्ड्र्यूज यांचा निरोप आला.

'या गावातल्या माणसांना शेवटी जिथं आसरा मिळतो, त्या समाधिस्थानावर नीतूला ठेवून आलो. सगळी कामं पुरी झाली.'

असह्य वेदनांचा हा आघात कविवर्यांनी जिरवला. कितीतरी वेळ त्यांनी डोळे मिटून घेतले अन् अपार शांतीत त्यांचे ओठ फडफडले, 'महाकाळाची जर हीच इच्छा असेल तर, भले तसेच होवो; पण मी मृत्यूला भिऊन नाही मरणार. आता मी मृत्यूपेक्षा मोठा झालोय.'

त्यांनी मग मीरेला एक पत्र लिहिलं, 'नीतूवर माझा फार जीव होता अन् तुझ्याबद्दल विचार करताना तर महाकाय दु:खाचा डोंगराएवढा भार छातीवर येतोय; पण सगळ्या लोकांसमोर आपल्या गंभीरतम दु:खाला क्षुद्र करताना शरमेची भावना मनात येते... खूप जण म्हणताहेत या वर्षी वर्षमंगल बंद ठेवू या - माझ्या शोकामुळं. मी म्हणालो, 'ते अजिबात शक्य नाही... असं होणारच नाही. माझ्या शोकाच्या कर्तव्यकर्माची जबाबदारी मी घेईन.'

बाहेरच्या लोकांना त्याचा अर्थ तो काय कळणार?'

*

पॅरिसमधले चित्रप्रदर्शन यशस्वी झाले, त्यानंतर आता हिंदुस्थानातही असे चित्रप्रदर्शन भरवावे, असा सगळ्यांचा आग्रह वाढतच चालला होता. स्वातंत्र्यसेनानी सरोजिनी नायडू ह्या एक चांगल्या कवयित्री होत्या अन् रवीन्द्रनाथांशी त्यांची घनिष्ठ मैत्रीही होती. या चित्रप्रदर्शनाची सगळी जबाबदारी त्यांनी स्वत:वर घेतली आणि कविवर्यांनी त्यांच्या इच्छेपुढे मान तुकवली.

पॅरिसच्या चित्रप्रदर्शनात जी चारशे चित्रे ठेवण्यात आली होती, त्यांतली एकशेसाठ चित्रे निवडून मुंबईतल्या प्रदर्शनात ठेवण्यात आली. कलामर्मज्ञ अन् रसिक या सर्वांनी कलाकृतींविषयी बरी चर्चा केली; पण 'टाइम्स ऑफ इंडिया' या वृत्तपत्राने मात्र चित्रप्रदर्शनाविषयी आपली प्रतिक्रिया नोंदवली,

'इतक्या सगळ्या चित्रांचा कचरा चाळायला बसलो, तर फार फार तर दोन दाणे हातात येतील, असे ते प्रदर्शन आहे.'

*

गांधीजींनी सुरू केलेल्या स्वातंत्र्यसंग्रामाचा परिणाम म्हणून हिंदुस्थानाला राजकीय सुधारणा देण्यासाठी लंडनमध्ये गोलमेज परिषद भरवण्यात आली. या गोलमेज परिषदेच्या शेवटी, ब्रिटिश पंतप्रधान राम्से मॅकडोनाल्डनी हिंदुस्थानी प्रजेला विभाजित करणारा एक जातीय निर्णय दिला. या निर्णयानुसार देशातल्या दलित वर्गाला हिंदू जातींतून बाजूला काढण्याचे कूट कारस्थान रचण्यात आले. याआधी देशातल्या प्रजेचे हिंदू आणि मुस्लिम असे विभाजन झाले होतेच; आता या नव्या फैसल्याने हिंदू धर्मातही तुकडे पाडण्याचा डाव मांडला गेला. त्या वेळेस गांधीजी पुण्यातल्या येरवडा तुरुंगात होते, या तुरुंगातूनच त्यांनी जाती धर्माच्या या निर्णयाविरुद्ध आपले आमरण उपोषण जाहीर केले, त्यामुळे सर्व देशभर खळबळ उडाली.

गांधीजींनी स्वीकारलेल्या असहकाराच्या आंदोलनाविषयी सैद्धान्तिक पातळीवर रवीन्द्रनाथांनी विरोध केला होता आणि आपला हा विरोध त्यांनी सडेतोडपणे व्यक्तही केला होता. गांधीजींच्या चरखा उपक्रमाबद्दलही रवीन्द्रनाथ सहमत नव्हते; पण तरी गांधीजींनी आपले जगणेच जेव्हा पणाला लावले, तेव्हा रवीन्द्रनाथ अस्वस्थ झाले.

रवीन्द्रनाथांची प्रकृतीही बरी नव्हती. दिवसातला बराचसा वेळ ते बिछान्यात पडून असायचे, पण गांधीजींचे जीवन जगणेच नाकाला सूत लावण्याच्या टोकापर्यंत आले, तेव्हा त्यांनी तत्क्षणी आपले अंथरूण गुंडाळले. या अत्यंत नाजूक अवस्थेत कसेही करून, कोणत्याही रीतीने गांधीजींचे जीवन वाचवले पाहिजे, हे त्यांना कळकळीने जाणवले. या घटकेला जे काही आपण करू शकतो, ते केले पाहिजे

म्हणून त्यांनी कोलकत्याहून पुण्याचा रस्ता धरला. कोलकत्याहून निघण्यापूर्वी त्यांनी गांधीजींना तार केली-

'आदरणीय महात्माजी,

येशू ख्रिस्ताने आपल्या शत्रूवरही प्रेम करावे, असे सांगितले आहे. तुमचा हा उपवास म्हणजे आपल्या पूर्वजांच्या पिढीने केलेल्या पापाची वर्तमान पिढीला भोगावी लागणारी शिक्षा आहे. आपण काय करतोय, हे ज्यांना कळत नाही, अशांच्या समोर तुम्ही हे अहिंसेचे शस्त्र उगारलेत. त्यात मी तुमच्याबरोबर आहे; पण या क्षणी तुम्हाला गमावणे आम्हाला परवडणारे नाही. तुम्ही देशाचे प्रतीक आहात आणि तुम्ही जे काही कराल, ते मंगलकारकच असेल, अशी इच्छा आहे.'

रवीन्द्रनाथ पुण्याला पोहोचले, तेव्हा गांधीजींच्या उपवासाचा चौथा दिवस सुरू होता. राजकीय वाटाघाटींनी वातावरण स्फोटक झाले होते. उपवासाच्या सहाव्या दिवशी या अग्निदिव्याचा अंत झाला. राजकीय चर्चा झाली आणि रवीन्द्रनाथांच्या उपस्थितीत मोसंबीचा रस पिऊन गांधींनी उपवास सोडला.

या पारण्याच्या प्रसंगी गांधीजींनी रवीन्द्रनाथांना विनंती केली.

"गुरुदेव, या मंगलक्षणी तुमच्या कंठातून एक गीत ऐकण्याची इच्छा आहे.''

हजर असलेल्या सर्वांचे कान आतुरतेने गाण्याकडे लागले आणि रवीन्द्रनाथांनी अत्यंत सुरेल, पण आर्तव्याकूळ कंठाने गीत उचलले-

"हाक ऐकुनी तुझी, कोणी आला नाही रे, तो तू एकलाच चाल रे.''

२३

गांधीजी आणि रवीन्द्रनाथ या दोघांच्या जीवनदृष्टीत एक स्पष्ट असा वेगळेपणा होता. राष्ट्रीय आणि आंतरराष्ट्रीय प्रवाहातल्या अनेक मुद्द्यांबाबत दोघेही बरेच वेळा आमने सामने असायचे. मतैक्यापेक्षा मतभेद तीव्र असायचे आणि तरीही दोघांत अपार स्नेहभाव अन् सद्‌भाव होता. दोघांच्या संबंधांत अधनं-मधनं अशा अनेक घटना घडायच्या, की त्यात मतभेदाची खोल दरी निर्माण व्हायची, तर पुष्कळदा सद्‌भावाचे सेतू नजरेस पडायचे. त्या काळात बिहारमध्ये झालेला धरणीकंपाचा प्रसंग व त्या निमित्ताने झालेली चर्चा ही अशांपैकीच एक घटना.

बिहारमध्ये सर्वसंहारक असा धरणीकंप झाला. या दुर्घटनेने तिथे निर्माण झालेल्या यातना आणि वेदना यांना पारावार उरला नव्हता. मालमिळकतीचे नुकसान करोडोंत होते, तर जीवितहानी शेकड्यांत होती. बिहारच्या या संकटात संपूर्ण देश सहभागी झाला होता. या प्रसंगी आपल्या परीने सर्वांचे सांत्वन करताना गांधीजी म्हणाले, ''हिंदू समाजाने शेकडो वर्षांपासून अस्पृश्यतेचे जे पाप केले आहे, त्या पापाची परमात्म्याने दिलेली ही शिक्षा आहे. परमात्म्याने दिलेल्या या शिक्षेचा स्वीकार करून आपण या पापाचे परिमार्जन करू.''

रवीन्द्रनाथांनी गांधीजींचे हे निवेदन वाचले, तेव्हा सात्त्विक संतापाने त्यांचे मन भरून गेले. रवीन्द्रनाथांच्या दृष्टीने गांधीजी हे असे राष्ट्रपुरुष होते, की त्यांच्यात समग्र देशाच्या चेतनेचे प्रतिबिंब दिसायचे. गांधीजी म्हणताहेत त्याचा स्वीकार करायचा म्हणजे अंधश्रद्धेला उत्तेजन द्यायचे. धरणीकंप ही एक भौगोलिक घटना आहे आणि पापपुण्याच्या आध्यात्मिक कारणाने ती बदलता येत नाही. अस्पृश्यता हे हिंदू समाजाचे एक पाप आहे, हे कबूल; त्याचे निवारण झाले पाहिजे हेही कबूल; पण धरणीकंपाने काही फक्त हिंदू मालमत्तेचेच नुकसान झाले होते, असे नाही, हिंदूंव्यतिरिक्त इतरांचेही अमाप नुकसान झाले होते. हिंदू का बिनहिंदू अशी घरे पाहायला धरणीकंप थांबला नव्हता. अशा अवैज्ञानिक आणि अंधश्रद्धायुक्त बाबींचा स्वीकार होता कामा नये; इतकेच नव्हे, तर त्याचा जाहीर विरोधही केला पाहिजे, असे रवीन्द्रनाथांना वाटले.

या विषयासंबंधी आपले विचार व्यक्त करणारे एक निवेदन त्यांनी जाहीर केले–

'बिहारच्या धरणीकंपातून हिंदू समाजातील अस्पृश्यता आणि इतर अनेक सामाजिक रूढींविषयीच्या ईश्वराच्या नाराजीचे दर्शन झाले, हे गांधीजींचे मत अजिबात स्वीकारता येण्याजोगे नाही. धर्म, समाज ही माणसाने निर्माण केलेली परिस्थिती आहे. वैश्विक पर्यावरण आणि भौगोलिक नियम यांवर माणसांनी निर्माण केलेल्या आचारविचारांचा परिणाम होतो, हे मान्य करता येणार नाही. माणसांपेक्षा प्रकृती महान आहे आणि प्रकृतीचे स्वत:चे नियम आहेत. जगातल्या कोणत्याही समाजाने, केव्हाही, तिच्या सर्व बाजूंसाठी एक समान न्याय केला आहे, असे दिसत नाही. गांधीजींचे हे म्हणणे स्वीकारायचे ठरवल्यास संपूर्ण विश्वात सतत, सर्वत्र धरणीकंप होत असलेले दिसायला पाहिजेत. धरणीकंप ही एक दु:खद करुण घटना आहे, पण गांधीजींचा हा तर्क त्यापेक्षाही मोठी करुणता आहे.'

गुरुदेवांचे हे निवेदन वाचल्यावर गांधीजींनी आपल्या स्वत:च्या 'हरिजन' या साप्ताहिकात आपले या विषयावरचे विचार अधिक स्पष्ट केले.

'माणसे जो काही विचार करतात, वर्तन करतात; त्या सर्वांचा परिणाम वैश्विक पर्यावरणावर अवश्य होतो. ज्याला आपण भौतिक परिस्थिती म्हणतो, त्यावरही आपल्या आध्यात्मिक वर्तनाचा परिणाम होतो. ईश्वराचे ज्ञान आणि त्याने घडवलेले कायदेकानून यांविषयी आपण वस्तुत: अजाण असतो. एक सर्वश्रेष्ठ वैज्ञानिक किंवा आध्यात्मिक क्षेत्रात उच्चासनावर स्थिरपद असे संत ईश्वराविषयी जे जाणतात, ते रेतीच्या एका कणाइतकेच आहे. माझ्या नजरेने नीतिमत्तेचे मूल्य श्रेष्ठ आहे.

'अस्पृश्यता हे पाप आहे. हे पाप आपण केले आहे, म्हणून पापाची शिक्षा मिळणे सहज आहे. जर सनातनी हिंदू या धरणीकंपाला माझ्या पापाचे फळ मानतील, तर त्याला माझी हरकत नाही. वैश्विक चेतना अगम्य आहे आणि ही चेतना तसेच मानवी श्रद्धा हे दोन्ही परमेश्वराच्या जवळ पोहोचण्याचे मार्ग आहेत, असे मला वाटते.'

*

एकोणीसशे पस्तीसमध्ये बनारस हिंदू विद्यापीठाने रवीन्द्रनाथांना डॉक्टरेटची मानद पदवी दिली. सर जॉन ॲन्डरसन हे बंगालचे गव्हर्नर याप्रसंगी खास उपस्थित होते. या सभेत शांतिनिकेतन आणि विश्वभारतीविषयी जे काही विचार प्रकट झाले, त्यांनी गव्हर्नर महाशय फार प्रभावित झाले. आपण बंगालचे गव्हर्नर असूनही बंगालमध्ये विकसित झालेल्या अशा वैश्विक पातळीवरच्या संस्थेला आपण भेट दिलेली नाही, हे बरोबर नव्हे, असे त्यांना वाटले. त्यामुळे आपल्या या भेटीची

व्यवस्था करावी, असे त्यांनी रवीन्द्रनाथांना सांगितले. रवीन्द्रनाथांनी प्रसन्नतेने त्यांना विश्वभारतीच्या भेटीला येण्याचे निमंत्रण दिले. यानंतर गव्हर्नरच्या कचेरीतून या मुलाखतीची तयारी सुरू झाली. त्या तयारीचा एक भाग म्हणून एक दिवस कलकत्त्यातले अनेक उच्च पोलीस अधिकारी शांतिनिकेतनात आले.

"गुरुदेव!" ते म्हणाले, "राजकीय वातावरण प्रदूषित झाले आहे आणि बंगालमध्ये हिंसक क्रांतीची तत्त्वे सगळीकडे फैलावली आहेत, त्यामुळे आम्हाला अधिक सतर्क राहावे लागेल."

"तुम्हाला काय म्हणावयाचे आहे?" गुरुदेवांनी त्यांना विचारले, "तुमच्या योग्य, उचित मागणीला माझी मदत मिळेल."

"राजकीयदृष्ट्या दंगाधोपा करणाऱ्या अनेक शंकास्पद विद्यार्थ्यांच्या नावांची आमच्या दफ्तरी नोंद आहे." पोलीस अधिकारी स्पष्टपणे म्हणाले, "अशा विद्यार्थ्यांना गव्हर्नरांच्या भेटीवेळेस एका दिवसापुरते आत टाकावे लागेल."

गुरुदेव एकदम चमकले.

"माझ्या विद्यार्थ्यांवर माझा पूर्ण विश्वास आहे." ते म्हणाले, "ते देशभक्त आहेत अणि देशभक्ती हा काही अपराध नाही. त्यांनी कधी कसली हिंसा केलीय, असे अजिबात नाही."

"अन् आम्ही त्यांना हिंसा करण्याची कसली संधी देऊही इच्छित नाही." अधिकारी म्हणाला.

"माझीपण तीच इच्छा आहे. तुम्ही म्हणताय अशी हिंसा करण्याची संधी कुणाला मिळणार नाही, अशी व्यवस्था मी करेन." गुरुदेवांनी त्यांना मोघम शब्दांत दिलासा दिला.

त्यांनी दिलेल्या आश्वासनावर विश्वास ठेवून पोलीस अधिकाऱ्यांनी निरोप घेतला.

निश्चित केलेल्या वेळेला गव्हर्नरसाहेब शांतिनिकेतनात आले, तेव्हा रामप्रहरापासून निरनिराळ्या उपक्रमांनी गजबजलेला हा परिसर संपूर्णतः सुनसान होता. सगळीकडे शुकशुकाट पसरला होता. स्वतः रवीन्द्रनाथ आणि तीन-चार वरिष्ठ सोबत्यांखेरीज बाकी इतर सर्वांना एका दिवसासाठी दुसरीकडे हलवण्यात आले होते. सगळे सभोवताल रिकामे, मोकळे ठक्क होते.

"हे काय? आवारात काहीच चाललेले दिसत नाहीये?" गव्हर्नरच्या वरिष्ठ अधिकाऱ्याने विचारले.

"नामदार गव्हर्नरांच्या सूचनेप्रमाणे पोलीस अधिकाऱ्यांनी जे आदेश दिले होते, त्याचे मी फक्त पालन केलेय." रवीन्द्रनाथांनी नम्रपणाने म्हटले. "पोलीस अधिकाऱ्यांना अनेक विद्यार्थी शंकास्पद वाटत होते अन् त्यामुळे गव्हर्नरसाहेबांची सुरक्षा धोक्यात

येईल, असा त्यांनी विचार केला, त्यामुळे हा सगळा परिसर रिकामा करून आम्ही सुरक्षा सलामत ठेवलीय.''

गव्हर्नर व त्यांचा काफिला निर्जीवपणाने उभी असलेली घरे अन् मूक झालेले वातावरण यांच्याभोवती चक्कर मारून कलकत्त्याला परत गेला.

*

या वर्षात विश्वभारतीच्या वेगवेगळ्या उपक्रमांचा विस्तार फारच वाढला. देशविदेशांतील विद्यार्थ्यांव्यतिरिक्त प्राध्यापक, भेटण्यासाठी ये-जा करणारे पाहुणे यांच्यात अगदी लक्षात येण्याजोगती वाढ झाली. वेगवेगळ्या कला आणि संस्कृतींचा अभ्यास करण्यासाठी वेगवेगळी भवने निर्माण झाली. गुरुदेवांसाठी 'उत्तरायण' नावाचे नवे घरही बांधण्यात आले. गुरुदेव आता तिथेच राहायचे. संस्थेचा खर्च ज्या गतीने भराभर वाढत होता, त्या तुलनेत आवक मात्र मर्यादित असल्याने खर्चाची तोंडमिळवणी होत नव्हती. संस्थेत शैक्षणिक अथवा सांस्कृतिक क्षेत्रात जे उपक्रम चालायचे, त्यांत पैशाच्या अभावाने काटकसर करणे त्यांना आवडायचे नाही.

अशा आर्थिक परिस्थितीत त्यांना अचानक एक अनपेक्षित मदत मिळाली. दक्षिण भारतातल्या हैदराबाद येथील मुस्लिम राज्याच्या निजामाने या संस्थेला एक लाख रुपयांचे अनुदान दिले. या अनुदानाबरोबर फक्त एकच अट घालण्यात आली होती. या अटीनुसार विश्वभारतीत अनेक प्रकारच्या व्यवस्था होत्या, पण इस्लामी संस्कृतीच्या अभ्यासासाठी वेगळे स्वतंत्र असे भवन मात्र नव्हते. हे भवन झाले, तर विश्वभारती अधिक समृद्ध झाली असती, त्यामुळे रवीन्द्रनाथांनी या अनुदानाचा स्वीकार केला.

पण त्याने संस्थेच्या एकंदर आर्थिक परिस्थितीत सुधारणा होणार नव्हती. कारण अनुदानाची ही रक्कम विशिष्ट हेतूने वापरायची होती. निजामाला जेव्हा हे कळले, तेव्हा त्याने या अनुदानाव्यतिरिक्त आणखी एक विशेष प्रस्ताव त्यांच्यासमोर ठेवला.

बडोदादा द्विजेन्द्रनाथांच्या मृत्यूनंतर त्यांचे निवासस्थान असलेला बंगला शांतिनिकेतन परिसरात नुसताच रिकामा पडला होता. हा बंगला जर कुणी विकत घेतला असता, तर त्याच्या येणाऱ्या किमतीतून संस्थेला मदत झाली असती. निजामाने आपण हा बंगला खरेदी करू, अशी सूचना दिली. इतकेच नव्हे, तर खरेदीनंतर मालकी मिळाल्यावर हा बंगला भेट म्हणून शांतिनिकेतन संस्थेला वापरण्यासाठी देण्यात येईल, असे सांगितले. ही मदत तशी एकदम अनपेक्षित होती. रवीन्द्रनाथांनी या सूचनेचा स्वीकार केला आणि निजामाने एकोणीस हजार रुपये देऊन द्विजेन्द्रनाथांचा हा बंगला खरेदी केला. इतकेच नव्हे, तर खरेदी झाल्यावर आपल्या मालकीचा

झालेला हा बंगला योग्य ती कागदपत्रे करून शांतिनिकेतनला भेट म्हणून परत दिला.

*

एवढे सगळे होऊनही संस्थेवर जवळजवळ साठेक हजार रुपयांचे देणे होते. हे देणे कसे फेडायचे, ही एक तशी मोठीच समस्या होती. उतरत्या वयाने रवीन्द्रनाथांची प्रकृतीही आता फारशी साथ देत नव्हती. पूर्वीइतका प्रवासही आता होत नव्हता, की फारसे काम झेपत नव्हते. वाढत्या गतीने ताबा घेत असलेल्या वार्धक्याचा सर्वांत पहिला परिणाम कानांवर झाला. कानांना कमी ऐकू यायला लागले आणि बहिरेपण भराभर वाढत गेले, पण तरीही संस्थेवरचा आर्थिक बोजा कमी करणे, ही त्यांची जबाबदारी होती. आपले वय आणि तब्येत पाहता, आपण या जगातून निघून जाताना संस्थेला कर्जबाजारी अवस्थेत ठेवावे, हे त्यांना योग्य वाटत नव्हते. यासाठी त्यांनी एक योजना आखली.

अनेक वर्षांपूर्वी शियादलात जमीनदारी करताना पद्मा नदीकाठी जहाजात बसून त्यांनी 'चित्रांगदा' नावाचे एक दीर्घकाव्य लिहिले होते. महाभारताच्या पार्श्वभूमीवर लिहिलेले हे काव्य संवादस्वरूपात होते. हे संवाद नव्या तऱ्हेने लिहून, नृत्यनाटिका म्हणून रंगमंचीय स्वरूपात सादर केले, तर कलादृष्टीने तो सुंदर प्रयोग होईल, असे त्यांना वाटले. शांतिनिकेतनच्या विद्यार्थ्यांनी ही नृत्यनाटिका सादर केली व आपणही त्यात एक भूमिका वठवली, तर त्या प्रयोगातून काहीएक प्रमाणात धन गोळा करता येईल, असा त्यांचा आडाखा होता. खरे म्हणजे रंगमंचावर अभिनय करायचे त्यांनी बऱ्याच काळापासून सोडले होते आणि आता तर त्यात त्यांचे वयही झाले होते, तरीसुद्धा आपण जर पुन्हा रंगमंचावर पदार्पण केले, तर पैसे अगदी विनासायास जमा होतील, अशी त्यांनी अटकळ बांधली.

'चित्रांगदा' काव्याला नृत्यनाटिकेचे रूप देत त्यांनी ते पुन्हा लिहून काढले. 'उत्तरायण' या त्यांच्या नव्या निवासस्थानातल्या बाहेरच्या मोकळ्या जागेत कविवर्यांनी एक खुर्ची ठेवली होती. अर्जेन्टिनाहून निघताना जहाजाच्या केबिनचा दरवाजा तोडून विजयाने आत ठेवलेली ती खुर्ची रवीन्द्रनाथांनी एखाद्या महागामोलाच्या दौलतीसारखी सांभाळून इथे आणली होती. आता 'उत्तरायण'च्या या नव्या घरात ती अभ्यासखोलीच्या बाहेरच्या व्हरांड्यात ठेवली होती आणि त्यांचे बहुतेक वाचन-लेखन तिथेच चालायचे.

पंचाहत्तर वर्षांच्या कविवर्यांनी विजयाने दिलेल्या या भेटीच्या साक्षीनं 'चित्रांगदा'ला नवे रूप दिले.

कलकत्त्याच्या न्यू एम्पायर थिएटरात 'चित्रांगदा'चा जाहीर प्रयोग झाला. शरीर

आणि मन दोन्ही थकले होते, पण तो थकवा झटकून टाकत त्यांनी भूमिकेत प्राण ओतले. प्रेक्षकांनी, पत्रकारांनी या नृत्यनाटिकेची भरपूर प्रशंसा केली. कलकत्त्यात झालेल्या दुसऱ्या-तिसऱ्या प्रयोगानंतर उत्तर भारतातल्या मुख्य मुख्य शहरांत या नृत्यनाटिकेचे अधिक प्रयोग करावेत आणि पैसे गोळा करावेत, असे रवीन्द्रनाथांनी ठरवले. त्याप्रमाणे ताबडतोब अशा दौऱ्याची आखणी करायला त्यांनी सुरुवात केली. पटणा, अलाहाबाद, लाहोर, मीरत आणि दिल्ली अशा वेगवेगळ्या शहरांत या नाटिकेचे प्रयोग ठरविले.

पटणा, अलाहाबाद आणि लाहोर या तीन शहरांत 'चित्रांगदा'चे प्रयोग अत्यंत यशस्वी झाले. लोकांनी कौतुकाने ते पाहिले आणि अमुक एक इतकी रक्कमही त्यातून जमा झाली. यानंतर 'चित्रांगदा'चा अजून एक प्रयोग दिल्लीच्या रीगल थिएटरात नक्की झाला.

गांधीजी त्या वेळेस दिल्लीच्या हरिजनवासात मुक्कामाला होते. रवीन्द्रनाथ गांधीजींना भेटायला हरिजनवासात गेले आणि आपल्या दिल्ली भेटीचा उद्देश त्यांनी सांगितला. रीगल थिएटरमध्ये शांतिनिकेतनचे विद्यार्थी नृत्यनाटिका करताहेत इथपर्यंतचा भाग त्यांनी सहजतया ऐकला; पण या नृत्यनाटिकेत रवीन्द्रनाथ स्वत: एक भूमिका करताहेत, हे कळल्यावर ते थक्कच झाले.

"हे काय सांगताय तुम्ही गुरुदेव?" गांधीजींनी विचारले, "आता या वयात तुम्ही तुमच्या विद्यार्थ्यांबरोबर नाचगाणं करता आहात, हे अगदी असह्य आहे!"

"संस्थेवर या घटकेला साठ हजार रुपयांचं देणं आहे." रवीन्द्रनाथांनी खुलासा केला, "हे देणं फेडायचं असेल, तर मला पैसे गोळा करावे लागतील. नृत्यनाटिकेच्या जाहीर प्रयोगात रंगमंचावर जर मी अभिनय केला, तर निधी जमा करणं सोपं जाईल. फक्त विद्यार्थ्यांच्या नावानं लोक तिकिटं घेणार नाहीत."

"संस्थेचं देणं हे फक्त तुमचं देणं नाही," गांधीजींनी गंभीर होत म्हटले, "ते सर्व देशाचं देणं आहे."

"म्हणून तर मी देशाकडं पैसा मागतोय ना?" रवीन्द्रनाथ म्हणाले, "आता माझ्याजवळ फार वेळ उरला नाहीये. संस्थेवर कसल्याही देण्याचं ओझं ठेवून मला जायचं नाहीये."

"पण गुरुदेव, तुम्ही आता या वयात अभिनय करावा, हे एक देशवासी म्हणून आम्हाला अपमानास्पद वाटतंय. आता तुमच्याकडून संस्थेला आणि देशाला आशीर्वादाची अपेक्षा आहे. तुमचं हे देणं चुकवायची आम्हालाही एक संधी द्या."

"हे कसं काय महात्माजी?" रवीन्द्रनाथांनी चकित होत विचारलं, "तुम्ही एवढी मोठी रक्कम कशी काय उभी करणार? तुम्ही तर फकीर आहात."

"मी फकीर आहे, म्हणूनच तर मला कुणाही पुढं हात पसरायला चांगलं

जमतं. एका कलाकारापेक्षा एक फकीर या बाबतीत वरचढच ठरतो, बरं! तुम्हाला साठ हजार रुपये मिळतील, अशी मी व्यवस्था करतो; पण त्यासाठी माझी एक अट आहे.''

''अट? ती आणि काय महात्माजी?'' रवीन्द्रनाथांनी विचारलं.

''तुम्ही मला एक वचन द्या, गुरुदेव! आता यानंतर पैसे जमवण्यासाठी तुम्ही असे प्रयोग पण करायचे नाहीत आणि प्रवासही करायचा नाही.''

रवीन्द्रनाथांना हे सगळे स्वप्नवत्‌च होते. गांधीजींकडे ते अतीव आदरभावाने पाहत राहिले. मग म्हणाले, ''महात्माजी, तुमची ही अट मला मंजूर आहे.''

त्याच रात्री गांधीजींनी महादेवभाईंना बोलावले. रवीन्द्रनाथांना वचन दिल्याप्रमाणे कसेही करून साठ हजार रुपयांची रक्कम गोळा करायचीय, याबाबत त्यांच्या मनाची उलघाल चालली होती. रवीन्द्रनाथांना फक्त या एवढ्या रकमेसाठी असे दारोदार फिरावे लागतेय, हे दृश्य गांधीजींना सहन झाले नाही.

''महादेव, तू आत्ताच घनश्यामदास बिडलाकडे जा. बिडलाजींना रवीन्द्रनाथांविषयी सांग आणि माझ्या वतीने निरोप दे, की त्यांच्या सहा मित्रांकडून दहा-दहा हजार रुपये एकत्र करून गुरुदेवांना ऋणमुक्त करा.''

भर रात्र उलटून चालली होती आणि गांधीजींना झोप लागणार नाही, हे महादेवभाईंना जाणवले, त्यामुळे ते लगेच बिडला भवनमध्ये घनश्यामभाईंकडे गेले. घनश्यामदास झोपले नव्हते, पण झोपायची तयारी चालली होती. महादेवभाईंना असे आलेले पाहून ते पलंगावरून उठून आले.

''महादेवभाई, तुम्ही या वेळी? सगळं क्षेमकुशल आहे ना?'' त्यांनी काळजीने विचारले.

महादेवभाईंनी त्यांना गांधीजींचा निरोप दिला.

निरोप ऐकल्यावर ते म्हणाले, ''महादेवभाई, बापूंना सांगा, की यासाठी माझ्या सहा मित्रांच्याकडे जायची जरुरी नाही. गुरुदेवांना उद्याच त्यांच्या मुक्कामी साठ हजार रुपयांचा चेक मिळेल. तुम्ही अगदी निश्चिंत राहा.''

अन्‌ खरोखरच दुसऱ्या दिवशी रवीन्द्रनाथांकडे बिडलाजींचा साठ हजार रुपयांचा चेक पोहोचता झाला.

रवीन्द्रनाथांच्या दिल्ली मुक्कामात आणखी एक महत्त्वाची घटना घडली. दिल्लीच्या म्युनिसिपल कौन्सिलमध्ये अरुणा असफअलींनी प्रस्ताव मांडला, की रवीन्द्रनाथांचा नागरी सन्मान केला पाहिजे. त्या वेळच्या धोरणानुसार म्युनिसिपालटीचा अध्यक्ष एक सरकारनियुक्त ब्रिटिश अधिकारी असायचा अन्‌ कोणताही प्रस्ताव मंजूर किंवा नामंजूर करणे त्याच्या अधिकारात असायचे, त्यामुळे सरकारी खर्चाने असे समारंभ होणार नाहीत, असे म्हणून त्याने हा प्रस्ताव नाकारला. म्युनिसिपालटीच्या

भारतीय सदस्यांनी त्याला विरोध केला, पण अध्यक्षांनी हा प्रस्ताव मान्य करू दिला नाही.

पण भारतीय सदस्यांसाठी हा प्रतिष्ठेचा प्रश्न असल्याने त्यांनी म्युनिसिपालटीच्या नावाशिवाय दिल्लीच्या क्वीन्स गार्डनमध्ये असा एक जाहीर समारंभ आयोजित केला. दिल्लीतले तमाम सन्माननीय प्रतिष्ठित नागरिक कार्यक्रमास हजर झाले आणि रवीन्द्रनाथांना सन्मानपत्र देण्यात आले.

२४

ऋणमुक्त झालेले रवीन्द्रनाथ दिल्लीहून कलकत्त्याला परत फिरले, तेव्हा प्रवासाने शरीराला आलेला थकवा त्यांना जाणवत होता. गेल्या अनेक दिवसांपासून त्यांचे बहिरेपण वाढले होते, दिवसेंदिवस ऐकू कमी येत होते. लेखन, वाचन, भाषण यांत अडचण येत नव्हती; पण संगीत आणि संवाद यांत मात्र सारखी अडचण यायची.

त्यात भर म्हणजे अशक्तपणाही वाढायला लागला.

या दरम्यान रथीन्द्र बहुतांशी पतिसरलाच असायचा. जहागिरीच्या वहिवाटी कामासाठी त्याने पतिसरलाच घर केले होते. पतिसर आणि त्याच्या आसपासच्या शेतजमिनीत त्याचे कृषिविषयक नवनवे प्रयोग चालायचे. स्थानिक शेतकऱ्यांना जास्तीत जास्त उत्पादन कसे मिळेल, अशा योजना तो आखायचा. रवीन्द्रनाथ दिल्लीहून परत आल्यावर त्यांना भेटायला तो शांतिनिकेतनात आला.

"बाबा!" त्याने म्हटले, "पतिसर, शियादला आणि आजूबाजूच्या गावांतल्या अनेक शेतकऱ्यांना तुम्हाला भेटावंसं फार वाटतंय. तुम्ही परवानगी दिलीत, तर मी त्यांना इथे घेऊन येतो."

रवीन्द्रनाथ क्षणभर विचारात गढून गेले. शियालदा, तसंच पद्मा जहाजात घालवलेली वर्षे त्यांच्या नजरेसमोरून तरळून गेली. अक्षरवंचित, लहान मुलांसारखी भोळीभाबडे आणि वर्तमान काचातून मुक्त असे हे खेडूत त्यांना आठवले. यातले किती चेहरे शिल्लक असतील अन् किती पुसून गेले असतील, या विचाराने रवीन्द्रनाथ थोडेसे अस्वस्थ झाले.

"रथीन्!" ते मुलाला म्हणाले, "बघ, ते खेडूत लोक इथं आले तरी सगळे काही येऊ शकणार नाहीत. त्यांना जसं मला भेटावंसं वाटतं ना, तसंच मलाही त्यांना भेटावंसं वाटतंय. मलाच पतिसरला राहता येईल अशी तजवीज कर."

"बाबा!" रथीन्द्रने स्वाभाविकपणे नकार देत म्हटले, "तुमची तब्येत पाहता तुम्ही हा प्रवास करू नये आणि पतिसरमध्ये राहण्याचे श्रमही घेऊ नयेत, हे जास्त बरोबर ठरेल."

''रथीन्द्र!'' रवीन्द्रनाथ शांतपणे म्हणाले, ''हे शरीर आता दिवसेंदिवस क्षीण होत जाणार. ज्यांच्या कुणाच्या भेटीगाठी घ्यायच्या आहेत, त्यांना भेटण्यासाठी मला आता घाई करायला पाहिजे. जा, माझी पतिसरला जाण्याची तयारी करा.''

पतिसर प्रवासाच्या प्रसंगाने कविवर्यांच्या देह-मनात जणू नव्या चैतन्याचा संचार झाला.

रवीन्द्रनाथ पूर्ण चार दिवस पतिसरमध्ये राहिले. शारीरिक अशक्तपणा अथवा इतर कोणत्याही कुरबुरी जणू गायब झाल्या. फक्त बहिरेपणाने मात्र भेटायला येणाऱ्यांशी बोलताना त्रास होत होता, त्याव्यतिरिक्त जणू काही ते पूर्णपणे बरे झाले. भल्या पहाटेपासून अगदी संध्याकाळ मावळून जाईपर्यंत हे सगळे गावकरी जथ्या-जथ्याने त्यांना भेटायला येत होते. जमीनदारीच्या कामासाठी कविवर्य या भागात होते, तेव्हा त्यांची रयत असलेल्या कितीतरी जणांनी आता कायमचा निरोप घेतला होता. जी थोडीबहुत म्हातारीकोतारी उरली होती, ती उत्साहाने आपल्या मुला-नातवंडांना बरोबर घेऊन भेटायला आली होती. रवीन्द्रनाथ खुर्चीवर बसलेले असायचे आणि भोवताली जमिनीवर अंथरलेल्या जाजमावर हे सगळे जण कोंडाळे करून बसायचे. त्यातल्या तरुणांच्या डोळ्यांत आश्चर्य आणि प्रश्नचिन्हे सरसरत असायची; पण ज्यांनी रवीन्द्रनाथांना इथे जमीनदार म्हणून पाहिले होते, त्यांच्या डोळ्यांत आदर आणि सद्भाव तरळत असायचा. त्यातल्या एका खेडुतानं आपल्या फेट्यात खोचलेली रुपयांची पुरचुंडी रवीन्द्रनाथांच्या पायापाशी ठेवली.

''ठाकुरमोशाय, हा माझा शेवटल्या दोन वर्षांचा सारा. दोन वर्षांपासून भरणं झालं नव्हतं, पण आज देवू द्यायचं आन् रिणातून मोकळं व्हायचंय.'' इतके म्हणून झाल्यावर मग त्याने आपल्या पिशवीतून एक कागद काढला. ''ऐकलंय की तुमी फार मोट्ठं कवी झालाय. मला आपलं कसंबसं लिवता वाचता येतंय. पण तुमच्यासाठी एक वेडीबागडी कविता लिहून आणलीय.''

रवीन्द्रनाथ भावमयतेने त्याच्याकडे पाहत राहिले. त्याच्या खांद्यावर हात ठेवून त्याने हातात धरलेला कागद त्यांनी काढून घेतला. या गावकऱ्याने त्याला जे काही चार-दोन शब्द लिहिता येत होते, ते भक्तिभावपूर्वक लिहिले होते.

दुसऱ्या एका प्रसंगी, एका वयोवृद्ध मुस्लिम शेतकऱ्याने सद्गदित होत म्हटले, ''ठाकूर, मी तर आता गळतं पान आहे आणि आपण सगळे जण आता अशा एका ठिकाणी येऊन पोहोचलो आहोत की, तिथं पुढचा रस्ताच संपतो. आता दिवस काही परत मागे नाही फिरणार, पण जमीनदार आणि रयत यांच्यात कसं प्रेम असतं, याचं उदाहरण मिळणं मात्र आता मुष्कील आहे. नव्या पिढीला याची कल्पनाच येत नाही, पण तुमची रयत म्हणून आम्ही किती सुखी होतो, हे या लोकांना कोण समजावणार?''

चार दिवस या सगळ्या गावकरी लोकांच्यात आपले गेलेले दिवस रवीन्द्रनाथ परत जगले. गर्दी करून येणाऱ्या या ग्रामवासीयांच्या व्यतिरिक्त क्वचित कधी कुणी परत एकटा-दुकटा पाहुणा कोणत्याही वेळी-अवेळी येऊन उभा राहायचा. हे चारही दिवस रवीन्द्रनाथांच्या घराचे दरवाजे दिवस-रात्र सताड उघडेच होते. रथीन्द्र आणि प्रतिमाच्या एकाही प्रयत्नाला दाद न देता ते सर्वांना पोटभर भेटले, बोलले. आपल्या जमीनदारी भागातल्या आपल्याच गावकऱ्यांना भेटण्याची ही त्यांची शेवटची वेळ होती.

पण जो थकवा अन् अस्वस्थपणा त्यांनी पतिसरात झटकून फेकून दिला होता, तो थकवा आणि अस्वस्थपणा पतिसराहून शांतिनिकेतनात परत फिरल्यावर दुपटीने जाणवायला लागला. शांतिनिकेतनात परत आल्यावर दुसऱ्याच दिवशी संध्याकाळी आपल्या 'उत्तरायणा'त ते आश्रमाच्या शिक्षकांशी बोलत बसले होते, तेवढ्यात त्यांना अचानक चक्कर आली आणि चक्कर येतेय अशी ते अजून तक्रार करताहेत तेवढ्यात त्यांचे भान हरपले व ते बेशुद्ध झाले. आश्रमात सगळीकडे एकदम धावपळ सुरू झाली. बेशुद्धावस्थेतच त्यांना अंगणातल्या खुर्चीवरून उचलून घरात आणले. बोलपुरात जी काही तातडीची वैद्यकीय मदत हाताशी होती ती दिली, तरी त्याचा काही उपयोग झाला नाही. कविवर्यांना शुद्धीवर आणण्याचे सगळे प्रयत्न अपुरे ठरले. शांतिनिकेतनात त्या वेळेस टेलिफोनही नव्हता. बोलपूर स्टेशनहून कलकत्त्याला तार केली आणि तत्काळ मदतीसाठी निरोप पाठवण्यात आला. या सगळ्या धडपडीत खूप वेळ निघून गेला होता अन् रवीन्द्रनाथ तसेच बेशुद्धावस्थेत पडून होते. पूर्ण साठ तास अशाच बेशुद्ध अवस्थेत निघून गेल्यावर कोलकत्याहून डॉक्टरांची एक खास तुकडी त्यांच्यावर उपचार करायला सगळ्या सरंजामानिशी हजर झाली.

त्यांच्या बेशुद्ध पडण्याची सगळी नीट माहिती घेत, त्यांना तपासल्यावर डॉक्टर इतकेच म्हणाले, "डॉक्टरांची मदत मिळायला तसा फार उशीर झाला आहे, पण आम्ही आशा सोडत नाही. जर यानंतरचे अडतीस तास नीट उलटून गेले, तर त्यांना वाचवण्याची मला आशा आहे.''

संपूर्ण आश्रम स्तब्ध झाला. गडद निराशेची एक लाट सर्वत्र पसरली. डॉक्टरांची आशा खरी ठरली. दुसऱ्याच दिवशी रवीन्द्रनाथांनी उपचाराला अनुकूल प्रतिसाद द्यायला सुरुवात केली व डोळे उघडले. डॉक्टरांनी आशेने आणि उत्साहाने त्यांच्या त्या उघडलेल्या डोळ्यांत लक्षपूर्वक पाहिले. रवीन्द्रनाथांनी डॉक्टरांकडे बघितले आणि खोलीच्या एका कोपऱ्यात पडलेली चित्रकामाची लाकडी फळी, रंग, कुंचले यांच्याकडे ते थोडा वेळ पाहत राहिले. मग त्यांचे ओठ क्षीणपणाने पुटपुटले, "हे सगळं इथं माझ्यापाशी आणा, मला एक चित्र काढायचंय. पाहा,

त्या भुरकट रंगाच्या वृक्षांच्या राईपाशी तळाशी प्रकाशाची तिरीप येतेय अन् आरपार निघून जातेय अन् वर पसरलेलं अफाट असीम आकाश... हे सगळं एक सुरेख चित्र होईल, असं आहे.''

रवीन्द्रनाथांचे हे बोलणे ऐकल्यावर डॉक्टरांचा उत्साह दुणावला. त्यांनी पुन्हा एकदा रवीन्द्रनाथांना व्यवस्थित तपासले व विश्वासाने सांगितले, ''आता त्यांना कसलाही धोका नाहीये.''

आणि खरंच, त्या कवींनी दुसऱ्याच आठवड्यात हळूहळू आपल्या दैनंदिन कामकाजांना सुरुवात केली; पण आता या आजारपणाच्या हल्ल्यामुळे त्यांची प्रकृती पहिल्यासारखी राहिली नव्हती. घरात असायचे तेव्हा बहुतांश वेळा विजयाने दिलेल्या खुर्चीवर बसून ते लेखन-वाचनात वेळ घालवायचे. पुष्कळ जणांच्या भेटी-गाठीही तिथेच व्हायच्या. कधीतरी व्हीलचेअरवर बसून आश्रमात फिरायला निघायचे. नंदिता ही त्यांची नात आता आजोबांची काठी झाली होती.

असे असूनही त्यांचे दिवस-रात्र कसल्या ना कसल्या कामकाजात गढून गेलेले असायचे. पहाटेपासून सुरू असलेल्या आश्रमातल्या विविध उपक्रमांवरनं ते नजर फिरवायचे. आपण स्वत: पहाटे चार वाजता उठून बराच वेळ ध्यान करायचे. सकाळची न्याहरी झाली, की आश्रमाच्या कामात भाग घ्यायचे. दुपारच्या जेवणानंतर एकटेच बसून लिहीत राहायचे किंवा वाचायचे.

आश्रमातले सगळे कामकाज दुपारी दोन तास थांबायचे अन् सगळीकडे नीरव शांतता पसरायची, त्या वेळेस नंदिता म्हणायची, ''दादामोशाय, दुपारी घटकाभर डोळे मिटून थोडेसे आडवे पडाल, तर बरं वाटेल तुम्हाला.''

''खुकी!'' दादामोशाय लाडानं नातीला म्हणायचे, ''आश्रमातल्या सगळ्यांच्या जवळ आपलं काम पुरं करायला अजून खूप वेळ पडलाय. माझ्याजवळ अजून खूप काम बाकी आहे अन् वेळ अजिबात नाहीये. मी कसा काय झोपू?''

नंदिताला आजोबांच्या या बोलण्यातले थोडेबहुत कळायचे; बरेचसे नाही. रवीन्द्रनाथांनी नातीच्या डोक्यावरनं हात फिरवला अन् ते पुन्हा कामात बुडून गेले.

त्यातच असा एक प्रसंग घडला की रवीन्द्रनाथांना आपली ही जर्जर झालेली अवस्था फार दु:खद वाटली. आश्रमात अनेक विदेशी संगीतकार आले होते अन् त्यांच्याबरोबर आश्रमातल्या भारतीय संगीतकारांचा एक संयुक्त कार्यक्रम ठरवण्यात आला होता. रवीन्द्रनाथांनी रचलेले राग आणि त्यांच्या रचना आश्रमातले संगीतकार सादर करणार होते. गेले अनेक महिने या कार्यक्रमाची जय्यत तयारी चालली होती. सूर आणि संगीताने नादमय झालेल्या आपल्या ह्या मनभावन गीतांचे सादरीकरण पाहायला आणि ऐकायला रवीन्द्रनाथही उत्सुक होते. पूर्वतयारीप्रमाणे कार्यक्रम सुरू झाला तेव्हा रवीन्द्रनाथ त्यांच्यासाठी ठेवलेल्या एका खास खुर्चीवर बसले होते.

पण त्या दिवशी त्यांच्या श्रवणयंत्राने अगदी दगा दिला. बहिरेपणा असाही वाढला होता, पण आज जेव्हा कवी संगीत ऐकायला फार उत्सुक होते अन् संगीताचा एकही सूर त्यांच्या कानात पोहोचत नव्हता. रवीन्द्रनाथांचा जीव कोंडल्यासारखा झाला. कार्यक्रम मंथर गतीने पुढे सरकत होता. संगीतकार आणि गायक यांचा ताल अचूक जुळत होता आणि श्रोते टाळ्यांच्या कडकडाटाने त्यांना अभिवादन करत होते; पण एकमात्र कविवर्य त्या साऱ्या वातावरणातून अलिप्त झाले होते. त्यांचा अलिप्तपणा लक्षात आल्यावर कुणा आश्रमवासीयाने एक पोकळ नळी गुरुदेवांसमोर धरली.

"गुरुदेव, ही नळी कानांजवळ ठेवलीत, तर ऐकायला फार त्रास नाही होणार."

अपार वेदनांच्या जाळ्याने गुरुदेवांचा चेहरा वेढला गेला. त्यांनी त्या नळीकडे पाहिले. मंचावरून वाहत येणाऱ्या सुमधुर स्वरांची कल्पना केली. श्रोत्यांच्या टाळ्यांवरून त्यांची सूक्ष्म संस्काररूपता जाणली. समोर धरलेली पोकळ नळी बाजूला ठेवली. अत्यंत गहिऱ्या आर्त स्वरात त्यांचे ओठ पुटपुटले, "नळी ठेवून मला नाही ऐकायचं, बंऽधो! ईश्वराला मला ऐकू द्यायचं असतं, तर त्यानं माझी ही शक्ती कशासाठी काढून घेतली असती?"

यानंतर त्यांनी नळीचा उपयोग केला नाही, पण संगीताच्या त्या कार्यक्रमात मात्र ते शेवटपर्यंत बसून राहिले. त्या रात्री उशिरापर्यंत ते लिहीत होते. आपली मनोव्यथा त्यांनी कागदावर उतरवली.

'हे प्रकृती, तू खरंच माझ्यावर रुसली आहेस? का, कशासाठी तू मला इतके परवश केलेस? माझी व्याख्यानं ऐकायला या दुनियेतल्या अनेक लोकांना थोडीच ती नळी वापरावी लागली होती? ते त्याशिवायही माझे शब्द ऐकू शकत होते अन् आज मला त्यांचे शब्द ऐकायला अशा कृत्रिम नळीचा उपयोग करावा लागतोय. त्यात तू काय साधलेस? पण नाही... नाही, तू जे करतेयस तेच योग्य आहे. असे करण्यात तुझा कोणतातरी महान संकेत आहे. माझी जीवनयात्रा पूर्ण होतेय, अशी टक्टक् करत तू जणू पूर्वसूचना देत्येयस. या जगावर, जीवनावर असलेल्या माझ्या प्रेमात कोणताही विक्षेप येऊ नये, अशीच तुझी धारणा असावी. हळूहळू मंद गतीनं, पण मला दुःख न होता तू मला या जगापासून दूर नेते आहेस, असे वाटते. ही दुनियाही माझ्यापासून दूर जातेय, असे वाटतेय. तू जे करशील, ते भलेच असेल. मानवी जीवनाला अर्पण केलेल्या शक्ती तू नियत केलेल्या काळापुरत्या बहाल केलेल्या आहेत. तत्त्वज्ञ असो की निरक्षर, राजा असो वा रंक– कोणीही असो, हे बक्षीस तुझ्या कृपेचेच फळ आहे.'

*

या कालखंडादरम्यान कोलकता विद्यापीठाचे उपकुलपती म्हणून श्यामा प्रसाद मुखर्जी काम करत होते. कोलकता विद्यापीठ दर वर्षी पदवीपरीक्षा पास झालेल्यांसाठी पदवीदान समारंभ आयोजित करत असे. या पदवीदान समारंभात प्रमुख अतिथी म्हणून रवीन्द्रनाथांनी यावे व त्या संदर्भात व्याख्यान द्यावे, असा आग्रह गेली पाच वर्षे चालला होता; पण काही ना काही कारणाने तो योग जुळून आला नाही. या वर्षी मात्र श्यामाप्रसाद मुखर्जींनी रवीन्द्रनाथांना फारच आग्रहाचा निरोप दिला. रवीन्द्रनाथांची प्रकृती तशी अजून खास सुधारली नव्हती, पण गेली अनेक वर्षे ते कलकत्त्याला जाऊ शकले नव्हते आणि आता या शेवटच्या आजारानंतर रोजचे कामकाज ते थोडेबहुत करायला लागले होते, म्हणून त्यांनी हे आमंत्रण स्वीकारले. आत्तापर्यंत अशा पदवीदान समारंभात सरकारी सत्ताधारी अधिकारी वर्गच– विशेषत:, कधी गव्हर्नर अथवा हायकोर्टाचे न्यायाधीश– अतिथीविशेष म्हणून उपस्थित राहायचे.

रवीन्द्रनाथ टागोरांचा अपवाद करून विद्यापीठाला ही परंपरा तोडून टाकायची होती. परंपरा तोडण्याचे हे काम आपल्या कारकिर्दीतच घडावे, असा श्यामाप्रसाद मुखर्जींनी रवीन्द्रनाथांकडे आग्रह धरला. पदवीदानासारख्या समारंभात सरकारी हुद्देदारांऐवजी साहित्य आणि शिक्षणक्षेत्रातील विद्वानांनी व्याख्यान द्यावे, हे अधिक उचित होते. आपली प्रकृती नाजूक असूनही हे निमंत्रण स्वीकारण्यामागे रवीन्द्रनाथांचे हेही एक मुख्य धोरण होते.

पण निमंत्रणाचा स्वीकार करताना रवीन्द्रनाथांनी एक नाजूक अशी अटही घातली होती. कोलकता विद्यापीठाच्या ऐंशी वर्षांच्या इतिहासात या पदवीदान समारंभाची व्याख्याने नेहमी इंग्रजी भाषेत होत असत. कोलकता विद्यापीठात शिक्षण घेणारा बहुसंख्य वर्ग हा बंगाली होता आणि जे बंगाली नव्हते त्यांनाही बंगालमधल्या वास्तव्यामुळे बंगाली चांगले समजायचे. अशा परिस्थितीत पदवीदान समारंभाचे व्याख्यान बंगालीत करावे, हेच अधिक योग्य आहे, असा त्यांनी आग्रह धरला. रवीन्द्रनाथांच्या आग्रहाने उपकुलपती श्यामाप्रसाद मुखर्जी क्षणभर विचारात पडले, पण मग त्यांनी कविवर्यांची अट स्वीकारली. तत्कालीन वातावरण लक्षात घेता, हा एक क्रांतिकारी निर्णयच होता.

पदवीदान समारंभाच्या आपल्या व्याख्यानात रवीन्द्रनाथांनी राजकीय स्वातंत्र्यापेक्षा सांस्कृतिक स्वातंत्र्य किती महत्त्वाचे आहे, यावर भर दिला. इंग्रजी ही भाषा म्हणून सुंदर आणि समृद्ध आहे, ते मान्य करून ते पुढे म्हणाले, की मातृभाषेचा बळी देऊन इंग्रजीचा स्वीकार करता येणार नाही. मातृभाषेला तुच्छ लेखून परकीय भाषेची स्तुतिस्तोत्रे गाणे हे मानसिक गुलामगिरीचे लक्षण आहे. राजकीय गुलामगिरीतून

मुक्त झाल्यावरही हिंदुस्थानाला मानसिक गुलामगिरीतून मुक्त होण्यासाठी निकराचा संघर्ष करावा लागणार आहे.

पदवीदान समारंभ संपवून शांतिनिकेतनात परत आल्यावर परत एकदा त्यांची प्रकृती ढासळली. या वेळेस युरोपमध्ये दुसऱ्या महायुद्धाचे काळे मिट्ट ढग अंधारून येत घेरून आले होते. युद्धाच्या या बातमीने कवींचे मन ढवळून निघाले. अंथरुणावर पडल्या-पडल्या कवींनी आपला हा क्षोभ 'आपघात' नावाच्या एका कवितेत व्यक्त केला. त्यांनी लिहिले, की संस्कृतीचे नवे स्रोत युरोपातून प्रकटतील, अशी मला आशा होती; पण आता माझ्या निरोपाची वेळ आलीय, तेव्हा मला वाटतंय की, माझी आशा फसवी ठरलीय आणि युरोपने मला अत्यंत हताश केलंय.

रवीन्द्रनाथांची पचनशक्ती दिवसेंदिवस कमी व्हायला लागली. रोजचे अन्नही त्यांना आता घेववत नव्हते आणि त्यामुळे अशक्तपणा वाढत चालला होता. शरीरात जर ताकद टिकून राहायची असेल तर, लहान बाळांसाठी असलेले ग्लॅक्सो फूड घ्यायला पाहिजे, अशी डॉक्टरांनी शिफारस केली. त्यानुसार त्यांना हे पातळसर अन्न द्यायला सुरुवात झाली, तेव्हा ते हसून म्हणाले, "म्हणजे मी आता म्हातारा होतो, ते बाळ झालो खरा! मला कुणी सांगेल का, की या नुकत्याच जन्मलेल्या नव्या बाळाचे वय आत्ता किती आहे?"

२५

एकोणीसशे चाळीसच्या आरंभी देशाचे राजकीय वातावरण अतिशय खराब झाले होते. हे प्रदूषित वातावरण शुद्ध करण्यासाठी गांधीजी देशभरात सर्वत्र फिरत होते. या प्रवासाच्याच एका टप्प्यात गांधीजी बंगालमध्ये आले, तेव्हा शांतिनिकेतनची भेट घेण्यासाठी रवीन्द्रनाथांनी त्यांना खास निमंत्रण पाठवले. आपल्या भरगच्च कार्यक्रमातून दोन दिवस काढून गांधीजींनी हे निमंत्रण स्वीकारले आणि कस्तुरबांना बरोबर घेऊन ते शांतिनिकेतनला आले. पंचवीस वर्षांपूर्वी गांधीजी दक्षिण आफ्रिकेतून हिंदुस्थानात परत आले, तेव्हा शांतिनिकेतनात त्यांचा पहिला मुक्काम होता; आता पंचवीस वर्षांनंतर पुन्हा एकदा ते कस्तुरबांबरोबर शांतिनिकेतनात येत होते.

शांतिनिकेतनच्या आम्रकुंजात अगदी मधोमध एका खास मंचाची बांधणी करून गुरुदेवांनी तिथे गांधीजींचे स्वागत केले. स्वागत करताना ते म्हणाले, "महात्माजी, भिक्षुकाच्या वेशात इथं आलेले आपण, आमच्यासाठी एक परम वंदनीय पुरुष आहात. शांतिनिकेतनात मी मानवतेचे प्रतिनिधी म्हणून आपले स्वागत करतो."

या सत्काराला उत्तर देत गांधीजी म्हणाले, "शांतिनिकेतन हे माझे यात्राधाम आहे. इथं काही मी अतिथी नाही. हिंदुस्थानात परत आलो, तेव्हा हेच माझे पहिले घर होते. गुरुदेवांचा आशीर्वाद घेऊनच मी कार्यारंभ गेला. इथे भेटायला आलो, की मला माझ्या घरी आल्याचा आनंद होतो."

गांधीजी जेव्हा परत निघाले, तेव्हा रवीन्द्रनाथांनी त्यांच्या हातात एक बंद लिफाफा दिला.

गांधीजी त्या लिफाफ्याकडे आश्चर्यानं पाहायला लागले, तेव्हा रवीन्द्रनाथ म्हणाले, "महात्माजी, यात एक पत्र आहे. तुम्ही प्रवासात गाडीतून जाताना हे पत्र वाचावं."

गांधीजींनी ते पत्र घेतले आणि रवीन्द्रनाथांनी सुचवल्याप्रमाणे परतीच्या प्रवासात रेल्वेच्या डब्यात बसून ते वाचले.

गुरुदेवांनी लिहिले होते-

'विश्वभारती माझ्या समग्र जीवनाचे सार आहे आणि माझी इच्छा आहे, की माझ्या अनुपस्थितीत माझे हे जहाज माझ्या देशवासीयांनी सांभाळावे. त्यासाठी माझी आपणास एक विनंती आहे, की आपण याला राष्ट्रीय संपत्ती मानत असाल, तर विश्वभारती आपण सांभाळा. माझी अशी इच्छा आहे, की माझ्या मृत्यूनंतर आपण तिची देखभाल करावी.'

पत्र वाचल्यावर गांधीजी विचारात पडले. गुरुदेवांची प्रकृती त्यांना असे लिहायला भाग पाडत आहे, हे स्पष्ट होते आणि त्यांचे वय पाहता असे काही संभवणे शक्य होते.

त्यांनी चालत्या गाडीतूनच गुरुदेवांना एक पत्र लिहिले-

'तुमच्यासारख्या पवित्र आत्म्याने ज्याचे निर्माण केले आहे, ती विश्वभारती फक्त राष्ट्रीय संपत्तीच नाही, तर आंतरराष्ट्रीय ठेव आहे. त्याच्या भविष्याविषयी तुम्ही निश्चिंत असा. त्याची जबाबदारी घेणारा मी कोण? त्याचं रक्षण परमात्माच करेल. पण माझ्याकडून तुम्हाला खात्री देतो, की विश्वभारती संस्थेसाठी जे काही करावे लागेल, ते सर्व काही मी करेन.'

गांधीजींचा हा संदेश मिळाल्यावर रवीन्द्रनाथांचा जीव एकदम हलकाफुलका झाला, पण त्यांच्या मनाची ही विश्रब्धता फार काळ टिकली नाही, काहीच दिवसांत त्यांना दीनबंधू ॲन्ड्र्यूज यांच्या निधनाची बातमी कळली. एकोणीसशे बाराला लंडनमध्ये रोथेन्स्टाइनने योजलेल्या बैठकीत 'गीतांजली'च्या हस्तलिखित प्रतीचे पहिल्यांदा वाचन झाले तेव्हा, दीनबंधू ॲन्ड्र्यूज यांच्याशी त्यांची प्रथम ओळख झाली. त्यानंतर गेली अठ्ठावीस वर्षे रवीन्द्रनाथांचे निकटचे सोबती होऊन त्यांच्याशी मैत्रीच्या धाग्याने ॲन्ड्र्यूज जोडले गेले होते. ही साखळी आता तुटून गेली. दिवसेंदिवस रवीन्द्रनाथांना अधिकाधिक एकाकी वाटायला लागले.

दीनबंधू ॲन्ड्र्यूज यांच्या मृत्यूने व्यथित होत ते म्हणाले, "ॲन्ड्र्यूज यांच्यासारखा खराखुरा ख्रिस्ती पाद्री मी दुसरा कोणताही पाहिला नाही. त्यांच्या मृत्यूने मी फार एकाकी झालोय, असं वाटतं. आपले समवयस्क सगळे एकामागून एक फार भरभर निघून चाललेत. आता इथं फार वेळ थांबून राहणं, एखाद्या अपराध्यासारखं वाटतंय."

*

जवळजवळ सत्तावीस वर्षांपूर्वी त्यांना जेव्हा नोबेल पुरस्कार मिळाला, तेव्हा ब्रिटनच्या ऑक्सफर्ड विद्यापीठाने त्यांना डॉक्टरची मानद पदवी द्यावी, असा प्रस्ताव ठेवला होता. बंगाली भाषेत रवीन्द्रनाथांपेक्षा वरचढ असे अनेक विद्वान आहेत, असे सांगून हिंदुस्थानच्या तत्कालीन व्हाईसरॉयने विद्यापीठाचा हा प्रस्ताव पुढे ढकलला. यानंतर मग हा प्रस्तावच मुळी गाडून टाकण्यात आला. बरोबर सत्तावीस वर्षांनंतर

गाडला गेलेला हा प्रस्ताव विद्यापीठाच्या जुन्या फायलीतून बाहेर काढण्यात आला आणि या वेळेस मात्र विद्यापीठ व ब्रिटिश सरकार या दोघांनीही या मानद पदवीने रवीन्द्रनाथांचा सन्मान करावा, असे ठरवले. हा बहुमान स्वीकारण्यासाठी रवीन्द्रनाथांना लंडनला येण्याचे निमंत्रण पाठवले.

पण गुरुदेवांना आता अशा कुठल्या प्रवासाची दगदग झेपणे अशक्य होते. कानांव्यतिरिक्त आता दृष्टीवरही परिणाम होऊन आता ती अंधुक होत चालली होती. लेखन वाचनाच्या बहुतांशी कामात कुणाची तरी मदत घ्यावी लागायची. या सन्मानाबद्दल त्यांनी संबंधितांचे आभार मानले, पण त्याचबरोबर त्यांच्या निमंत्रणाला नकारही दिला.

या वेळेस ही पदवी द्यायचीच आहे, असा विद्यापीठाने दृढ निश्चय केला होता. लंडन आणि दिल्लीत याविषयी सल्लामसलत झाली आणि कविवर्य जर लंडनला येऊ शकत नसतील, तर ऑक्सफर्ड विद्यापीठ मॉरिस स्वत: शांतिनिकेतनात जाऊन त्यांचा सन्मान करेल, असे ठरवण्यात आले. त्यासाठी हिंदुस्थानच्या सर्वोच्च न्यायालयाचे मुख्य न्यायाधीश सर मॉरिस यांची विद्यापीठाचे प्रतिनिधी म्हणून नेमणूक करण्यात आली आणि सर मॉरिस विद्यापीठाकडून या पदवीचे दस्तावेज घेऊन शांतिनिकेतनात आले. त्या वेळेस गुरुदेव आश्रमाच्या परिसरात बांधलेल्या 'उदीची' या नव्या घरात राहत होते. हा सगळा सोहळा 'उदीची'च्या अंगणातच झाला. या समारंभात सर मॉरिस यांनी रवीन्द्रनाथांचा सन्मान केला आणि इंग्रजीची मातृभाषेसमान असलेल्या लॅटिनमध्ये भाषण केले. लॅटिन ही युरोपियन भाषाकुळाची मूळ भाषा आहे, म्हणून आपण लॅटिनमध्येच बोलू, असे म्हणत ते लॅटिनमधून बोलले व नंतर त्याचा इंग्रजी अनुवाद करून घेतला.

उत्तरादाखल रवीन्द्रनाथ म्हणाले, ''ज्याप्रमाणे लॅटिन ही युरोपीय भाषाकुळाची मूळभाषा आहे, त्याप्रमाणे संस्कृत तमाम भारतीय भाषांची मूळ भाषा आहे; म्हणून मीपण संस्कृतमधेच बोलेन.''

असे सांगून त्यांनी संस्कृतमधूनच भाषण केले; त्यानंतर त्यांच्या संस्कृत व्याख्यानाचा इंग्रजी अनुवाद करण्यात आला.

रवीन्द्रनाथ टागोर हे ऑक्सफर्ड विद्यापीठाकडून सन्मानित झालेले दुसरे भारतीय होते. अशाच तऱ्हेचा बहुमान मिळालेले पहिले भारतीयही त्यांचेच पूर्वज होते. टागोर परिवारातल्या सौरिन्द्र मोहनना अठराशे शहाण्णवमध्ये ऑक्सफर्ड विद्यापीठाने डॉक्टर ही पदवी दिली होती. सौरिन्द्र मोहन यांनी राणी व्हिक्टोरियाच्या सन्मानार्थ संस्कृत भाषेत 'व्हिक्टोरिया गीतिका' नावाची काव्यरचना केली व त्याला प्रत्युत्तर दिल्याप्रमाणे राणी व्हिक्टोरियाने शिफारस केली व ऑक्सफर्ड विद्यापीठाने बहुमान दिलेले ते पहिले हिंदुस्थानी ठरले. त्याच परिवारातले संतान, रवीन्द्रनाथ हे दुसरे हिंदुस्थानी ठरले.

*

जीवनाच्या सुरुवातीची वर्षे जोडासांकात माणसांनी ओसंडून गच्च भरलेल्या कुटुंबात काढल्यावर रवीन्द्रनाथांना आता जीवनातले शेवटचे दिवस शांतिनिकेतन परिसरातल्या 'उदीची' बंगल्यात अगदी एकाकीपणाने घालवावे लागत होते. शरीर तर आता जवळजवळ पूर्ण थकले होते अन् लेखन-वाचनही फार अवघड झाले होते. 'उदीची' बंगल्यात त्यांच्याबरोबर त्यांची व्यक्तिशः देखभाल करणारा नोकर आणि खासगी सहायक सुधाकांत चौधरी होता. त्यांच्या सुनेची, प्रतिमाची प्रकृतीही आता फारशी बरी नसायची, त्यामुळे ती हवापालटासाठी कॅलिम्पाँग इथे गेली. जमीनदारीच्या वहिवाटी कामासाठी रथीन्द्रला पतिसरला राहण्यावाचून सुटका नव्हती. सगळ्या बाजूने रवीन्द्रनाथ असे जवळजवळ असहाय आणि एकाकी अवस्थेत होते. त्यातूनही ते आश्रमातल्या कुठल्या ना कुठल्या कामात रस घ्यायचे, शक्य असेल तेव्हा जातीने तिथे जायचे. व्हीलचेअर आता त्यांची रोजचीच साथीदारीण होती. या अशा परिस्थितीत त्यांनी 'सेवक' आणि 'प्रयोगशाळा' नावाच्या दोन कथा लिहिल्या. कॅलिम्पाँगला असलेल्या प्रतिमाची तब्येतही फारशी सुधारत नाहीये, असे नुकतेच तिथून कळले होते, रवीन्द्रनाथही एकटेपणाला कंटाळले असल्याने काही दिवस कॅलिम्पाँगला जायचे त्यांनी ठरवले.

पण त्यांच्या प्रकृतीची देखभाल करणाऱ्या डॉक्टरांनी कॅलिम्पाँगचा प्रवास करायला विरोध केला. रवीन्द्रनाथांची सध्याची प्रकृती आणि या प्रवासात होणारे शारीरिक श्रम लक्षात घेता असा कोणताही प्रवास त्यांनी करू नये, मुख्य म्हणजे कॅलिम्पाँगसारख्या पहाडी भागातली हवा अतिशय विरळ आणि बर्फासारखी थंड असल्याने तब्येतीवर त्याचा विपरीत परिणाम होईल, अशी भीतीही डॉक्टरांनी बोलून दाखवली; पण डॉक्टरांचा हा सल्ला न जुमानता आपल्या एका नोकराला व खासगी सचिवाला घेऊन ते कॅलिम्पाँगला पोहोचलेसुद्धा!

बाबांना अशा थकलेल्या अवघड अवस्थेत आलेले पाहून प्रतिमा आपले दुखणेच जणू विसरली. तिने 'गौरीपूर भवन' इथे वेगळ्या ठिकाणी त्यांच्या राहण्याची व्यवस्था केली. रवीन्द्रनाथांच्या खोलीतून कॅलिम्पाँगचे ठायी-ठायी पसरलेले पहाडी सौंदर्य पाहता येत होते, म्हणून आपल्या खोलीतल्या खिडक्या उघड्या ठेवण्याचा त्यांनी आग्रह धरला. बाहेर थंडगार हवा पडली होती अन् बोचरे वारे सुटले होते. ही थंडी आणि हा बर्फगार वारा रवीन्द्रनाथांना सोसणार नाही, असे नोकराने प्रतिमाला सांगितले. प्रतिमाने आपल्या सासऱ्यांच्या खोलीतल्या खिडक्या बंद करायचा आग्रह केला.

"बौमा, खिडक्या बंद केल्यास, तर मला गुदमरल्यासारखं होईल. मी इथे

फुप्फुसात ताजी हवा भरून घ्यायला आलो आहे; गुदमरायला नाही.'' रवीन्द्रनाथ म्हणाले.

''ते खरंय, बाबा!'' प्रतिमा म्हणाली, ''पण हिवाळा सुरू झालाय अन् बाहेर फार गार हवा आहेय.''

''फक्त थंडीच नाहीये बौमा, बाहेर निसर्गानं कडेकपारीत उधळलेलं अमाप सौंदर्यही आहे.'' रवीन्द्रनाथ म्हणाले, ''पण तुम्ही सगळे थंडीला इतके का घाबरता?''

''मी एकाच अटीवर खिडकी उघडी ठेवू देईन, बाबा!'' प्रतिमा म्हणाली, ''तुमच्या झब्ब्यावर तुम्ही कायम ओव्हरकोट घातला पाहिजे.''

या एवढ्या मुद्द्यावर रवीन्द्रनाथ तयार झाले. त्यांचे मन प्रसन्न झाले, आपले आजारपण ते विसरले. मैलोन्मैल दूरवर खुले, मोकळे पसरलेले हे पहाडी सौंदर्य ते डोळ्यांत साठवत राहिले.

पण प्रतिमाची शंका खरी ठरली. रवीन्द्रनाथांच्या प्रकृतीला कॅलिम्पाँगची थंडी सहन झाली नाही.

एका संध्याकाळी मोठ्ठ्या गोल उशीला टेकून रवीन्द्रनाथ पलंगावर अर्धवट आडवे पडले होते. घटकाभरापूर्वीच त्यांनी लिहिलेली कविता जवळच्याच टी-पॉयवर पडली होती. टी-पॉयवर पडलेले पुस्तक ते हातात घ्यायला गेले, पण पुस्तकाचे वजन जणू हाताला झेपले नसावे, तसे पुस्तक छातीवरनंच खाली पडले. तितक्यात फळांच्या फोडींची बशी हातात घेऊन प्रतिमा तिथं आली.

''बाबा, घ्या, थोडीशी फळं खा.''

एवढं म्हणत तिनं बशी टी-पॉयवर ठेवली आणि रवीन्द्रनाथांकडे पाहिले, तर रवीन्द्रनाथ आचके देत होते! प्रतिमा एकदम हबकलीच.

''बाबा, बाबा... तुम्हाला काय होतंय?'' तिने रवीन्द्रनाथांच्या पलंगावर ओणवं होत घाबरेघुबरे होत विचारले.

पण रवीन्द्रनाथ उत्तर देण्याच्या स्थितीत नव्हते. अचानक आलेल्या बेशुद्धीच्या गर्तेत ते खोल-खोल उतरले होते. प्रतिमाने रवीन्द्रनाथांना हलवले, थापटले; पण रवीन्द्रनाथांच्या देहाने कसलाही प्रतिसाद दिला नाही. त्याने कसलीही हालचाल केली नाही. प्रतिमाने जोराने किंकाळी मारून नोकराला बोलावले. त्यांचे खासगी सचिव सुधाकांतही जोराने धावत आले. कॅलिम्पाँगला जी काही किरकोळ, क्षुल्लक वैद्यकीय मदत उपलब्ध होती, ती देण्यात आली. तिथल्या स्थानिक डॉक्टरला तपासायला बोलावले, पण त्याने निराशेने सांगितले, ''यात मी काही करू शकेन, असं नाही वाटत मला. माझ्याकडून होईल ती औषधं मी देतो, पण दार्जिलिंगहून सिव्हिल सर्जनला लगेच बोलावून घ्यावं, हे उत्तम.''

कॅलिम्पाँग ते दार्जिलिंग अशी टेलिफोन सेवा त्या वेळेस नव्हतीच. फक्त तार केली तर डॉक्टर येतील न येतील; काही सांगता येत नव्हते. परिस्थितीचे गांभीर्य

आणि रवीन्द्रनाथांचे महत्त्व तारेतून काय कळणार होते? कॅलिम्पाँगच्या डॉक्टरांनी एक शिफारसपत्र लिहिले आणि ते पत्र घेऊन एक खास माणूस दार्जिलिंगला रवाना झाला.

दार्जिलिंगचा सिव्हिल सर्जन एक इंग्रजी अधिकारी होता. रवीन्द्रनाथांचे नाव का काम, त्याला काहीच माहीत नव्हते. अत्यंत कडक थंडीही पडली होती. म्हणून त्याने कॅलिम्पाँगला यायला नन्नाचा पाढा सुरू केला.

''रोग्यालाच इथे घेऊन या. हा सरकारी दवाखाना आहे. मला इतर रोग्यांचीही काळजी घ्यायची असते.''

''रोग्याला इथं आणणं शक्य नाही, साहेब आणि कविवर्य कुणी सामान्य रुग्ण नव्हे.'' डॉक्टरांना समजावून पाहिले.

''असेल,'' डॉक्टर म्हणाले, ''पण मी कॅलिम्पाँगपर्यंत धक्का खायचा? आणि तिथे कुणी इंग्रजी समजणारे नसेल तर, माझा हेलपाटा फुकट जाईल.''

डॉक्टरांना मग अजून थोडे विस्ताराने सांगितले, त्यानंतर ते कॅलिम्पाँगला यायला तयार झाले. पूर्ण बारा तासानंतर रवीन्द्रनाथांना आवश्यक ती वैद्यकीय मदत मिळाली. सिव्हिल सर्जनने त्यांना अगदी नीट बारकाईने तपासले. कवी अजूनही बेशुद्धावस्थेतच होते.

''रुग्णाला शुद्धीत आणण्यापुरता मी उपचार करू शकतो, पण त्यांचा जीव वाचवण्यासाठी ताबडतोब कलकत्त्याला जाऊन त्यांच्यावर इलाज केल्याशिवाय चालणार नाही.'' एवढे सांगून डॉक्टरांनी त्यांना ग्लुकोजचे इंजेक्शन दिले आणि बाकीची काही थोडी औषधे दिली.

या उपचारांचा योग्य तो परिणाम झाला आणि रवीन्द्रनाथ भानावर आले. त्यांनी डोळे उघडले, तेव्हा सगळ्यांच्या जिवात जीव आला. पण त्यांना अशक्तपणा फार वाटत होता.

मात्र, आता दुसरा कोणताही रस्ता नव्हता. पतिसर, शांतिनिकेतन किंवा कोलकता इथून कुणाला तरी कॅलिम्पाँगला बोलवण्यापेक्षा शक्य तितक्या सोईची व्यवस्था करून लवकरात लवकर त्यांना कलकत्त्याला नेण्याचे नक्की ठरले. ताबडतोब एका मोठ्या वाहनाची व्यवस्था करून त्यांना कलकत्त्याला नेण्यात आले.

कलकत्त्याच्या डॉक्टरांनी त्यांना काळजीपूर्वक तपासले. हाडापिंडात इतका दुबळेपणा होता की ऑपरेशनसारखा तत्काळ होणारा एखादा इलाज शक्य नव्हता. येते काही दिवस त्यांच्या जिवाला धोका आहे आणि रोग्याने औषधाला योग्य तो प्रतिसाद दिला, तर ऑपरेशन न करताही त्यांचा जीव वाचवता येणे शक्य आहे, असे डॉक्टरांचे मत झाले. कविवर्यांच्या या गंभीर प्रकृतीची बातमी कलकत्त्याच्या आकाशवाणीवरून जाहीर करण्यात आली आणि कलकत्त्यात जणू काही हरताळ

पडला असावा, असे वातावरण निर्माण झाले. लोकांच्या झुंडीच्या झुंडी जोडासांकातल्या त्यांच्या घराबाहेर गोळा व्हायला लागल्या.

गुरुदेवांची तब्येत चिंताजनक आहे, ही बातमी गांधीजींना जेव्हा कळली, तेव्हा काळजीने ते अस्वस्थ झाले. आपल्या शांतिनिकेतनच्या शेवटच्या भेटीत गुरुदेव शरीराने आणि मनाने कसे हल्लक झाले होते, त्याचे गांधीजी साक्षी होते. त्यात ती बातमी ऐकल्यावर तर त्यांचा जीव खालीवर झाला. कलकत्त्याला जाण्याचा विचार त्यांच्या मनात आला खरा, पण देशातले राजकीय वातावरण स्फोटक बनले होते. मुस्लिम लीगने मुस्लिमांसाठी वेगळ्या देशाची, पाकिस्तानची मागणी केल्याने संपूर्ण देशात जातीय तणाव निर्माण झाला होता. या अशांत परिस्थितीत एक क्षणभर श्वास घ्यायलाही गांधीजींना फुरसत नव्हती; तशात संपूर्ण देशभर ते न थांबता फिरत होते.

हे सगळे सोडून आपण कलकत्त्याला जाऊ शकणार नाही, असे लक्षात आल्याने त्यांनी महादेवभाईंना सांगितले, "महादेव, तू आजच कलकत्त्याला जा. गुरुदेवांकडे जाऊन माझ्या वतीनं त्यांच्या प्रकृतीची चौकशी कर. जोपावेतो तुझा निरोप मला मिळणार नाही, तोवर माझ्या जिवाला चैन पडणार नाही."

महादेवभाई कलकत्त्याला पोहोचले, तोपर्यंत कविवर्य अजून धोक्याच्या बाहेर आले नव्हते, पण त्यांच्या प्रकृतीने औषधोपचारांना हळूहळू प्रतिसाद द्यायला सुरुवात केली होती, त्यामुळे डॉक्टरांच्या आशा जरा पल्लवित झाल्या. महादेवभाई त्यांच्या खोलीत गेले तेव्हा ते जवळजवळ जागृतावस्थेत होते. अशक्तपणा होताच, पण ते पुरते भानावर होते.

"गुरुदेव!" महादेवभाईंनी नमस्कार करत म्हटले, "बापूंनी तुम्हाला वंदन सांगितले आहे आणि तुमच्या आरोग्यासाठी, स्वास्थ्यासाठी ते स्वत: परमात्म्याला प्रार्थना करताहेत, असा निरोप त्यांनी दिला आहे."

रवीन्द्रनाथ अनिमिष नजरेने महादेवभाईंकडे पाहत राहिले. त्यांचे ओठ हलकेच थोडेसे हलले. त्यांच्या नजरेसमोर गांधीजींशी झालेले मतभेदाचे अनेक प्रसंग सरकत गेले. एक पळभर न थांबता गांधी पूर्ण देशात धावत-पळत होते, हे त्यांना माहीत होते. इतक्या आणीबाणीसदृश परिस्थितीतही त्यांनी आपली चौकशी करायला महादेवभाईंना पाठवले, हे जाणल्यावर कविवर्यांचे हृदय काठोकाठ तुडुंब भरून आले. गळ्यात हुंदका दाटला. भाभीराणी कादंबरीपासून ते नीतीन्द्रच्या मृत्यूपर्यंत एकाही प्रसंगी त्यांचे डोळे ओलावले नव्हते; पण या वेळेस डोळ्यांनी त्यांना जुमानले नाही. कविवर्यांचे डोळे पहिल्यांदाच झरले.

२६

जोडासांकातल्या मुख्य प्रवेशद्वाराजवळ रोज अगदी पहाटेपासून रात्री उशिरापर्यंत भेटायला येणाऱ्यांचे घोळकेच्या घोळके जमत होते. त्यांत लेखक, पत्रकार, राजकारणी, शिक्षणशास्त्रातले तज्ज्ञ होते, तसेच सामान्य जनसमूहातली असंख्य माणसेही होती. डॉक्टरांनी भेटीला येण्यावर मनाई केली असल्याने कुणालाही कविवर्यांना ठेवलेल्या दालनात जाता येत नव्हते. रथीन्द्र, अवनीन्द्रनाथ किंवा त्यांच्या कुटुंबातले इतर एखादे कुणीतरी या सर्वांना बाहेर येऊन भेटायचे, त्यांच्या प्रश्नांना उत्तरे द्यायचे. रवीन्द्रनाथांना भेटता येणार नाही याची जाणीव करून द्यायचे. सगळे जण घटकाभर तिथे बसायचे आणि हलक्या पावलांनी माघारी परत फिरायचे.

त्यातच एक प्रसंग घडला.

जीवनातल्या आठव्या दशकात प्रवास करणाऱ्या एका अनोळखी वृद्धाने प्रवेशदारापाशी उभ्या असलेल्या चौकीदाराला हात जोडून विनवणी केली, "बोडोदादा, मला कविमोशायांचं दर्शन घ्यायचं आहे. मला त्यांच्याकडं घेऊन चला."

सोगा सोडलेले मळकट धोतर, गुडघ्यापर्यंत आलेला मातकट झब्बा आणि डोक्यावर बांधलेला धडपा अशा पेहेरावात तो उभा होता. वृद्ध कमरेतून अगदी वाकला होता. हातात आधाराला काठी होतीच.

"दादा, ठाकुरमोशाय कुणाला भेटू शकत नाहीत. डॉक्टरांनी नको म्हटलंय." चौकीदारानं समजावण्याचा प्रयत्न केला.

"पण बंधो, मला फक्त त्यांचं दर्शन घ्यायचंय. मला एकदा त्यांचं दर्शन घेऊ द्या. जिंदगीभर तुमचे उपकार विसरणार नाही मी!" त्या वृद्धाने आग्रहाने म्हटले.

"ते होण्यासारखं नाही." चौकीदारानं पुन्हा नकार दिला.

"आणि मीपण त्यांचं दर्शन घेतल्याशिवाय परत फिरणार नाही, हेही तितकंच खरंय."

या दोघांच्यात अशी झकाझकी सुरू होती, तेवढ्यात कलागुरू अवनीन्द्रनाथ तिथून जात होते. त्यांनीही या वृद्धाला समजावण्याचा प्रयत्न केला.

"दादा, कविमोशाय फार फार आजारी आहेत. त्यांना नाही भेटता येणार

कुणाला. तुम्ही घरी जाऊन त्यांच्यासाठी प्रार्थना करा.''

पण त्या वृद्धानं हेही ऐकलं नाही. त्यानं स्वत:चा हट्ट कायम ठेवला. अवनीन्द्रनाथ मग त्याला फार न समजावता पुढे निघून गेले.

योगायोगाने संध्याकाळनंतर बऱ्याच उशिरा अवनीन्द्रनाथ परत बाहेर आले, तेव्हा तो वृद्ध दरवाज्याजवळच्या वाटेत उभा होता.

''ठाकुरदादा!'' चौकीदारानं त्यांचं लक्ष वेधत म्हटलं, ''हा म्हातारा सकाळपासनं काही न खाता-पिता असाच्या असा उभा आहे आणि कविमोशायांचं दर्शन करायचंय, असा नुसता धोशा लावलाय त्यानं.''

अवनीन्द्रनाथांनी आता मात्र त्या वृद्धाकडे नीट निरखून पाहिले. तो अनवाणी पायांनीच काठीच्या मुठीवर डोके टेकवून तोंड बारीक करून गरीब चेहऱ्याने उभा होता. हवेत जीवघेणी थंडी होती अन् याच्या अंगावर एकही गरम कपडा नव्हता. अवनीन्द्रनाथांचे हृदय द्रवले.

''दादा!'' ते म्हणाले, ''कृपा करून तुम्ही हट्ट सोडून द्या. कवींना भेटणं शक्य नाही.''

''ठाकूर, मी भेटायला नाही, दर्शन करायला आलोय. त्यांच्या चरणांजवळ उभं राहून मला एकदा माथा टेकवू द्या.''

अवनीन्द्रनाथ क्षणभर विचारात पडले. हा वृद्ध माणूस रवीन्द्रनाथ साहित्याचा भक्त तर वाटत नव्हता, पण तरीही त्याचा तो आग्रह त्यांना समजला नाही.

सकाळपासून भुकेलेला, तहानलेला हा वृद्ध आता या रात्रीच्या थंडीतही असाच उभा राहिला तर मात्र काही भलतेच होईल, हे त्यांच्या लक्षात आले. मग दूरचा विचार करून ते म्हणाले, ''बरंय, मी तुम्हाला घेऊन जातो, पण तुम्ही काहीही बोलायचं नाही. खोलीच्या दरवाजातूनच त्यांचं दर्शन घ्यायचं अन् काहीही आवाज न करता परत फिरायचं.''

''तुम्ही म्हणाल तसंच करेन ठाकूर, मी फक्त दर्शन घेईन.''

अवनीन्द्रनाथांनी चौकीदाराला सूचना केली आणि या वृद्धाला हाताला धरून चालवत ते आत गेले. महामुष्किलीने हळूहळू पावले टाकत हा वृद्ध जोडासांकाच्या पायऱ्या चढला आणि मग अवनीन्द्रनाथांनी त्याला गुरुदेवांच्या खोलीबाहेर उभे केले. समोरच्या भिंतीजवळच्या पलंगावर छातीपर्यंत पांघरुणात गुरुदेवांचा कृश देह झोपलेला दिसत होता.

''दादा,'' अवनीन्द्रनाथांनी त्या वृद्धाच्या कानात दबत्या आवाजात सांगितलं, ''ते पाहा कविमोशाय!''

वृद्धाने त्या दिशेनं हात जोडले. माथे झुकवले अन् मग आपला चेहरा त्याने जरा प्रयत्नपूर्वक सावरला, पण आता त्याच्या दोन्ही डोळ्यांतून पाण्याच्या धारा

वाहत होत्या, त्याला त्या अडवता, थोपवता येत नव्हत्या. लहान मुलांसारखे आपले तोंड त्याने दोन्ही हातांनी झाकून घेतले.

अवनीन्द्रनाथांनी हे पाहिले अन् ते एकदम स्तब्ध झाले. घाईघाईने त्यांनी त्या वृद्धाचा हात धरून त्याला एका बाजूला नेले.

"दादा, तुम्ही रडताय?" अवनीन्द्रनाथांनी अपार सहानुभूतीनं वृद्धाच्या खांद्यावर हात ठेवला.

"हां, ठाकूर, रडू दे मला! जे काम मी चाळीस वर्षांपासून प्रयत्न करूनही झालं नाही, ते काम कविमोशायांच्या एका पुस्तकानं केलं, हे समजल्यानं त्यांचं दर्शन केल्यावाचून मला राहवलं नाही."

"म्हणजे काय झालं, दादा?" अवनीन्द्रनाथांनाही आता जरा उत्सुकता वाटली, "काही नीट सांगाल तर कळेल मला."

थोड्याच वेळात म्हाताऱ्याचे रडणे थांबले. त्याने हळूहळू जे काही सांगितले ते ऐकून अवनीन्द्रनाथ नि:शब्द झाले.

या वृद्धाने एकुलत्या एका मुलीचे लग्न कोवळ्या वयात नवव्या वर्षीच केले, पण लग्न म्हणजे काय हे समजायच्या आत तेराव्या वर्षीच तिच्या भांगातला सिंदूर पुसला गेला. यानंतर या विधवा मुलीच्या जीवनातला सगळा रसच आटला. ती जाणत्या वयात आली, तारुण्य फुलले, तेव्हा तिला उमगले, की वैधव्य म्हणजे काय! तिने चांगली वस्त्रे, भोजन हे सगळे सोडूनच दिले. जगण्यात एकही हौसमौज की सणवार, समारंभ कशातच भाग घेतला नाही. घराच्या बाहेरही ती क्वचितच कधी आली असेल. मुलीची ही दयनीय अवस्था पाहून द्रवलेल्या बापाने तिच्या जीवनात काही तरी का होईना, चैतन्य यावे म्हणून स्वत:ला जमतील ते सगळे प्रयत्न केले. मुलगी ना कधी देवदर्शनाला गेली, ना तिने कधी संगीत ऐकले. तिच्या गळ्यातून एखादा चकार शब्द कधीही गीत होऊन प्रकटला नाही. आपल्या माहेरी एखाद्या जिवंत प्रेतासारखी पुढची चाळीस वर्षे तिने घालवली.

दोन दिवसांपूर्वी हा वृद्ध आपल्या या दुर्भागी मुलीच्या खोलीवरून जात होता, तेव्हा त्याने मुलीला गुणगुणताना ऐकले. त्याच्या आश्चर्याला पारावार उरला नाही. त्याने दरवाज्याजवळ उभे राहून पूर्ण गीत ऐकले अन् एका क्षणात चाळीस वर्षांचे ते असह्य ओझे वितळून गेले. खुकी! खुकी! करत आपले दोन्ही हात तिला कवेत घेण्यासाठी फैलावत तो आत धावला आणि पन्नाशी उलटलेली ती मुलगीही बापाच्या गळ्यात पडली. बापाला कळलेच नाही की, मुलीत हे परिवर्तन कुठून आले? कसे झाले? हे गीत तिच्या गळ्यातून कसे काय प्रकटले? भावभावनांचा हा खळखळता निर्झर कसा काय वाहायला लागला?

त्याचे असे होते-

दोन-तीन दिवसांपूर्वी या मुलीच्या हातात कुणी एक पुस्तक दिले. या पुस्तकाची पाने उलटता-उलटता तिला त्यात रस वाटायला लागला. मग तिने सगळेच पुस्तक झपाट्याने वाचले. कितीतरी पाने पुन:पुन्हा वाचली. वाचता-वाचताच तिची जीवनदृष्टीच जणू खुलली. आत्तापर्यंत जिथे काळाकभिन्न अंधार वाटत होता, तिथे दिव्याची ज्योत उजळावी तसा प्रकाश पसरला. या प्रकाशात जीवनाचा नवा अर्थच जणू गवसला अन् तो जाणताच तिच्या कंठातून गीत फुटले. मन पिसागत हलके झाले.

''आणि जे काम माझ्याच्याने झाले नव्हते, ते काम या पुस्तकाने केले. या पुस्तकाचे लेखक आपले कविमोशाय आहेत, हे कळल्यावर त्यांचे दर्शन घेतल्याविना, त्यांच्यापाशी एकदा माथे झुकवल्याशिवाय माझ्याकडनं राहवलं नसतं, ठाकूर!''

वृद्धाने आपले सांगणे पुरे केले आणि पुन्हा एकवार डोळे पुसले. अवनीन्द्रनाथ त्याच्याकडे अनिमिष नजरेने पाहत राहिले. हा वृद्ध दोन्ही डोळ्यांनी आंधळा होता आणि कविमोशायांच्या दर्शनाला तो आला होता, हे खरे; पण ते दर्शन स्थूल अर्थाने नव्हे, तर परम अर्थाने करत होता. अवनीन्द्रनाथांनी माथे झुकवून त्यालाच वंदन केले.

*

पूर्ण दोन महिने रवीन्द्रनाथ अंथरुणावरच खिळून होते. दोन महिने त्यांच्यावर सतत उपचार सुरू होते. त्यांना किडनीचा जो त्रास होता, तो कायमसाठी बरा करायचा तर शस्त्रक्रियेशिवाय इलाज नव्हता; पण त्यांचे वय आणि त्यांची अवस्था पाहता, डॉक्टर हा धोका पत्करायला तयार नव्हते. दोन महिन्यांच्या उपचारानंतर असे वाटले की आता, निदान तात्पुरता का होईना, जिवाचा धोका टळलाय. रवीन्द्रनाथ हलके-हलके हिंडते-फिरते झाले होते, इतकेच नव्हे, तर नंदिताला जवळ बसवून कविता किंवा इतरही काहीतरी ते लिहीत राहायचे. कधी-मधी हातात ब्रश घेऊन चित्रही रंगवायचे. या काळादरम्यान त्यांनी स्वत:च्या शैशवाची लिहिलेली संस्मरणे आणि 'तीनसंगी' नावाचा कथासंग्रहही प्रकाशित केला. आजारपणात आलेल्या चिक्कार पत्रांना ते आता उत्तरेही लिहायला लागले होते.

कविवर्यांनी शारीरिक किंवा मानसिक श्रम शक्य तितके कमी करावेत आणि दिवसातला बराच वेळ विश्रांती घ्यावी, यासाठी सगळे जण त्यांना काही ना काही सूचना करायचे. या सूचनांच्या मागे काळजीने भरलेली आपुलकीच असायची, पण या सगळ्यांच्या अशा वगेवगेळ्या प्रकारच्या सूचनांनी रवीन्द्रनाथ कंटाळले होते.

''बाबा, आता दुपारी तुम्ही विश्रांती घ्या.'' कुणी म्हणायचे.

''बाबा, तोंडाला चव नसली तरी, इतकी फळं तुम्ही खाल्लीच पाहिजेत.

त्याशिवाय शक्ती कशी येणार?'' अजून कुणीतरी सांगायचं.

"बाबा, रात्री दहा वाजले, की तुम्ही झोपायचंच. मग काही वाचायचं नाही.'' कधी कधी असा सल्ला मिळायचा.

"आणि बाबा, भेटायला येणाऱ्या सगळ्यांबरोबर खूप बोलू नका. फार बोलण्यानं शक्ती कमी होते.'' तिसराच एखादा असा शक्तीचा सिद्धान्तही समजवायचा.

रवीन्द्रनाथ या सगळ्यांनी फार कंटाळले होते. या सगळ्या सूचना खऱ्या होत्या, व्यवहार्य होत्या; पण त्यांचे मन त्यांचा स्वीकार करायला तयार व्हायचे नाही. हे सगळे ते चुपचाप ऐकून घ्यायचे, पण आपले मन त्यांनी कागदावर उतरवले.

'ही कसली असहायता! जे कालपावेतो खेळण्यांशी खेळत होते, ते मला आज सूचना देताहेत! ज्यांना काल-परवा मी बाहुल्या आणून देत होतो, ते मला हे आदेश देताहेत आणि त्यांचे हे आदेश मी ऐकतोय.'

पण आता जोडासांका सोडून शांतिनिकेतनात जाण्यासाठी त्यांचे चित्त व्याकूळ होत होते. कुटुंबातले सगळे जण, डॉक्टर त्यांना कलकत्त्यात आणखी थोडे दिवस राहण्याचा आग्रह करत होते. कारण स्पष्ट होते. कलकत्त्यात जशी वैद्यकीय मदत ताबडतोब मिळण्यासारखी होती तसे काही शांतिनिकेतनात शक्य नव्हते, त्यात अजून कसलाही निर्णय घेण्याआधीच सुरेन्द्रनाथांच्या मृत्यूची बातमी आली. सुरेन्द्रनाथ कविवर्यांचा फार लाडका पुतण्या होता. सत्येन्द्रनाथांच्या बरोबर तरुण रवीन्द्रनाथ जेव्हा लंडनमध्ये विद्यार्थिदशेत होते, तेव्हा या लहानग्या सुरेन्द्राला त्यांनी अनेक वेळा खांद्यावर बसवून फिरवले होते. सत्येन्द्रनाथांची ही दोन्ही मुले, इंदिरा आणि सुरेन्द्र त्यांना आपल्या मुलांइतकी जिवलग होती. सुरेन्द्रनाथाच्या मृत्यूने आधीच नाजूक झालेल्या त्यांच्या हृदयावर खोलवर आघात झाला. सगळा दिवस ते न खाता-पिता, न बोलता गप्प-गप्पसे पडून राहिले. रात्र फार व्हायला आली होती, त्यांनी नंदिताला जवळ बोलावले.

आपल्या अंतरातला भार हलका करत त्यांनी काही शब्द लिहिले-

आता खूप झालं, हे प्रभु आता

हे सगळं आवरून घ्या

आवरा आता,

या सगळ्याचं संहरण करा.

नि:स्तब्ध प्रखर-रौद्र ताप

सर्वत्र व्यापलाय- असह्य दाह होतोय

निराशेच्या अशब्द दाहाचा

संहार करा, प्रभु.

हे प्रभु, हे नाथ, जसा पिता
क्वचित क्रोधित होत
बाळावर हात उगारतो, तेव्हा तेव्हा
अपत्याच्या वत्सलतेची मूर्ती
माता त्यांना अडवते,
मधे पडते-विनवते– मुलाच्या रक्षणार्थ
तसे, हे प्रभु सजल नयनानं
मज मदतीस धाव घ्या.

या अशा सगळ्या कोंडमाऱ्यात त्यांची सर्जनशीलता मात्र कधीही अडखळली नाही, थांबली नाही की तिला कसलीही बाधा आली नाही. तत्कालीन वैश्विक प्रश्नांबाबतचे त्यांचे तादात्म्य ढळले नाही. आजारपणाच्या काळात अंथरुणावर खिळलेले असताना त्यांनी लिहिलेल्या कवितांचा संग्रह त्यांची शुश्रूषा केलेल्यांना त्यांनी अर्पण केला.

दुसऱ्या महायुद्धाने संपूर्ण जगाला भरडून काढले होते. दिवसेंदिवस युद्धाच्या अक्राळविक्राळ चेहऱ्याने मानवी संबंधाचे एक घृणास्पद रूप समोर आणले. एक विश्व आणि अखंड मानवी जीवनाची संकल्पनाच त्याने छिन्नभिन्न करून टाकली. पूर्वेकडे जपानने आपल्या लष्करी सामर्थ्याने कोरिया आणि मंचुरिया यांचे नकाशेच पुसून टाकले होते. पश्चिमेकडे मुसोलिनीने इटलीवर आपली लोखंडी पकड घट्ट करून रोमच्या साम्राज्याला पुनर्जीवित करण्याच्या प्रयत्नात ॲबिसिनियावर आक्रमक हल्ला केला. पोलंड, फ्रान्स आणि नेदरलँडसारख्या प्रदेशांना आपल्या टाचेखाली चिरडून टाकले तरी हिटलरी भूक अजून भागली नव्हती; उलट तिने आपला जबडा आ वासून, अजून मोठा फाकला होता. हे सगळे रोज-रोज ऐकून रवीन्द्रनाथ व्यथित झाले. त्यांच्या विश्वभारतीच्या कल्पनेहून हे सगळे उलटे, विपरीत होते. या घावाने अस्वस्थ, अशांत झालेले त्यांचे हृदय काठोकाठ भरून आले. त्यातूनच त्यांनी 'सांस्कृतिक कटोकटी' नावाचा एक लेख लिहिला.

'रानटीपणीचा दैत्य मानवतेचा पूर्ण नाश करायला जणू काही टपून बसला आहे. हा अनुभव फार वेदनादायक आहे. जगाच्या एका टोकापासून दुसऱ्या टोकापर्यंत द्वेषाची अन् हिंसेची आग भडकली आहे. हिंसेची ही ज्वाळा पाश्चिमात्य प्रजेत सीमा ओलांडून परत फिरलीय. जिथे कुठे नजर टाकावी, तिथे तिथे मानवी संस्कृतीची ही नष्टता सर्वत्र विखुरलेली दिसतेय; पण तरीही माणुसकीवर श्रद्धा ठेवण्यावाचून दुसरा कोणताही पर्याय नाही. संहाराचा हा क्षण पूर्ण होईल, तेव्हा सर्जनाचे नवे धुमारे पुन्हा फुटतील, अशी खोल आशा अंतरात तर आहेच.'

पण आता त्यांचे मन जोडासांकातून उडून गेले. डॉक्टरांचा सल्ला दुर्लक्षून

शांतिनिकेतनात जाण्यासाठी ते वारंवार आग्रह धरत होते.

"माझा अंत जेव्हा कधी, ज्या दिवशी निश्चित असेल, तेव्हा अन् त्या दिवशी तो अचूक येईल. कलकत्त्यात असलो तरी तो आपण थांबवू शकणार नाही. सर्व काही ईश्वराधीन आहे." रवीन्द्रनाथ नातेवाईक आणि डॉक्टरांजवळ युक्तिवाद करत म्हणायचे.

"गुरुदेव, ईश्वराविषयी आम्हाला काही माहीत नाही, पण हे डॉक्टरी उपचार आणि औषधे यांबद्दल मात्र चांगली जाण आहे." डॉक्टर प्रत्युत्तरादाखल म्हणायचे.

पण रवीन्द्रनाथ त्यांचा युक्तिवाद खोडून काढत म्हणायचे, "या पृथ्वीवर अशा अनेक गोष्टी आहेत, की त्यांविषयी आपण अज्ञानी आहोत, पण म्हणून त्या नाहीतच, असे आपण म्हणू शकत नाही."

"हे खरे!" डॉक्टर म्हणायचे, "पण आम्हाला सावध राहिले पाहिजे आणि जपून राहण्याला अंत नाही."

"आणि हेही तितकेच सत्य आहे, की अंतासमोर कसलीही सावधगिरी फोल ठरते!" डॉक्टरांचे सगळे तर्क रवीन्द्रनाथ धुडकावून लावत म्हणायचे.

शेवटी सगळ्यांनी त्यांच्या इच्छेचा मान ठेवला. जपून राहण्याच्या गोष्टींची मोठीच्या मोठी यादी देत त्यांना शांतिनिकेतनात आणण्यात आले. प्रदीर्घ काळापासून जे पारिजात आणि बकुळवृक्ष, जे आम्रकुंज, कलाभवन त्यांच्या नजरेआड झाले होते; ते पुन्हा पाहून त्यांचे चित्त प्रसन्न झाले.

आता त्यांचे निवासस्थान 'उत्तरायण' बंगल्यात होते. 'उदीची' बंगल्यातला सगळा सरंजाम तिथे हलवण्यात आला, त्यात विजयानं दिलेली ती आरामखुर्चीही होतीच.

'उत्तरायण'च्या अंगणात त्या खुर्चीवर बसून कविवर्यांनी एक सुटकेचा श्वास सोडला, सुस्कारा टाकला.

२७

पण हा सुस्कारा फार काळ टिकणारा नव्हता. क्षणिक होता.

हिवाळा संपला आणि सगळीकडे उन्हाळी हवेने वातावरण तापून निघाले. सकाळपासूनच सूर्याची किरणे प्रखर व्हायची आणि दुपारी जीव घाबराघुबरा व्हायचा. शांतिनिकेतनात पंखे आले नव्हते आणि हातपंख्याने वारा घ्यावा इतकी ताकद अजून कवींच्या देहात आली नव्हती. प्रतिमा, नंदिता किंवा दुसरे कुणी त्यांच्याजवळ बसून वारा घालायला लागले, तर कवी त्यांना अडवायचे. दुपारी कधीतरी डोळा लागला, तर त्यांना आराम मिळावा म्हणून कुणीतरी त्यांच्याजवळ बसून पंख्याने वारा घालायचे. पण दुपारी झोपायचे तर बाजूलाच राहिले, सहज आडवे पडून वामकुक्षी घ्यायचीही रवीन्द्रनाथांना कधीही सवय नव्हती. अलीकडे त्यांचा डोळा लागायचा, तो बहुतांशी अशक्तपणामुळे किंवा औषधाच्या गुंगीने असे, पण लगेच त्यांचे डोळे उघडायचे आणि कुणी पंख्याने वारा घालत असेल तर त्याला थांबवून ते, तो पंखा स्वत: हातात घ्यायचे.

कुणाकडून अशी सेवा घेण्याचा कुणाला अधिकार नाही. निसर्गाशी प्रत्येक माणसानं स्वत:च, स्वत:च्या रीतीनं समरस झालं पाहिजे, असे म्हणून स्वत:च स्वत:च्या हाताने वारा घ्यायला लागायचे.

कलकत्त्यात डॉक्टरांशी झालेल्या समझोत्याप्रमाणे वेळोवेळी कलकत्त्याहून डॉक्टर शांतिनिकेतनात यायचे आणि रवीन्द्रनाथांना काळजीपूर्वक तपासायचे. तपासल्यावर डॉक्टर निराश होत होते. शांतिनिकेतनात ते भलेही मानसिकदृष्ट्या प्रसन्न असोत, पण अधनं-मधनं जी काही तात्कालिक मदत मिळायला पाहिजे होती, ती मिळत नव्हती, त्यामुळे प्रकृती आतून चिंताजनकच होती. आत्तापर्यंत कसेही करून डॉक्टर शस्त्रक्रिया टाळू पाहत होते, पण आता त्यांनी आपला विचार बदलला. शस्त्रक्रिया करणे धोक्याचे होते, हे जाणूनही शस्त्रक्रिया हाच एकमेव मार्ग उरलाय याची त्यांना खात्री पटली.

"गुरुदेव, तुम्हाला आता कलकत्त्याला न्यावं लागेल, त्यासाठी संमती द्या.'' डॉक्टरांनी आग्रह केला.

"कलकत्त्याला असे कोणते इलाज आहेत, की ते तुम्ही इथे करू शकत नाहीत?" गुरुदेवांनी प्रतिप्रश्न केला.

"ऑपरेशन!" डॉक्टर म्हणाले, "कलकत्त्याच्या दवाखान्यात जी काही अद्ययावत साधनं आहेत, ती इथं उपलब्ध नाहीत. आम्ही ऑपरेशन करायचं म्हणतो आहोत."

"ऑपरेशन यशस्वी होईल, याची काही खात्री तुम्ही देऊ शकता?"

"आम्ही सर्वतोपरीनं प्रयत्न करू. शेवटी सर्व परमात्म्याच्या हातात आहे."

"तर मग त्याच परमात्म्यावर सारं सोडून देऊन तुम्ही सगळे जण मला शांतीनं मरू का देत नाहीत?" आणि मग त्यांनी अचानक विचारलं, "तुम्हाला माहित्येय का, मी किती वर्षांचा आहे?"

डॉक्टरांना हा प्रश्न अचानकच आल्यानं अनपेक्षित होता. गुरुदेवांचे वय सगळ्यांना ठाऊक होते.

"ऐंशी." एका डॉक्टरने म्हटले.

"कुणा माणसाला जिवंत राहण्यासाठी ऐंशी वर्षे पुरेशी नाहीत?" रवीन्द्रनाथांनी धारदार आवाजात प्रश्न विचारला.

जी ऐंशी वर्षे गुरुदेवांना पुरेशी वाटत होती, ती संख्या गांधीजींना अपूर्ण वाटत होती. त्याच दिवसांत शांतिनिकेतनात त्यांचा शेवटचा वाढदिवस साजरा करण्यात आला. रवीन्द्रनाथांनी ऐक्क्यांशीव्या वर्षात प्रवेश केला, त्या निमित्ताने गांधीजींनी त्यांना शुभेच्छा पाठवल्या.

"ऐंशी झाले, शंभर व्हा."

गांधीजींची ही तार वाचून रवीन्द्रनाथ गंभीर झाले. थोडा वेळ विचार करून त्यांनी या संदेशाला उत्तर म्हणून तार केली.

'ऐंशी कमी दुःखदायक नाहीत; शंभर तर असह्य होतील.'

पण आपला अंत आता जवळ आलाय, अशी प्रचीती त्यांना अंतरातून होऊन चुकली होती. आपल्या कितीतरी जुन्या लिखाणाची पाने ते अधनं-मधनं उलटवत राहायचे. नंदिताच्या खांद्याचा आधार घेऊन चित्रशाळेत काढलेली अनेक चित्रे ते लक्ष देऊन निरखत बसायचे. पुस्तकाची पाने उलटवताना किंवा चित्रांकडे बारकाईने पाहताना त्यांच्या डोळ्यांना त्रास व्हायचा, पण तरी ते सारे मन लावून पाहत राहायचे आणि अंतर्यामी खोलवर बुडून जायचे. कधीतरी संगीत ऐकायला मन तळमळायचे, पण श्रवणयंत्र आता फारसे कामी येत नव्हते. काही वेळा मन हुरहुरायचे, तेव्हा व्हीलचेअरवर बसून शांतिनिकेतन परिसरात थोडेसे फिरून यायचे. या परिसरात अनेक वृक्ष असे होते की, त्यांच्याशी रवीन्द्रनाथांच्या काही स्मृती जोडलेल्या होत्या. अनेक वर्षांपूर्वी हा परिसर, ही भूमी अजून खुलायची होती; तेव्हा हे बकुळवृक्ष किंवा आम्रकुंज तिथे नव्हते. इथे नवे वृक्ष रुजवताना कवीने कवितेची

एक ओळ लिहिली अन् ती ओळ या परिसराचे अंगच बनून गेली.

मी जेव्हा या धरतीवर नसेन
तेव्हाही माझा हा वृक्ष
तुमचा वसंत नवपल्लवित करेल
अन् आपल्या वाटेनं जाता जाता सयांना सांगेल
की एका कवीनं या धरतीवर प्रेम केलं.

रवीन्द्रनाथ त्या वृक्षांकडे पाहत राहायचे. कधीतरी एखाद्या वृक्षाजवळ उभे राहून त्यावर मृदूपणानं हात फिरवायचे, ओठांत एखादे वाक्य थरथरत यायचे, "आता परत मी कधीच तुमच्याकडं येऊ शकणार नाही."

यानंतर मात्र शेवटी आप्तजनांनी आणि डॉक्टरांनी ठरवले होते, तसेच केले. रवीन्द्रनाथांना अनिच्छेने का होईना, पण समजूत घालून तयार केले. दिवस जसजसे जात होते, तशी तब्येत अधिकच क्षीण होत चालली होती; कुणाला कसला धोका पत्करायचा नव्हता. ऑपरेशनचा शेवटचा उपाय करून पाहायचा, याबद्दल सगळ्यांचा निश्चय पक्का झाला. रवीन्द्रनाथांनी सगळ्यांसमोर नमतं घेतलं आणि कलकत्त्याला जायला संमती दिली.

या दरम्यान चातुर्मास सुरू झाला होता. ग्रीष्माचा दाह हवेतून जणू अदृश्य झाला. आरंभीच्या जोरदार सरींनी जमिनीमधून मातीचा सुगंध यायला लागला. वृक्षराजी ताजी तरतरीत होऊन टवटवीत झाली. गुरुदेवांना ज्या दिवशी कलकत्त्याला घेऊन जाण्याचा निर्णय घेण्यात आला, त्या दिवशीची पूर्ण रात्र शांतिनिकेतनने अस्वस्थ करणाऱ्या तळमळत्या शांततेत काढली. सगळ्यांचे शब्दच नाहीसे झाले. दैनंदिन व्यवहार सुरू होते अन् तरी सगळ्यांच्याच डोळ्यांतले चैतन्य ओसरले. नेहमीसारखी प्रार्थना झाली, वर्ग झाले; पण कशात, कुठेच जिवंतपणा नव्हता... जणू शब्दही सगळ्यांना जड-जड झाले.

ठरवलेल्या वेळी, सकाळच्या पहिल्या प्रहरीच 'उत्तरायण' बंगल्याच्या पहिल्या मजल्यावरून रवीन्द्रनाथांना खाली आणण्यात आले. त्यासाठी एका वेगळ्या प्रकारच्या स्ट्रेचरची व्यवस्था आधीच करून ठेवली होती. शांतिनिकेतनहून बोलपूरला जाणारा रस्ता फार खड्ड्याखड्ड्यांचा होता, म्हणून मग शांतिनिकेतनच्या विद्यार्थ्यांनी आदल्या दिवशीच हे खड्डे भरून रस्ता सपाट केला. गुरुदेवांना घेऊन जाणाऱ्या बसला वाटेत कुठेही हादरे बसू नयेत, म्हणून अगदी खास काळजी घेतली होती. पुढे मग बोलपूरहून कलकत्त्यापर्यंत पक्की सडक होतीच. गुरुदेवांचा हा प्रवास अगदी बिनत्रासाचा व्हावा म्हणून डॉक्टर बरोबर होते आणि या सगळ्यांना बरोबर न्यायला एक वेगळी बस केली होती.

पहाटेपासूनच शांतिनिकेतनचे विद्यार्थी, शिक्षक आणि इतर कर्मचारी, त्यांचे

बाकीचे कुटुंबीय सगळे गर्दी करून दाटीवाटीने 'उत्तरायण'च्या अंगणात उभे होते. गुरुदेव कदाचित परत येणार नाहीत, अशा शंकेची पाल सगळ्यांच्या मनात चुकचुकत होती. गुरुदेवांचे अंतिम दर्शन घेण्याची, शक्य झाल्यास त्यांना चरणस्पर्श करण्याची सगळ्यांनाच घाई झाली होती.

"गुरुदेवांचे दर्शन सगळ्यांनी तिथंच उभं राहून घ्या." डॉक्टरांनी जरा कडकपणानं सांगितलं. "त्यांचे चरणस्पर्श करायला कुणी पुढं येऊ नका. शक्य आहे, की तुमच्या स्पर्शानं बाहेरचे जंतू त्यांच्या शरीरात प्रवेश करतील."

आश्रमातले सर्व शिष्य फार निराश झाले. गुरुदेवांच्या चरणाला स्पर्श करता येणार नाही, हे कळल्याने त्यांचे दु:ख अधिकच वाढले; पण दुसरा काही मार्गच नव्हता.

'उत्तरायण'च्या तळमजल्यावर आणून गुरुदेवांना झोपवण्यात आले. हे सगळे शांतपणाने पाहत असलेल्या गुरुदेवांनी रथीन्द्रला डोळ्यांनी खूण करून आपल्याजवळ बोलावले; आपल्या उशीजवळ ठेवलेल्या एका लिफाफ्याकडं खुणेनेच संकेत केला. रथीन्द्रने तो लिफाफा हातात घेऊन पित्याकडे डोळे भरून पाहिले, तेव्हा रवीन्द्रनाथांचे ओठ हलले. रथीन्द्रने लिफाफा खोलला. गुरुदेवांनी आपल्या हस्ताक्षरात एका कागदावर लिहिले होते,

'- माझ्या मृतदेहाला एका शुभ्र वस्त्रात लपेटून शांतिनिकेतनातल्या माझ्या 'उत्तरायण' या निवासस्थानाच्या मागल्या भागातल्या अवागढ महाराजांच्या घरासमोर अग्निसंस्कार द्यावेत.'

रथीन्द्रने हा कागद परत घडी करून खिशात ठेवला अन् मग डोळ्यांवरनं हात फिरवत तो दोन पावले मागे सरकला.

गुरुदेवांचे स्ट्रेचर बसमध्ये ठेवण्यात आले. त्यांनी आपल्या सगळ्या आश्रमवासीयांना हात जोडले. संपूर्ण परिसरावरून एक दृष्टी फिरवली.

काहीतरी बोलण्यासाठी ओठ विलग झाले, हलले, बस सुरू झाली होती. मागे उभे असलेल्या आश्रमवासीयांच्या कंठातून आश्रमात रोज गायली जाणारी प्रार्थना '- आमार शांतिनिकेतन' जणू स्वयंभू रीतीने प्रकट झाली. बस परिसराच्या बाहेर पडत होती, तेव्हा हे प्रार्थनेचे शब्द बसमधल्या सगळ्यांच्या कानावर पडले.

रवीन्द्रनाथांचे डोळे थोडेसे पाणावल्यासारखे झाले.

ऑपरेशनसाठी ३० जुलै १९४१चा दिवस निश्चित करण्यात आला. एकोणतीस जुलैच्या संध्याकाळी रवीन्द्रनाथांनी आपल्या नातीला, नंदिताला जवळ बोलवले. आपल्या पलंगाजवळ बसवून अत्यंत क्षीण, फिक्कट आवाजात एक कविता उतरवून घ्यायला लावली.

प्रश्न

अस्तित्वाच्या नूतन स्फुरणी
पहिल्याच दिवशी प्रश्न केला रवीनं
तू कोण? त्याचे नाही काही उत्तर
ढळली वर्षे दिनाच्या शेष सूर्यानं
सिंधुतीरावर पश्चिमेला अस्त पावताना
चाऱ्ही दिशेला व्याप्त नि:स्तब्ध संध्या,
शेवटला विचारला प्रश्न, तू कोण?, तेव्हा
मिळाले न काही उत्तर शेष समयी!

लिहिलेल्या या कवितेवर नजर फिरवून तिच्यात काही दुरुस्त्या करायला त्यांनी कागद हातात घेतला खरा, पण लेखणी काही त्यांना बोटानं धरता येईना. थोडा वेळ त्यांनी प्रयत्न केला, मग कागद परत दिला. त्यानंतर त्यांनी डोळे हलकेच मिटून घेतले.

आपल्या आसपास उभ्या असलेल्या सर्वांना रवीन्द्रनाथ डोळे भरून शेवटच्या कितीतरी दिवसांपासून पाहत होते. बंद डोळ्यांसमोर मात्र आता कुणी दिसत नव्हते. त्यांना असे झाले की, जे चेहरे पाहायला ते निघाले होते, ते चेहरे बंद डोळ्यांसमोर दिसताहेत का काय? जोडासांकाच्या ज्या भिंतींत त्यांनी जीवनाचा पहिला श्वास घेतला होता, त्या भिंतींतच आता ते कदाचित शेवटचा श्वास घेत होते. आरंभ आणि अंत जोडले जात एक वर्तुळ पूर्ण होत होते.

त्यांना वाटलं– आपण कुठंच तर जात नाही आहोत. आत्ता आपण या आपल्या स्वजनांतच आहोत; कदाचित काही काळानं आणिक दुसऱ्या स्वजनांत असू.

हे इतर स्वजन म्हणजे–

जोडासांकाच्या या दिवाणखान्यातून सगळ्यात पहिल्यांदा त्यांनी आईचा मृत्यू पाहिला, तेव्हा ते अगदीच अजाण वयात होते... पण त्यानंतर त्यांना भाभीराणी कादंबरी आठवली. आता ते ज्या दुनियेत निघाले होते, तिथं भाभीराणीपण असतील, कदाचित आपण त्यांना फार वाट पाहायला लावली असेल! जोडासांकात आपल्या खोलीत बसून एखादी गोष्ट किंवा कविता वाचायला, ऐकायला त्या ठाकुरपोची वाट पाहत राहायच्या, तशीच इतकी वर्षे त्या वाटेकडे डोळे लावून बसल्या असतील! या भाभीराणीही या नव्या दुनियेत असतील.

पण फक्त भाभीराणीच का?

रवीन्द्रनाथांच्या मिटलेल्या डोळ्यांसमोर असंख्य चेहरे जागे झाले. त्यात पिता देवेन्द्रनाथ होते, मुंबईच्या आत्माराम तर्खडकरांची खट्याळ नलिनीपण होती. पत्नी मृणालिनी, बेला, शमी ही मुलं... द्विजेन्द्रनाथ, सत्येन्द्रनाथ, हेमेन्द्रनाथ हे भाऊ

आणि दीनबंधू ॲन्ड्र्यूज सारखे मित्रही होते. लाडका नातू नीतीन्द्रनाथ, रेणुका ही कन्या आणि आत्ताच निरोप घेतलेला सुरेन्द्रनाथपण होता. रवीन्द्रनाथांना वाटले, आपण फार उशीर केलाय.

कितीतरी वेळ त्यांनी आपले डोळे तसेच बंद ठेवले. आत्तापर्यंत किती जणांना त्यांनी निरोप दिला होता. अचानक त्यांना जाणवले की, हे सगळे कुठेच गेले नव्हते. अदृश्य होते खरे, पण होते तर त्यांच्याबरोबरच. थोड्याच वेळात ते स्वत: त्याच मार्गाने जातील, या सगळ्यांना भेटतील. जोडासांकातल्या या चार भिंतींत ऐंशी वर्षांपूर्वी त्यांनी ज्या यात्रेला प्रारंभ केला, त्या यात्रेत मरणाला अवकाशच होता कुठं? ती तर होती अमृत यात्रा. निरोप घेतलेल्या या सगळ्या स्वजनांकडून त्यांना मिळाले होते ते आजीवन अमृत. आता या अमृतमार्गावर ते स्वत:ही प्रवासाला निघाले होते.

दुसऱ्या दिवशी त्यांच्यावर शस्त्रक्रिया करण्यात आली. शस्त्रेक्रियेच्या सफलतेबद्दल लगेच काही सांगता येण्यासारखे नव्हते; पण दोन दिवस ते बेशुद्धावस्थेतच होते. त्यानंतर मात्र डॉक्टरांनी आशा सोडली. त्यांना तशाच बेशुद्धावस्थेतच जोडासांकात आणण्यात आले.

कविवर्य शेवटच्या घटका मोजत आहेत, ही बातमी जसजशी शहरात फैलावत गेली, तसतसे कलकत्त्याचे प्राण मलूल होत गेले. चिंतातुर लोकांचे जथेच्या जथे जोडासांकाच्या दरवाज्याबाहेर दिवसरात्र गोळा व्हायला लागले. वातावरणात एक उदास शून्यपणा व्यापून राहिला.

पूर्ण चार दिवस अशा प्रचंड ताणाखाली गेले. जोडासांकात सतत धावपळ चालली होती; पण ही सगळी हालचाल, धावपळ यंत्रवत्, काष्ठपुतळ्यासारखी होती. सगळ्यांनाच आतून उमजले होते; पण कोणी काहीच बोलत नव्हते.

सात ऑगस्टला सूर्य मध्याकाशात आला, तेव्हाच पृथ्वीवरच्या या सूर्याने निरोप घेतला. बेशुद्धावस्थेत असतानाच त्यांनी प्राण सोडले. त्यांच्या जाण्याचे वृत्त ऐकून जोडासांकाच्या दरवाज्यासमोर जणू अख्खे कोलकता लोटले.

नीमतोला घाटावर जायच्या रस्त्यावर पाय ठेवायला जागा उरली नाही. गुरुदेवांचा नश्वर देह मुंगीच्या पावलाने मार्गक्रमण करत संध्याकाळ उलटून गेल्यावर या अंतिम घाटावर पोहोचला. लाखो लोक जिवावर उदार होऊन त्यांच्या अंतिम दर्शनासाठी पडापडी करत होते. सफेद वस्त्र आणि पुष्पमालांनी वेढलेला देह जणू परमशांतीत पहुडला असावा तसा, चंदनकाष्ठाच्या चितेवर ठेवण्यात आला. गुरुदेवांच्या चेहऱ्यावर अपार शांती होती. आपल्या हयातीत ज्यांना ज्यांना चिरनिरोप दिला, त्या सर्वांशी पुन्हा सुखदु:खाच्या 'गोष्टी' करण्यासाठी यात्रेला निघावे, तशी निर्मलता त्यांच्या चेहऱ्यावर पसरली होती.

खूप रात्र उलटल्यावर चितेच्या ज्वाळा धीम्या होत गेल्या, मंदावल्या; तेव्हा आत्तापर्यंत महामुष्किलीने थोपवून धरलेल्या लोकांचे मोठमोठाले घोळके चितेच्या अग्नीकडे धावले. गुरुदेवांच्या देहाची चिमूटभर राख तरी हाती यावी, म्हणून हजारो लोक धगधगत्या निखाऱ्यांत हात घालण्यासाठी धडपडले.

हिंदुस्थानाच्या इतिहासात अशी अंतिमयात्रा आणि असा चिरनिरोप याआधी कुणी पाहिला नव्हता आणि यानंतर फक्त एकदाच पाहिला– ३१ जानेवारी १९४८ ला संध्याकाळी दिल्लीच्या राजघाटावर लाखो लोक पुन्हा एकदा असेच भावविवश झाले होते.

जीवनातल्या असंख्य अपूर्ण स्वप्नांसारखेच, शांतिनिकेतनातील झाडांच्या हिरव्या राईमधोमध चिरशांती घेण्याचे रवीन्द्रनाथांचे स्वप्नही अपूर्ण राहिले. नीमतोला घाटावर गुरुदेव इतिहासाचे एक अध्याय बनून गेले.

■

"खोलवर चरत जाणारी, जीवन शुष्क आणि निरर्थक करून टाकणारी मूक वेदना"

नष्टनीड

रवीन्द्रनाथ टागोर

अनुवाद

नीलिमा भावे

चारू, आदित्य आणि शशांक हे आपापल्या जागी एका विशिष्ट परिस्थितीत सापडले आहेत. त्या परिस्थितीत त्यांचा मानसिक कोंडमारा होतो आहे. या कोंडमाऱ्यातून बाहेर पडण्याचा मार्ग त्यांना त्यांच्या जवळच्याच व्यक्तीच्या सहवासात सापडतो. हा मार्ग आपल्याला नक्की कुठे नेणार आहे, याचं भान येण्याआधीच त्यांनी या मार्गावर चालायला सुरुवात केलेली असते.

त्यांच्या या, त्यांच्या स्वभावधर्मानुसार पुढे जाणाऱ्या वाटचालीचे टप्पे टागोर या कथानकांमधून चित्रित करतात. त्यांच्या स्वभावधर्मानुसार ही कथानकेही वेगवेगळी होतात आणि त्यांचे शेवटही वेगवेगळे होतात.

टागोरांचा या विषयाचा शोध चालूच राहतो.

सर्वच प्रसंगातून कणखरपणे उभं राहून आत्मविकास साधणाऱ्या स्त्रीयांच्या भावनांचा सुंदर गोफ विणणाऱ्या रवीन्द्रनाथ टागोर यांच्या आशयघन कथा.

पोस्टमास्तर
आणि
इतर कथा

रवीन्द्रनाथ टागोर

अनुवाद
मृणालिनी गडकरी

माणूस आहे म्हणूनच या जगात
भावनांचा सुंदर गोफ विणला जातो,
आणि त्याला साथ असते निसर्गाची.
रवीन्द्रनाथांच्या जीवनात
'माणूस' आणि 'निसर्ग'
यांना असाधारण स्थान आहे. त्यांच्या कथेत
निसर्ग हा फक्त वर्णनाकरिता येत नाही,
तर भावभावनांच्या खेळात महत्त्वाची
भूमिका बजावतो. निसर्गाची बदलणारी रूपं
माणसाच्या बदलणाऱ्या भावनांच्या प्रतिमा असतात.
निसर्ग आणि माणूस यांच्या संयोगातून फुललेली
विश्वकवीची कथा तो महामानव होता
हे नकळत सांगून जाते.

www.ingramcontent.com/pod-product-compliance
Lightning Source LLC
Chambersburg PA
CBHW030325020726
47493CB00004B/1161
* 9 7 8 8 1 8 4 9 8 2 9 1 6 *